മലയാള കവിത
പരിണാമങ്ങളിലൂടെ

study
malayalakavitha parinamagaliloode
•
prof. adhinad gopi
•
first edition
june 2019
•
published
chintha publishers, thiruvananthapuram
•
typesetting
star communications, thiruvananthapuram
•
cover
vinod mangoes

വിതരണം
ദേശാഭിമാനി ബുക്ക് ഹൗസ്
H O തിരുവനന്തപുരം-695 035
phone: 0471-2303026, 6063026
www.chinthapublishers.com
chinthapublishers@gmail.com

ബ്രാഞ്ചുകൾ
ഹെഡ്ഡാഫീസ് ബ്രാഞ്ച് കുന്നുകുഴി • സ്റ്റാച്യു തിരുവനന്തപുരം • കെ എസ് ആർ ടി സി ബസ് സ്റ്റേഷൻ ആലപ്പുഴ • കെ എസ് ആർ ടി സി ബസ് സ്റ്റേഷൻ എറണാകുളം • മച്ചിങ്ങൽ ലെയ്ൻ തൃശൂർ • ഐ ജി റോഡ് കോഴിക്കോട് • മാവൂർ റോഡ് കോഴിക്കോട് • എൻ ജി ഒ യൂണിയൻ ബിൽഡിങ് കണ്ണൂർ • സെൻട്രൽ ബസ് ടെർമിനൽ കോംപ്ലക്സ് താവക്കര കണ്ണൂർ

CO - 2806 / 5070
ISBN - 978-93-88485-66-1

മലയാള കവിത
പരിണാമങ്ങളിലൂടെ

പ്രൊഫ. ആദിനാട് ഗോപി

ചിന്ത പബ്ലിഷേഴ്സ്
തിരുവനന്തപുരം-695 035

പ്രൊഫ. ആദിനാട് ഗോപി

ജനനം : 1929. മാതാപിതാക്കൾ : വേലായുധൻ വൈദ്യർ പ്രാക്കുളം ദേവകി. കൊല്ലം ഗവൺമെന്റ് ഹൈസ്കൂളിൽ നിന്ന് സ്കൂൾ വിദ്യാഭ്യാസം പൂർത്തിയാക്കി, സാഹിത്യവിശാരദ് പാസായശേഷം, തിരുവനന്തപുരം സംസ്കൃതകോളേജിൽ നിന്ന് ബി എ മലയാളവും യൂണിവേഴ്സിറ്റി കോളേജിൽ നിന്ന് എം എ മലയാളവും നേടി. 1957 ൽ കൊല്ലം ശ്രീനാരായണ കോളേജിൽ അദ്ധ്യാപകനായി ജോലിയിൽ പ്രവേശിച്ചു. ചേർത്തല, വർക്കല, കൊല്ലം എസ് എൻ കോളേജുകൾ, കൊല്ലം ശ്രീനാരായണ വനിതാകോളേജ് എന്നിവിടങ്ങളിൽ സേവനമനുഷ്ഠിച്ചു. 1980 മുതൽ 1985 വരെ കൊല്ലം എസ് എൻ കോളേജിലെ മലയാളവിഭാഗം മേധാവിയായിരുന്നു. 1985 ൽ വിരമിച്ചു. കവി, പ്രഭാഷകൻ, നിരൂപകൻ, ഭാഷാശാസ്ത്രജ്ഞൻ, അദ്ധ്യാപകൻ എന്നീ നിലകളിൽ പ്രശസ്തൻ. കൊല്ലം എസ് എൻ കോളേജ് ജങ്ഷനിൽ ഗോകുലത്തിൽ സ്ഥിരതാമസം.

കൃതികൾ: *മലയാളഭാഷ അകവും പുറവും, മലയാള കവിതയിലെ ഉന്നത ശിരസുകൾ, നമ്മയെ തൊട്ട് എന്നും തിന്മ, നർമ്മവും മർമ്മവും, മലയാളഭാഷ അറിവിന്റെ നുറുങ്ങുകൾ, വിദ്യാർത്ഥി വ്യാകരണം, കുമാര പൂജ, കറുത്ത കാലത്തിന്റെ ശബ്ദം, തിരിഞ്ഞുനോക്കി നടക്കുക, ശകുന്തള വനജ്യോത്സ്ന അല്ല, മലയാള ഭാഷാവ്യാകരണം ഒരു സമഗ്ര പഠനം, സമകാലികം, മലയാള കവിത വേറിട്ട കാഴ്ചകൾ, മലയാളം ശൈലി പ്രയോഗം ലിപി, ശ്രീമദ് ഭഗവത്ഗീത*

പുരസ്കാരങ്ങൾ: കേരള സംസ്ഥാന ബാലസാഹിത്യ ഇൻസ്റ്റിറ്റ്യൂട്ട് നല്കിയ 2016 ലെ ഏറ്റവും മികച്ച ബാലസാഹിത്യ കൃതിക്കുള്ള പുരസ്കാരം *തിരിഞ്ഞുനോക്കി നടക്കുക*, എന്ന കൃതിക്കാണ് ലഭിച്ചത്. കേരള സാംസ്കാരിക വകുപ്പ് വീണപൂവ് ശതാബ്ദി അവാർഡ് *കുമാര പൂജ* എന്ന കൃതിക്ക് 2014 ൽ ലഭിച്ചു. മലയാള ഭാഷാവ്യാകരണം ഒരു സമഗ്രപഠനം എന്ന കൃതിക്ക് പ്രൊഫസർ ഇളംകുളം കുഞ്ഞൻപിള്ള അവാർഡും ലഭിച്ചിട്ടുണ്ട്.

ഭാര്യ	:	പരേതയായ വി ഇന്ദിര,
മക്കൾ	:	ഡോ. ഐ ജി ഷിബി, ഐ ജി ഷിലു
മരുമക്കൾ	:	ഡോ. എ ശ്രീരഞ്ജിനി
		പ്രൊഫ. സന്ധ്യാ സി വിദ്യാധരൻ

ഉള്ളടക്കം

പ്രസാധകക്കുറിപ്പ്

ഏറ്റവും കൂടുതൽ ജനകീയവല്ക്കരിക്കപ്പെട്ട ഒരു മാധ്യമമാണ് കവിത. കവിതയുടെ രൂപഭാവ വൃത്ത താള ലയങ്ങളെക്കുറിച്ച് വ്യത്യസ്ത അഭിപ്രായങ്ങളും വിവാദങ്ങളും വ്യത്യസ്ത കാലങ്ങളിൽ സൃഷ്ടിക്കപ്പെട്ടിട്ടുണ്ട്. കവിതയ്ക്ക് നിയതമായ രൂപഘടനകൾ അനിവാര്യമല്ലെന്ന നിലപാടുകൾ പ്രബലമായ വർത്തമാനകാലത്തിലൂടെയാണ് മലയാള കവിത കടന്നുപോകുന്നത്. പ്രാചീനം, നവോത്ഥാനം, ആധുനികം, കാല്പനികം, ഉത്തരാധുനികം എന്നീ ഘട്ടങ്ങളിലൂടെ മലയാളകവിത അതിന്റെ കരുത്തു പ്രകടിപ്പിക്കുകയുണ്ടായിട്ടുണ്ട്. കവിതയിലൂടെ വിപ്ലവം സൃഷ്ടിച്ച കുമാരനാശാൻ, കാല്പനികാനുഭൂതിയുടെ അംശങ്ങൾ നിറച്ച ചങ്ങമ്പുഴ കൃഷ്ണപിള്ള, തീക്ഷ്ണമായ ജീവിത യാഥാർത്ഥ്യങ്ങളെ ആവിഷ്കരിച്ച വയലാർ, പ്രകൃതിയുടെ നൈർമ്മല്യത്തെ ഭാവസുന്ദരമായി ആവിഷ്കരിച്ച തിരുനല്ലൂർ, യുഗപരിവർത്തനത്തിന്റെ കവിയായ എൻ വി കൃഷ്ണവാര്യർ, നിയമലംഘകനായ കവി അയ്യപ്പപ്പണിക്കർ, പാരമ്പര്യ നിഷേധിയായ ബാലചന്ദ്രൻ ചുള്ളിക്കാട്, രചനയിൽ കനൽച്ചൂടുകൾ നിറച്ച കുരീപ്പുഴ ശ്രീകുമാർ, സ്ത്രൈണ സങ്കല്പനങ്ങളുടെ രാഷ്ട്രീയത്തെ എഴുതുന്ന വിജയലക്ഷ്മി എന്നിവരുടെ രചനാലോകത്തെ ആഴത്തിൽ അപഗ്രഥിക്കുന്ന ഗ്രന്ഥമാണ് *മലയാള കവിത പരിണാമങ്ങളിലൂടെ.* കവിതാസ്വാദകർക്കും ഗവേഷകർക്കും അദ്ധ്യാപകർക്കും വളരെയധികം ഉപകാരപ്പെടുന്ന കൃതി.

ചിന്ത പബ്ലിഷേഴ്സ്

കുമാരനാശാന്റെ കാവ്യ ചിത്രങ്ങൾ

കവികൾ വാക്കുകൾകൊണ്ടു ചിത്രങ്ങൾ വരയ്ക്കുന്നവരാണ്. ചിത്രകാരന്മാർ ചായങ്ങളും മറ്റും കൊണ്ടു കവിതകൾ എഴുതുന്നവരാണ്. അർത്ഥവത്താണ് ഈ പഴയ പ്രസ്താവം. എന്നാൽ ചിത്രങ്ങൾക്ക് പരിമിതികൾ പലതുണ്ട്. ചിത്രകാരന് കാലത്തിന്റെയോ ദേശത്തിന്റെയോ ഒരു നേർത്ത ബിന്ദുവിൽ ജീവിതം വരയ്ക്കേണ്ടി വരും. കാലങ്ങളിലേക്കും ദേശങ്ങളിലേക്കും പറക്കുന്ന ജീവിതം കവികൾ വരയ്ക്കും. മറ്റു സാഹിത്യകാരന്മാരും വരയ്ക്കും. കവിതയിലെ ചിത്രങ്ങൾ അവയിലെ വർണ്ണനകളുടെ ഭാഗമാണ്. ആരെയും എന്തിനെയും വർണ്ണിക്കാൻ എഴുത്തുകാരന്റെ തൂലികയ്ക്ക് ആകും.

"എന്റെ ഏകധനമങ്ങു ജീവന-
ങ്ങെന്റെ ഭോഗമതുമെന്റെ മോക്ഷവും
എന്റെ യീശദൃഢമിപ്പദാംബുജ-
ത്തിന്റെ സീമ അതു പോകിലില്ല ഞാൻ"

ദിവാകരയോഗിയുടെ പദാംബുജത്തിൽ വീണ്. സന്നധൈര്യയായ നളിനി കേഴുന്നതാണ് ഈ ചിത്രം.

"ഓടും വിശറിയും വൃക്ഷ-മൂലത്തിൽവ
ച്ചാടൽ കലർന്നൊന്നു ഫൂൽക്കരിച്ചു"

ഇത് ദാഹാർത്തനായി പരന്ന മരുപ്രദേശം കടന്ന് ഒരു കിണർകണ്ടിടത്ത് വന്നിരുന്ന ആനന്ദഭിക്ഷുവിന്റെ നിമിഷചിത്രമാണ്.

"പുളകങ്ങൾ കയത്തിലാമ്പലാൽ
തെളിയിക്കും തമസാ സമീരനിൽ
ഇളകും വനരാജി വെണ്ണിലാ-
വൊളിയാൽ വെള്ളിയിൽ വാർത്ത പോലെയായ്." (*ചിന്താവിഷ്ടയായ സീത*)

ഇവയെല്ലാം പ്രകൃതിദൃശ്യങ്ങളാണ്. ഈ മാതിരി വർണ്ണനകൾ എല്ലാ കവിതയ്ക്കും വേണ്ടിവരും. പക്ഷേ, വരയ്ക്കാൻ വാസനാ ബലവും മനോധർമ്മവും ഔചിത്യബോധവും ഉള്ളവർക്കേയാകൂ എന്നതാണ് വസ്തുത. നമ്മുടെ മഹാകാവ്യങ്ങളിലും *കൃഷ്ണഗാഥ*യിലും *ചമ്പുക്കളി*ലുമെല്ലാം പലവിധം വർണ്ണനകളുണ്ട്. മഹാകാവ്യങ്ങളിൽ കുറുപ്പടി നോക്കിയാണ് ഓരോന്നിനെയും വർണ്ണിക്കുന്നത്. നളനും പുഷ്കരനും തമ്മിൽ നിഷധത്തിലെ കൊട്ടാരത്തിൽ ഇരുന്ന് ചൂതുകളിച്ചു. നളൻ അടിക്കടി തോറ്റു കൊണ്ടിരിക്കുന്നു. ആ രംഗം കണ്ട് നളപത്നിയായ ദമയന്തിയിലുണ്ടായ പ്രകൃതിമാറ്റം ഉണ്ണായി ഇങ്ങനെ വിവരിക്കുന്നു.

"ഊണിന്നാസ്ഥകുറഞ്ഞു; നിദ്ര നിശയിങ്കൽ പോലുമില്ലാതെയായ്
വേണുന്നോരൊടൊരാഭിമുഖ്യമൊരുനാളും നാസ്തിനക്തം ദിവം
കാണും പോന്നു പുറത്തുനിന്നു കരയും ഭൈമി; നളന്നന്തികേ
താനും പുഷ്കരനും തദീയ വൃഷവും നാലാമതില്ലാരുമേ"

*നളചരിതം ആട്ടക്കഥ*യിൽ ഉണ്ണായി വരച്ച പല ചിത്രങ്ങളും ഉണ്ട്. അവ ഊർജ്ജിതാശയനായ ഒരു കവിയുടെ വർണ്ണനകളാണ്.

നമ്മൾ ആസ്വാദനത്തിന് സ്വീകരിക്കുന്നത് കുമാരനാശാന്റെ കവിതകളിലെ ചിത്രങ്ങൾ ആണ്. വടക്കേ മലബാറിലെ വയലും തോടും പുഴയും ചെറിയ പറമ്പുമെല്ലാമുള്ള ഒരു ഗ്രാമത്തിലെ ഒരുകൂര നമ്മൾ *ദുരവസ്ഥ* വായിച്ചപ്പോൾ കണ്ടു. നമുക്ക് വിശദാംശങ്ങളെല്ലാം കാണാതെ അവിടെ നിന്നു മാറാൻ കഴിഞ്ഞില്ല. യഥാർത്ഥ ചിത്രീകരണത്തിനും ഇങ്ങനെയൊരു ചേതസ്സമാകർഷകത്വം ഉണ്ടോ? രാത്രിയിൽ തീപിടിച്ച ഇല്ലത്തുനിന്നു പ്രാണരക്ഷാർത്ഥം ഇറങ്ങിയോടിപ്പോയിക്കയറിയ കുടിലിനെ, സാവിത്രിയെ മീണ്ടചാത്തന്റെ കുടിലിനെയാണ് കവി ചിത്രത്തിൽ വരയ്ക്കുന്നത്.

"അങ്ങടുത്തായ് മേഞ്ഞു നാളേറെയായ് നിറം
മങ്ങിപ്പതിഞ്ഞ പാഴ്പ്പുല്ലുമാടം-
കാണാം; ചെറുതായകലെ നിന്നാലൊരു-
കൂണെന്നപോലെ വയൽവരമ്പിൽ
അന്തികത്തിൽ ചെല്ലുംതോറുമൊരു ചൊവ്വും
ചന്തവുമില്ലക്കുടിലുകണ്ടാൽ-
വൃത്തവും കോണും ചതുരവുമില്ലതിൽ
എത്തിനോക്കീട്ടില്ല ശില്പിതന്ത്രം
വണ്ണം കുറഞ്ഞോരു രണ്ടു ചാൺപൊക്കത്തിൽ
മണ്ണുചുവരുണ്ടകത്തു ചുറ്റും
കോണും മുഴകളും തീർത്തിട്ടില്ലായതിൽ-
കാണുന്നു കൈവിരൽപ്പാടുപോലും
മുറ്റം കിഴക്കായി വീതികുറഞ്ഞൊരു
മുറ്റമതിനുണ്ടതിൽ മുഴുവൻ

പറ്റിക്കറുകയും പർപ്പടകപ്പുല്ലും
മറ്റു തൃണങ്ങളും മങ്ങി നില്പൂ
പൊട്ടക്കലമൊന്നിൽ നീരുമൊരുകറി-
ച്ചട്ടിയും കാണാം കിഴക്കരികിൽ
കന്നുകടിച്ചില പോയിത്തലചാഞ്ഞു-
നിന്നിടും തൈവാഴതൻ ചുവട്ടിൽ"

അവിടെ കണ്ടതല്ല, വർണ്ണിക്കേണ്ടിയിരുന്ന എല്ലാ വസ്തുക്കളെയും കവി പടത്തിൽ ഉൾപ്പെടുത്താൻ ശ്രദ്ധിച്ചിരിക്കുന്നു. "വർണ്ണനാനിപുണ: കവി:" എന്ന കാവ്യമീമാംസാപരാമർശം ആശാൻ സഫലമാക്കി. ഇനി ചാത്തന്റെ ചിത്രം.

"അക്ഷരമെന്നതറിവീല, ചാത്തനും
യക്ഷിയും പേയുമിവർക്കു ദൈവം
കുക്ഷിയിൽ കൊണ്ടകരിക്കാടിയല്ലാതെ
നിക്ഷേപമായിവർക്കൊന്നുമില്ല
കൂറത്തരമില്ല, താരുണ്യത്തിൽ ചിലർ
കീറക്കരിത്തുണി ച്ചീന്തൽ ചാർത്തി-
നാണം മറയ്ക്കും, ചിലർ നിജായുസ്സൊരു
കോണകം കൊണ്ടുകഴിച്ചുകൂട്ടും"

ആദ്യം വിദ്യാഭ്യാസക്കാര്യം; അക്ഷരമെന്നത് ചാത്തന് അറിഞ്ഞേ കൂടാ; അടുത്തത് അന്ധവിശ്വാസം; ചാത്തനും യക്ഷിയും പേയുമെല്ലാ മാണ് ചാത്തന്റെ ദൈവങ്ങൾ; ഇനിയത്തേത് സമ്പാദ്യം. രാവിലേകോരി ക്കുടിച്ച കരിക്കാടിയല്ലാതെ ചാത്തന്റെ ഉദര ഖജനാവ് പൊള്ള; പിന്നെ വേഷവിധാനം ഉടുതുണിക്ക് സൗകര്യമില്ല. വസ്ത്രധാരണം ഒരു ആവ ശ്യമാണെന്ന തോന്നലും ആ പരിഷ്കാരമറിയാത്തവർക്ക് ഇല്ല. നല്ല താരു ണ്യത്തിൽ എന്തെങ്കിലുമൊന്ന് അരയിൽ ചുറ്റും; അതും ഒക്കത്തില്ലെ ങ്കിൽ ചിലർ ഒരു കോണകം കൊണ്ട് ഒരായുസ്സ് കഴിച്ചോളും. ഇങ്ങനെ യുള്ള വിവിധ വിഷയങ്ങളുടെ വർണ്ണനയ്ക്ക് *ദുരവസ്ഥ*യിൽ ഇടമുണ്ട്. ഒരു കാര്യം ഇവിടെ പ്രത്യേകം മനസ്സിലാക്കിയാൽ, ഈ വർണ്ണനയ്ക്ക് കേരളീയതയും ഉണ്ട്. ആശാന്റെ കൃതികളിൽ ദുരവസ്ഥയും പ്രരോദ നവും കേരളീയാന്തരീക്ഷത്തിൽ നടക്കുന്ന കഥകളാണ് അദ്ദേഹത്തിന്റെ ഖണ്ഡകാവ്യങ്ങൾക്ക് വിഷയമായിട്ടുള്ളൂ. കേരള ഗ്രാമങ്ങൾ അധികവും കയറി വന്നത് *ദുരവസ്ഥ*യിലേത് പോലെയായിരുന്നു. അന്ന് ചാത്തന്റെ കുടിലിൽ ഒരു കൂട്ടിലിട്ടു വേണ്ട ഭക്ഷണമെല്ലാം അതിനകത്ത് ശ്രദ്ധ യോടെ വച്ചു കൊടുത്തിട്ടാണ് ചാത്തൻ പകല് പണിക്ക് പോകുന്നത്. ആ കിളികളെ വർണ്ണിക്കുന്ന ആശാൻ അവയെ കഥാസന്ദർഭവുമായി സമരസപ്പെടുത്തുന്നു. എത്ര ശ്രദ്ധിച്ചിരിക്കുന്നു! സാവിത്രിയാണ് അവ യെക്കുറിച്ച് പ്രതിപാദിക്കുന്നത്.

"നോക്കുക സന്തൃപ്തിയാർന്നു ചിരിക്കുമീ
പ്രാക്കളെ; എന്തിനു ഖേദിക്കുന്നു?

പുണ്ണാക്കുന്നില്ലിവ ചിന്തയാലുൾക്കാമ്പു;
കണ്ണീരാൽ പോള വീർപ്പിക്കുന്നില്ല
കണ്ടാലറിവാൻ കഴിയാത്ത ഭേദത്താൽ
ഇണ്ടലിവയ്ക്കില്ല ജാതി മൂലം
സ്വച്ഛന്ദവൃത്തികളേവരുമന്യോന്യ-
മുച്ചനീചത്വങ്ങളൊന്നുമില്ല
പേടിപ്പാനില്ലിവയെന്നും വിലപ്പെടും
വീടും പറമ്പും പണവുമില്ല
നാളത്തേക്കിന്നിവ സമ്പാദിക്കുന്നില്ലൊരു-
നാളുമിവറ്റക്കില്ലലസതയും
തന്തടിപോറ്റാൻ പണിയെടുത്തീടുന്നു
സന്തുഷ്ടി കൈക്കൊണ്ടു പെണ്ണുമാണും"

ഈ വർണ്ണന മനസ്സിരുത്തി വായിക്കുമ്പോൾ ഒരു പ്രഭുകുടുംബം മനസ്സിൽ കാണാൻ ശ്രമിക്കുക. വ്യംഗ്യമര്യാദയിൽ ആ ചിത്രം മനസ്സിൽ പതിയും.

*ചണ്ഡാലഭിക്ഷുകി*യിൽ വസ്തുചിത്രം, ഭാവചിത്രം ഇവ രണ്ടും കവി മനോഹരമായി അവതരിപ്പിച്ചിട്ടുണ്ട്. മറ്റൊരു തന്ത്രവും രംഗവർണ്ണനയിൽ ആശാൻ വിദഗ്ദ്ധമായി പ്രയോഗിച്ചിട്ടുണ്ട്. സ്ഥൂലത്തിൽ നിന്ന് വർണ്ണന ലഘുവസ്തുവിലേക്ക് ക്രമത്തിൽ താണുവരുന്നതാണ് ആ സാങ്കേതികത. കരുണയിലും ഇത് ആശാൻ പ്രയോഗിച്ചിട്ടുണ്ട്. *ചണ്ഡാലഭിക്ഷുകി*യിലേക്കാൾ ആ ചിത്രം *കരുണ*യിലാണ് മിഴിവേറി നില്ക്കുന്നത്. രണ്ടു ചിത്രങ്ങളും നമുക്ക് പരിചയപ്പെടാം. ആദ്യം *ചണ്ഡാലഭിക്ഷുകി*യിലേതു തന്നെയാകാം. രണ്ടായിരത്തിയഞ്ഞൂറ് കൊല്ലങ്ങൾക്കപ്പുറത്ത് ഒരു വേനൽക്കാലത്ത് ശ്രാവസ്തിക്കടുത്ത ഒരു ഊരിന്റെ അവസ്ഥ ഉച്ചയ്ക്ക് തീപൊള്ളുന്ന വെയിലത്ത് കണ്ടതിനെ കവി വർണ്ണിക്കുന്നു. വർണ്ണന ശ്രദ്ധിച്ചാൽ മുകളിൽ പറഞ്ഞ കാര്യം ശരിയാണോ എന്ന് മനസ്സിലാക്കാം.

"ഉച്ചയ്ക്കൊരു ദിനം വന്മരുവൊത്തൊരു-
വിച്ഛായമായ വെളിസ്ഥലത്തിൽ
കത്തുന്നോരാതപജ്വാലയാലർക്കനെ
സ്പർദ്ധിക്കും മട്ടിൽ ജ്വലിച്ചു ഭൂമി
ആ ദിക്കിലൂടെ കിഴക്കുനിന്നേറെ നീ-
ണ്ടെത്തുമൊരു വഴി ശൂന്യമായി.
സ്വച്ഛതരമായ കാനൽ പ്രവാഹത്തിൽ
നീർച്ചാലുപോലെ തെളിഞ്ഞുമിന്നി
ദൂരെപ്പടിഞ്ഞാറുചാഞ്ഞ വൻ ഭിത്തിയിൽ
നേരെയതു ചെന്നു മുട്ടും ദിക്കിൽ
ഉച്ചമായങ്ങൊരു വന്മരം കാണുന്നു
നിശ്ചലമായ കാർകൊണ്ടൽപോലെ

നീലക്കല്ലൊത്തു മിനുത്തോരിലകൾ തൻ-
മേലെ തൂവൈരത്തിൻ കാന്തിവീശും-
ചണ്ഡാംശുരശ്മികളാലൊരു വാർവെള്ളി
മണ്ഡലം ചൂഴുന്നുണ്ടാമുകിൽമേൽ
പച്ചിലച്ചില്ലയിൽ ചെപ്പടിപ്പന്തുപോൽ
മെച്ചമായ്പറ്റും ഫലം നിറഞ്ഞും
ഭൂമിശാഖാഗ്രത്താൽ വിണ്ണും, വേരിൻ ചാർത്താൽ
പാരുംവ്യാപിച്ചു പടർന്നു നില്ക്കും-
പേരാൽ മരമാണതായതിൽ പത്രത്തിൽ
ചാരുതണലാർന്ന കൊമ്പുതോറും-
ഘോരാതപം ഭയപ്പെട്ടേറെ പക്ഷികൾ
സൈ്വരം ശരണമണഞ്ഞിരിപ്പു"

ഒരു നീണ്ടുപരന്ന മരുഭൂമിയിൽത്തുടങ്ങി വൃക്ഷച്ചില്ലകളിൽ ചൂടുഭയന്ന് പാടാതെ പോലും ഇരിക്കുന്ന പക്ഷിവരെയുള്ള വലുതിൽ നിന്ന് ചെറുതിലേക്ക് നീങ്ങുന്നതാണ് ഈ വസ്തുവർണ്ണനയെന്ന് തീർച്ചയായും വിചാരിക്കാമല്ലോ. തുടർന്ന്, കൃതിയിൽ തൊട്ടടുത്ത് രണ്ടു വ്യക്തിചിത്രങ്ങൾ ഉണ്ട്. ആ വൃക്ഷത്തിന്റെ തണൽ കണ്ട്, തടി തളർന്നാർത്തികലരുന്ന ഒരു ഭിക്ഷു വെള്ളത്തിനു വേണ്ടി വരുന്നതിന്റെ വർണ്ണന.

"ആരോ നടന്നു കുഴഞ്ഞു വരുന്നുണ്ട്
ചാരത്ത,യാളൊരു ഭിക്ഷുവത്രേ"

അയാൾ ഒരു ഭിക്ഷുവാണ്. അടുത്ത ഈരടികളിൽ അയാൾ ബുദ്ധഭിക്ഷുവാണെന്ന് കാണിക്കുന്നു.

"മഞ്ഞപിഴിഞ്ഞു ഞൊറിഞ്ഞുടുത്തുള്ളൊരു
മഞ്ജു പൂവാടയാൽ മേനിമൂടി
മുണ്ഡനം ചെയ്ത ശിരസ്സും, മുഖചിത്ര-
മണ്ഡലം താനും മസൃണമാക്കി
ദീർഘവൃത്താകൃതിയാം മരയോടൊന്നു
ദീർഘമാം വാമ ഹസ്തത്തിലേന്തി."

മഞ്ഞമുണ്ട്, അതു മേൽമുഴുവൻ പുതച്ച അവസ്ഥ, മുണ്ഡനം ചെയ്ത ശിരസ്സ്, വൃത്തിയായി ശ്മശ്രുകൾ വടിച്ചു കളഞ്ഞ മുഖം, കൈയിൽ ഭിക്ഷതെണ്ടാനുള്ള മരയോട്-ഭിക്ഷുവിന്റെ രൂപം പൂർണ്ണം. അടുത്തത് ആ മരച്ചുവട്ടിനടുത്തുള്ള കിണറിന്റെ അടുത്തേക്ക് വെള്ളത്തിനായി നടന്നുവരുന്ന പെണ്ണിന്റെ ചിത്രം.

"അപ്പൊഴുതങ്ങോരു പെൺകൊടിയാൾ ചെറു-
ചെപ്പുകുടമൊന്നരയ്ക്ക് മേലിൽ
അഞ്ചിതമായ് വളമിന്നുമിടങ്കര-
പ്പിഞ്ചുലതകൊണ്ടു ചുറ്റിച്ചേർത്തും
വീശും വലംകരവല്ലിയിൽ പാളയും
പാശവും ലീലയായ് തൂക്കിക്കൊണ്ടും

ചെറ്റു കുനിഞ്ഞു വലം ചാഞ്ഞ പൂമേനി
ചുറ്റി മറച്ചു ചെങ്കാന്തി തേടും
പൂഞ്ചേലതൻ തല പാർശ്വത്തിൽ പാറിച്ചും
ചാഞ്ചാടിവയ്ക്കുമടിത്തളിരിൽ
ലോലപ്പൂമ്പാദസരത്തിലെക്കിങ്ങിണി
ജാലം കിലുങ്ങി മുഴങ്ങുമാറും
മന്ദമടുത്തുള്ളോരിൽ നിന്നോമലാൾ
വന്നണയുന്നു വഴിക്കിണറ്റിൽ"

ആദ്യത്തേത് ഒരു സർവ്വസംഗപരിത്യാഗിയുടേതാണ്. ഇതോ? ഒരു വിലാസിനിയായ സൗന്ദര്യധാമത്തിന്റേത്.

"യാനസ്ഥാനാസനാദീനാം
മുഖനേത്രാദികർമ്മണാം
വിശേഷസ്തു വിലാസം സ്യാത്
ഇഷ്ടസന്ദർശനാദിനാ."

എന്നാണ് വിലാസവതിയായ ഒരു മധുരപ്പതിനേഴുകാരിയുടെ ഭാവ ഹാവങ്ങൾ. ഇഷ്ടപ്പെട്ട, ഇഷ്ടപ്പെടുന്ന യുവാവിനെപ്പറ്റിക്കേൾക്കുമ്പോഴോ, അയാളെ കാണുമ്പോഴോ തരുണികൾക്ക് നടത്തം, ഇരിപ്പ്, മുതലായ ചേഷ്ടകളിലുണ്ടാകുന്ന ആകർഷകമായ അംഗഭംഗിയോടെയുള്ള ഭാവ ഹാവഹേലങ്ങളാണ് വിലാസിനിയുടെ സ്വഭാവം. ഇവിടെ അവൾക്ക് നേരാംവണ്ണം അറിഞ്ഞുകൂടാത്ത, ഇഷ്ടപ്പെട്ട ഒരു തരുണന്റെ അടുത്തേ ക്കാണ് വന്നിരിക്കുന്നത്. അവിടം ഒരു ലോലാംഗിയുടെ നൃത്തവേദിപോലെ അപ്പോൾ അവൾക്ക് തോന്നിയില്ലെങ്കിലേ അത്ഭുതപ്പെടാനുള്ളൂ. ഈ ചിത്ര ത്തിൽ രൂപഭാവങ്ങൾ സംയോജിക്കുന്നു. ആനന്ദഭിക്ഷുവിന് വെള്ളം കൊടുത്തു അദ്ദേഹത്തിന്റെ സിരകളുണർത്തി കഴിയുമ്പോൾ വളരെ കാവ്യലാവണ്യത്തോടെയാണ് കവി നമുക്ക് ആ ശീലം പ്രദർശിപ്പിച്ചു തരുന്നത്.

"തൻകുടവും നിറച്ചു തുടച്ചതു
മങ്കമാർമണിമാറ്റിവച്ചങ്ങവൾ
നീളമേലും കയറു ചുരുട്ടിയ-
പ്പാളയിൽ ചേർത്ത് സജ്ജാക്കീടിനാൾ.
പോകുവാനോങ്ങി,യെങ്കിലും പെൺകിടാ-
വാകാഞ്ഞങ്ങലസമായ് ചുറ്റിനാൾ.
അന്തികത്തിൽ പൂത്തുമനോജ്ഞമായ്
അന്തിവാനിന്നകന്നോരു കോണുപോൽ
ചന്തമാർന്നങ്ങു നില്ക്കും ചെറുവാക-
തൻതണലിലണഞ്ഞാൾ മനോഹരി
ചാരെത്തെത്തിയോരോമനപ്പൂങ്കുല
പാരാതാഞ്ഞൊടിച്ചായതു നോക്കിയും

ചാരുനേത്ര മരത്തിലിടത്തു തോൾ
ചാരിച്ചാഞ്ഞു ചരിഞ്ഞ മിഴികളാൽ
ദൂരെ മേവുന്ന ഭിക്ഷുവിനായ്ക്കരും
താരിണമാല മോഘമായ് നിർമ്മിച്ചും
പാരിലൊറ്റക്കാലൂന്നി നിലക്കൊണ്ടാൾ
മാരദൂതിപോൽ തെല്ലിട സുന്ദരി.”

മാതംഗിയുടെ ഏകപക്ഷീയമായ അനുരാഗവൈവശ്യം ചിത്രീകരിക്കാൻ ആശാൻ പ്രയോഗിച്ച തന്ത്രങ്ങൾ ആ കവിപ്രതിഭയുടെ ഉത്തമ നിദർശനമാണ്. വരികളിൽ ക്രിയകളുടെ എണ്ണം കൂടിയിരിക്കുന്നു. ഇത്തിരിനേരം അവൾക്കവിടെ നിന്നു പോകാതിരിക്കാനുള്ള സൗകര്യം അങ്ങനെയുണ്ടാക്കി. വെള്ളം കോരി കുടം നിറഞ്ഞാൽ പൊക്കിയെടുത്തു ഒക്കത്തുവച്ചു പോകേണ്ടവൾ അതു നിറച്ചിട്ട് പിന്നെ തുടച്ചിരിക്കുന്നു. കയറിന്റെ നീളം കൂടിയിരിക്കുന്നു. അത് പാളയിലോട്ടു വച്ചതല്ല. വച്ചിട്ട് പിന്നെ സജ്ജവുമാക്കി. അതു കഴിഞ്ഞിട്ട് അലസമായി അവളെ അവിടെ ചുറ്റിയടിക്കാൻ വിട്ടു. അവൾക്കു കുറേക്കൂടി ഭിക്ഷുവിനെയും കണ്ട് അവിടെ നില്ക്കാൻ ഒരു സന്ദർഭം ഒരുക്കി. പൂത്തു നില്ക്കുന്ന വാകയുടെ അടുത്തേക്ക് കൊണ്ടുപോയി. ചാരനിറത്തിൽ ഒരു പൂങ്കുലത്തൊത്തൊടുപ്പിച്ചു. പിന്നെ ഭിക്ഷുവിന്റെ നേർക്ക് കടാക്ഷിക്കാൻ അവസരവും കൊടുത്തു. പന്ത്രണ്ടു മന്മഥാവസ്ഥകളിൽ ആദ്യത്തേതായ ചക്ഷുപ്രീതി ഇതാണ് കലാനിർമ്മാണ കൗശലം!

അടുത്തത് പൂർണ്ണമായും ഒരു ഭാവ ചിത്രമാണ്. മാതംഗിയുടെ ശരീരത്തിന് ഒരു ചിത്രപട (ക്യാൻവാസ്)ത്തിന്റെ സ്ഥാനമേയുള്ളൂ. ഇഷ്ടപ്പെട്ട ഒരു യുവാവിനോടു തോന്നിയ താല്പര്യത്തെ പ്രഥമാനുരാഗമായി വളർന്ന നിലയിലാണ്. അവൾ ആനന്ദഭിക്ഷുവിന്റെ സാന്നിദ്ധ്യം നഷ്ടപ്പെട്ടു ദുഃഖിച്ച്, സ്വന്തം കുടിലിലേക്ക് മടങ്ങുന്നത്. പോയത് ഒരു കുടം വെള്ളത്തിനാണെങ്കിലും അതിനേക്കാൾ ഭാരമുള്ള ഒരു വിരഹസ്ഥിതിയുമായാണ് തിരിച്ചു വീട്ടിൽ വന്നു കയറിയത്. ഈ പോക്ക് ഒരു പൂവ് വിപ്രലംഭത്തിന്റെ ചിത്രമായാണ് ആശാൻ സ്വകൃതിയിൽ പിന്നെ രചിക്കുന്നത്.

“വിലയേറുമെന്തോ കളഞ്ഞുകേഴും-
നിലയാർന്നബ്ബാലയും വീടുപൂകി
അവൾ പിന്നെയത്യന്തഖിന്നയായി
അവശയായ് പ്രത്യക്ഷഹേതുമെന്യേ.
അഴുതവൾ കോണിലൊതുങ്ങി, യെങ്ങും
പൊഴുതു പോകാതായി ബുദ്ധിമുട്ടി.
ചിറകറ്റ മിന്നാമിനുങ്ങുപോലെ
അറുപകൽ നീങ്ങിയിഴഞ്ഞിഴഞ്ഞു.
പൊറുതിയുണ്ടായില്ല രാവിലുമ-
ത്തരുണിയന്നുണ്ടില്ലുറങ്ങിയില്ല

അഴകേറും ഭിക്ഷുവുമപ്പേരാലും
വഴിയും കിണറും പരിസരവും
ഒഴിയാതവളഹോ മുന്നിൽക്കണ്ടു
മിഴിയടച്ചെന്നാലുമില്ലെന്നാലും"

അനർഘമായ എന്തോ ഒന്നു നഷ്ടമായിരിക്കുന്നു. ഒരു വസ്തു കാണാതെ പോയാൽ അതു നഷ്ടപ്പെട്ടയാൾ കരയും. വൈരാഗ്യം തോന്നും, ആരും കാണാതെ ഒഴിഞ്ഞിരിക്കും. സമയം നീങ്ങാത്തതിന്റെ പേരിൽ ബുദ്ധിമുട്ടി, നീണ്ട, ദുസ്സഹമായ പകലിന്റെ പോക്ക് ചിറകില്ലാത്ത മിന്നാമിനുങ്ങിന്റെ കണക്ക്; രാവിലും പൊറുതിയില്ല. ആ ഭിക്ഷുവും പേരാലും. വീട്ടിലേക്കു പോന്ന വഴിയും കിണറും പൂവാക നില്ക്കുന്ന പരിസരവുമെല്ലാം മനസ്സിൽ.

തീർന്നില്ല; ചിന്തയ്ക്കും സ്വപ്നത്തിനും വ്യത്യാസമില്ല. ചിന്തിക്കുന്നത് സ്വപ്നം കാണുന്നു. സ്വപ്നം കാണുന്നത് ചിന്തിക്കുന്നു. രാത്രി തീരാത്തതിനാൽ നിർവ്വേദവും, ആശിച്ച വിഷയസുഖം കിട്ടാത്തതിൽ എല്ലാത്തിനോടുമുള്ള വിരക്തിയാണ്. നിർവ്വേദം നല്കിയവൾക്ക് ഉന്മാദം, ജ്വരം, മരണം ഇവ കൂടെയുണ്ടായാൽ മതി പന്ത്രണ്ടു മന്മഥാവസ്ഥകളിൽ. പക്ഷേ, ഉന്മാദം വരെയേ കവി അവളെ എത്തിച്ചുള്ളൂ. നിവൃത്തിയില്ലാതെ വന്നപ്പോൾ രാത്രിയെ ശപിച്ചതും, കിടക്കയിൽ നിന്ന് കൂടെക്കൂടെ എഴുന്നേറ്റതും പിന്നെപ്പിന്നെ പോയിക്കിടന്നതും, വെളുക്കും മുമ്പേ ആരുമറിയാതെ വിട്ടുവിട്ടിറങ്ങിയതും തലേദിവസം ആനന്ദൻ നടന്നുവന്ന വഴിയിൽ പതിഞ്ഞുകിടന്ന കാല്പാട് പട്ടിയെപ്പോലെ മണംപിടിച്ചു, അയാൾപോയ വഴി തിട്ടപ്പെടുത്തിയതുമെല്ലാം ഭീതിയുടെ സ്വഭാവത്തിലാണ്.

കുമാരനാശാന്റെ അന്ത്യകൃതിയായ *കരുണ*യിലെ ചിത്രങ്ങൾക്ക് പ്രതിമാനമില്ലാത്ത സൗന്ദര്യമാണുള്ളത്. ഏത് ഈരടി തൊട്ടാലും അതിലെല്ലാം ചിത്രമുണ്ട്, വ്യംഗ്യമാധുര്യവും ഉണ്ട്. വാസവദത്ത അവളുടെ കാളിമ കാളും നഭസ്സെയുമ്മവയ്ക്കും വെൺമനോജ്ഞമാളികയൊന്നിന്റെ തെക്കേ മലർമുറ്റത്തിലാണ് ഇരിക്കുന്നത്. ആ ഇരിപ്പിന്റെ വർണ്ണനയിൽ തന്നെ മേല്പറഞ്ഞ രണ്ടു സ്വഭാവവും ആശാൻ തന്റെ കരകൗശലം കൊണ്ട് ഹൃദ്യമാക്കിയിരിക്കുന്നു.

കാളിമകാളും നഭസ്സിനെ ഉമ്മവയ്ക്കുന്ന മാളിക എന്ന വർണ്ണനയിൽത്തന്നെ അവളുടെ സ്വഭാവത്തിന്റെ ഒരു ചിത്രം കാണാം. കൊട്ടാരത്തിൽ സർവ്വ സൗഭാഗ്യവതിയായിരുന്ന് അവൾ വാരനാരിയെന്ന നിലയിൽ ആർജ്ജിക്കുന്നതെല്ലാം അത്യന്തപാപപങ്കിലമായ പ്രവൃത്തികളിലൂടെയാണെന്ന ആശയം അതിലില്ലേ? ഇരുപ്പ് തെക്കേ മലർമുറ്റമാക്കിയതും, മതിൽക്കെട്ട് അകത്ത് ആൾ ഇരുന്നാൽ കാണുന്നതാക്കിയതും, ശിലാസനത്തിലെ ഗർവ്വിഷ്ഠയായ ഇരിപ്പും അവൾ കഞ്ചബാണന്റെ പട്ടമഹിഷിയോട് ഉപമിതയായതുമെല്ലാം കവി വേശ്യയായ അവളുടെ രൂപഭാവങ്ങൾക്ക് ലാവണ്യ പൂർണ്ണിമ നല്കുന്നതിനാണ്.

നേരത്തെ *ചണ്ഡാലഭിക്ഷുകി*യിൽ പറഞ്ഞതുപോലെ വലുതിൽ നിന്നു ചെറുതിലേക്കുള്ള, സ്ഥൂലത്തിൽനിന്ന് സൂക്ഷ്മബിന്ദുവിലേക്കുള്ള രംഗത്തിന്റെ ചലനം അതിന് അനുയോജ്യമായി ആവിഷ്കൃതമായിരിക്കുന്ന ഒരു ചിത്രം കരുണയിലുണ്ട്. മറ്റ് ചിത്രങ്ങളെ മറികടന്നു പോയി നമുക്ക് അതു കാണാം.

"അഴകോടന്നഗരത്തിൽ തെക്കുകിഴക്കതു വഴി
ഒഴുകുറ യമുനതന്റെ പുളിനം കാൺമൂ
ഇളമഞ്ഞവെയിൽ തട്ടി നിറം മാറി നീലവിണ്ണിൽ
വിളങ്ങുന്ന വെൺമുകിലിൻനിര കണക്കേ
ജനരഹിതമാം മേലേക്കരയിലങ്ങിങ്ങു കരിം-
പനയും പാറയും. ചുറ്റും പാഴ്ച്ചെടികളും
വെളിയിടങ്ങളും വായ്ക്കും സ്ഥലം കാണാം; ശൂന്യതയ്ക്ക്-
കളിപ്പാനൊരുക്കിയിട്ട കളം കണക്കേ.
നെടിയശാഖകൾ വിണ്ണിൽ നിവർന്ന് മുട്ടിയിലയും-
വിടപങ്ങളും ചുരുങ്ങി വികൃതമായി
നടുവിലങ്ങു നില്ക്കുന്നു വലിയൊരശ്വത്ഥം മൂത്തു-
തടികൾ തേഞ്ഞും തൊലികൾ പൊതിഞ്ഞു വീർത്തും.
ചടുലദലങ്ങളിലും ശൃംഗഭാഗത്തിലും വെയിൽ-
തടവിച്ചെമന്നു കാറ്റിലിളകിമെല്ലേ,
തടിയനരയാലതു തലയിൽ തീകാളും, നെടും
ചുടല ഭൂതം കണക്കേ ജ്വലിച്ചു നില്പൂ,
അടിയിലതിൻ ചുവട്ടിലധികം പഴക്കമായ് ക്ക-
ല്ലുടഞ്ഞും പൊടിഞ്ഞുമുണ്ടൊരാൽത്തറ ചുറ്റും
ഇടുങ്ങിയ മാളങ്ങളിലിഴഞ്ഞേറും പാമ്പുകൾ പോൽ
വിടവുതോറും പിണഞ്ഞ വേരുകളോടും
പറന്നടിഞ്ഞരയാലിൻ പഴുത്ത പത്രങ്ങളൊട്ടു-
നിറം മങ്ങി നിലംപറ്റിക്കിടപ്പു നീളെ
ഉറുമ്പിഴയ്ക്കുമരിയുമുണങ്ങിയ പൂവും ദർഭ-
മുറിത്തുമ്പും മറ്റും ചേർന്ന് ചിതറിച്ചിന്നി-"

ഈ വർണ്ണനയിൽ നമുക്ക് വലുതിൽനിന്ന് ചെറുതിലേക്കുള്ള ക്രമികമായ മാറ്റം ശരീരഭീകരത പോകാതെ തന്നെ ആശാൻ നടത്തിയിട്ടുള്ളത് കാണാം. ശ്മശാനം നമ്മുടെ ശരിയായ അറിവനുസരിച്ച് വിശാലമായ ഒരു വെളിസ്ഥലമാകണം. *കരുണ*യിൽ യമുനാനദിയുടെ വിസ്തൃതമായ പരന്ന മണൽത്തിട്ടാണ് ശ്മശാനമായിരിക്കുന്നത്. മേലേക്കരയിൽ കരിമ്പനകൾ, പാറ, പാഴ്ച്ചെടികൾ ഇവയെല്ലാം ഉണ്ട്. നല്ല വെളിയിടങ്ങളും. അതു കണ്ടാൽ ശൂന്യതയ്ക്കുകളിക്കാൻ ഒരുക്കിയിരിക്കുന്ന കളിക്കളമാണ് എന്ന് തോന്നും. അതിന്റെ ഒത്ത നടുക്ക് ചുടലഭൂതംപോലെ ഒരു ആൽ, അതിനു ചുറ്റും ഉടഞ്ഞും പൊടിഞ്ഞും പാഴ്ക്കല്ലുകൾ ഇളകിയും പാമ്പുകൾ പോലെ വേരുകൾ. കീഴിൽ ചില പഴുത്തു നിറം പോയ

ഇലകൾ, പിന്നെ ഉണങ്ങിയ ദർഭമുറിത്തുമ്പ്, ഉണങ്ങിയ പൂവ്, ഉറുമ്പിഴയുന്ന, അരി - ഇനി വിശദീകരിക്കേണ്ടാത്ത വിധം ആശാൻ വർണ്ണിച്ചിരിക്കുന്നു. എന്നിട്ടും നിർത്തിയില്ല. പൂർണ്ണമായില്ലെന്നു തോന്നൽ വന്നതു ശരിയായി. ചുടുകാടിന്റെ സമഗ്രഭാവത്തിന് പിന്നെയും ചിലതുകൂടി വേണ്ടി വരുന്നതായി കവി കണ്ടു. ഏതോ ഭാഗ്യവാന്റെ ജഡം ദഹിപ്പിച്ചിട്ട് അധിക നേരം ആയില്ല എന്നു തോന്നിപ്പിക്കും വണ്ണം ഒരു മൂലയിലെ പട്ടടയിൽ നിന്ന് പുക ഉയരുന്നു. പകലാണെന്നോർക്കാതെ കുറുനരികൾ എന്തോ കവർന്നെടുത്തു ശാപ്പിടുന്നു. ചിലേടത്ത് പെരുങ്കഴുകുകൾ ഇരയെടുക്കുന്നു. ഉടഞ്ഞ ശംഖുപോലെയും (കൈകാലുകളുടെ മുട്ടെല്ലും മറ്റും) ഉരിച്ചു മുറിച്ച വാഴത്തടപോലെയും (കൈകളിലെയും കാലുകളിലെയും നീണ്ട എല്ലുകൾ) അവയവശിഷ്ടങ്ങളായി അവിടെവിടെ കിടപ്പുണ്ട്. ചിലേടത്ത് ഭസ്മപ്പാത്തികൾ കാണുന്നു. മലങ്കാക്ക എന്തോ ചീഞ്ഞളിഞ്ഞതെല്ലാം കൊത്തിപ്പറിക്കുന്നു. ആ ബീഭത്സതകൾ കൂടിയായപ്പോൾ ആശാൻ വരച്ച ശ്മശാന ചിത്രം പൂർണ്ണമായി.

പുഷ്പവാടിയിലെ- 'തോട്ടത്തിലെ എട്ടുകാലി' എന്ന കവിത ശ്രദ്ധയെ പിടിച്ചു പറ്റുന്നതാണ്. ചിലന്തി വലകെട്ടുന്നത് പലരും നോക്കിനില്ക്കുമെങ്കിലും ആശാനാണ് അതിനെ വർണ്ണിച്ചത്.

"തളിർത്തലഞ്ഞു നിന്നിടും തരുക്കൾ തന്റെ ശാഖയിൽ
  കൊളുത്തി നീണ്ട നൂലു, രശ്മി പോലെ നാലുഭാഗവും
കുളത്തിനുള്ളുകാണുമർക്ക ബിംബമൊത്തു കാറ്റിലീ
  വെളുത്ത കണ്ണിവച്ചെഴും വിചിത്രരൂപനാരിവൻ?"

ആളാരെന്ന് കവിക്കറിയണം, അതിന്റെ സൂര്യഭംഗി അറിയിക്കണം, ഇരകളെപ്പിടിക്കാനുള്ള സൂത്രമറിയണം: സംശയം ഈ വല നെയ്യുന്നയാൾ ഒരു മുക്കുവ കിടാത്തൻ ആണോ എന്നതാണ്. ഒന്നുമാത്രം തീർച്ച; ഈ വിചിത്രതരമായ തുന്നൽ വേലയിൽ ചിലന്തികൾക്ക് തങ്കമുദ്ര കിട്ടും -എട്ടുകാലിയെന്ന് വിളിച്ച് ആക്ഷേപിക്കപ്പെട്ടിരുന്ന ഇവരിൽ ഒരംഗമായിരുന്ന തനിക്ക് പട്ടും വളയും കിട്ടിയെന്നുള്ള സത്യം ഈ മൂന്നു പദ്യങ്ങളുള്ള കവിത മൗനമായിപ്പറയുന്നു. ഇങ്ങനെയുള്ള ചിത്രങ്ങൾക്ക് ആശാൻ കവിതകളിൽ ദൗർല്ലഭ്യം ഇല്ല. അവ പ്രകരണൗചിത്യമറിഞ്ഞ കവിപ്രജ്ഞയിൽ നിന്ന് സ്വയമേവാഗതമാണ്. അവ നൂറുമേനി കവിതകളിൽ വിളഞ്ഞുകിടപ്പുണ്ട്- വനഭൂവിൽ നശിക്കാതെ ശാലികൾ കിടക്കുംപോലെ.

കുമാരനാശാന്റെ കവിതയിലെ തത്ത്വോപദേശം

മലയാളത്തിലെ ആധുനിക മഹാകവികളാണ് ഉള്ളൂർ എസ് പരമേശ്വരയ്യർ, വള്ളത്തോൾ നാരായണമേനോൻ, കുമാരനാശാൻ എന്നിവർ. ഉള്ളൂരിനെ ഉല്ലേഖ ഗായകനായും, വള്ളത്തോളിനെ ശബ്ദസുന്ദരനായും കുമാരനാശാനെ ആശയഗംഭീരനായും സഹൃദയർ പരിഗണിക്കുന്നു. ഇവരിൽ ഉള്ളൂർ (*ഉമാകേരളം*) വള്ളത്തോൾ (*ചിത്രയോഗം*) എന്നീ മഹാകാവ്യങ്ങൾ വിരചിച്ച് മഹാകവികളായവരാണ്. കുമാരനാശാൻ ഖണ്ഡകാവ്യങ്ങൾ അവതരിപ്പിച്ചിട്ടും ഒരു മഹാകാവ്യവും എഴുതാതിരുന്നിട്ടും മഹാകവിയായി അറിയപ്പെട്ടു. ഉള്ളൂരിന്റെയും വള്ളത്തോളിന്റെയും കൃതികളിൽ മുളച്ച് നാമ്പിട്ട് പുഷ്ടി പ്രാപിച്ചു തുടങ്ങിയ കാല്പനികത സാഫല്യമടയുന്നത് ആശാന്റെ ഖണ്ഡകാവ്യങ്ങളിലാണ്.

ബ്രിട്ടീഷ് അടിമത്തം, ജാതീയവും മതപരവുമായ വേറുകൃത്യങ്ങൾ മുതലായവ മൂലം അസ്വതന്ത്രമായ ഭാരതത്തെ, വിശേഷിച്ചും കേരളത്തെ രോഗവിമുക്തമാക്കാൻ പല ചികിത്സയും നടത്തിക്കൊണ്ടിരുന്ന, സന്ന്യാസികളിൽ സന്ന്യാസിയും ഗൃഹസ്ഥരിൽ ഗൃഹസ്ഥനും, വാനപ്രസ്ഥരിൽ വാനപ്രസ്ഥനുമായ ശ്രീനാരായണഗുരുവിന്റെ ശബ്ദം ഉച്ചസ്വരത്തിൽ ഏറ്റു പറയാനും വേണ്ടാത്ത സാമൂഹ്യ നീതികളോട് അവ അടിച്ചേല്പിക്കുന്നവരോട് 'മാറ്റുവിൻ ചട്ടങ്ങളെ' എന്നു ഗർജ്ജിക്കാനും ഒരു കവി തന്നെ വേണ്ടിയിരുന്നപ്പോഴാണ് കുമാരനാശാൻ കവിതയിലൂടെ, പ്രഭാഷണങ്ങളിലൂടെ, നിരൂപണങ്ങളിലൂടെ ശബ്ദിച്ചത്. അങ്ങനെ എഴുതിയ *ദുരവസ്ഥ, ചണ്ഡാലഭിക്ഷുകി* എന്നീ കൃതികളിലൂടെ ഒരുപാടു മാലിന്യങ്ങൾ കഴുകിക്കളയാൻ അവ രചിച്ച ആശാനു സാധിച്ചു.

പലതുകൊണ്ടും മലയാളത്തിന്റെ ദുഷിച്ചുപോയ രൂപഭാവങ്ങളെ നവീകരിക്കാൻ ഗുരുനാഥനായ എ ആർ തമ്പുരാന്റെ ഗുളികച്ചെപ്പേന്തിയ

ശിഷ്യ പ്രമുഖനായ ആശാന് നന്നായി പണി ചെയ്യേണ്ടി വന്നു. ഈ മട്ടിൽ നിരന്തരം, നിരാമയം, കർമ്മോത്സുകനായിരിക്കുകയെന്ന നിയോഗവും ആശാനുണ്ടായി. ഇവയുടെ എല്ലാം സങ്കലനം സമഞ്ജസമായ സങ്കലനം ഉള്ള കൃതികളിലെ ഘനമണികൾ മാത്രം ഏതാണ്ട് ക്രമമായിത്തന്നെ സ്പർശിക്കുന്ന നീതിസാരവാക്യങ്ങളാണ് വിദ്യാർത്ഥികൾക്ക് വേണ്ടി ഇനി അവതരിപ്പിക്കുന്നത്.

1. വീണപൂവ്:-

"ശ്രീഭൂവിലസ്ഥിര,യസംശയം"

മനുഷ്യൻ അനുഭവിക്കുന്ന ഏത് സുഖവും, സംതൃപ്തിയും, ഐശ്വര്യവും സന്തോഷവും എന്നും അനുഭവിക്കാമെന്നും അവയെല്ലാം എന്നും തനിക്കു വേണ്ടി കൂടെയുണ്ടാകുമെന്നും ആരും ഓർത്തു ഭ്രമിക്കരുത്, എല്ലാം ഇന്നലെ കുരുത്ത തകരപോലെയാണ്. നൊടിക്കുള്ളിൽ നശിച്ചു പോകും. അതിൽ സംശയം വേണ്ട. പൂവിന്റെ സ്ഥിതി അതായിരുന്നു.

1. "എന്തിന്നലിഞ്ഞു ഗുണധോരണി വച്ചുനിന്മേൽ
എന്തിന്നതാശുവിധിയേവ മപാകരിച്ചു
ചിന്തിപ്പതാരറിയ സൃഷ്ടി രഹസ്യം? ആവ-
തെന്തുള്ളു? ഹാ! ഗുണികളൂഴിയിൽ നീണ്ടുവാഴാ"

'നല്ലവർക്ക് കാലമില്ല' എന്നൊരു ചൊല്ലുണ്ട്, പൂവ് എത്രയോ നല്ലവളായിരുന്നു ആരോമലാം അഴക്, ശുദ്ധി, മൃദുത്വം, ആഭ, സാരള്യം എന്നിങ്ങനെയെല്ലാം ഉള്ള നന്മകൾ പൂവിനുണ്ടായിരുന്നു. എന്നിട്ടും പതനം തന്നെ സംഭവിച്ചു. ഇതിൽ നിന്ന് എന്ത് നാം മനസ്സിലാക്കണം? നല്ലവർക്ക് കാലമില്ല.

3. "പാന്ഥപാദം ബാധിച്ചു രൂക്ഷ ശില വാഴ്‌വതിൽ നിന്ന് മേഘ-
ജ്യോതിസ്സുതൻ ക്ഷണിക ജീവിതമല്ലികാമ്യം"

പൂവ് ഇന്നലെ വിടർന്ന് ഇന്ന് പൊഴിഞ്ഞു മണ്ണടിഞ്ഞെങ്കിൽ ഒരു വിധത്തിൽ ആലോചിച്ചാൽ നന്നായി. ജീവിച്ചിരുന്ന ഹ്രസ്വകാലത്ത് തന്റെ നന്മകളെല്ലാം അനുഭവാർത്ഥികൾക്ക് നിർല്ലോഭമായി നല്കി കൃതകൃത്യത കൈവരിക്കാൻ അതിന് കഴിഞ്ഞല്ലോ. വഴിയോരത്തു കിടക്കുന്ന കരിമ്പാറക്കെന്താ ഗുണം? ഒരു ഗുണവുമില്ലെന്നു തന്നെയല്ല ഉള്ളത് ദോഷവുമാണ്. രാത്രിയിൽ യാത്രക്കാരെ ആ പാറയിൽ ഇടിച്ചു താഴെ വീഴ്ത്തും. മരണവും ഒരുവേള സംഭവിച്ചെന്നു വരാം. അതിനാൽ പൂവ് മിന്നൽപ്പിണർപോലെയാണ്. ഒറ്റനിമിഷം കൊണ്ട് ഉദിച്ചു പാരാകെ വെട്ടം തന്നിട്ടു പൊലിയുക, എത്ര കാമ്യം.

"ഒന്നല്ലി നാമിഹ സഹോദരരല്ലി പൂവേ!
ഒന്നല്ലി കൈയിഹ രചിച്ചതു നമ്മെയെല്ലാം"

എന്നു കവി വിലപിച്ചത് പൂവിനും കവിക്കും തമ്മിലുള്ള ബന്ധദാർഢ്യം പരിഗണിച്ചാണ്.

4. "ഉല്പന്നമായതു നശിക്കും, അണുക്കൾ നില്ക്കും
ഉല്പന്നമാമുടൽ വെടിഞ്ഞൊരു ദേഹിവീണ്ടും

ഉല്പത്തി കർമ്മഗതിപോലെ വരും ജഗത്തിൽ"

വീണപൂവ് കുമാരനാശാനെ കൊണ്ടെത്തിച്ചത് ഈ ഗഹനമായ തത്ത്വചിന്തിയിലാണ്. ഉണ്ടായത് എല്ലാം ഇല്ലാതാകും. പരമാണുക്കൾ മാത്രം ശേഷിക്കും. ആരും സ്വയം വിചാരിച്ചാൽ ജനിക്കാനും മരിക്കാനും സാദ്ധ്യമല്ല. (ജന്തുക്കൾ ചത്തുപോകുന്നത് 'മരണ'മല്ല എന്നാണ് കവി വിവക്ഷ. അതൊരു മാറ്റം മാത്രമാണ്. പിന്നെയും ജനിക്കാൻ, കിളുർക്കാൻ, തളിർക്കാൻ, ഫലിക്കാൻ, പൊഴിയാൻ ഉള്ള ഒരു അനവസാന ജന്തുപ്രക്രിയ. (ആശാൻ പുനർജ്ജന്മ വിശ്വാസിയായിരുന്നുവെന്നതിന്റെ സൂചനകൾ അദ്ദേഹത്തിന്റെ കാവ്യങ്ങളിൽ ഉണ്ട്) ജീവിച്ചിരിക്കെ ചെയ്ത പ്രവൃത്തികളുടെ നല്പു തില്പ് അനുസരിച്ചിരിക്കും പിറവിയും ഒടുങ്ങലും. ഇക്കാര്യങ്ങളെല്ലാം ആഗമങ്ങൾ - വേദവേദാന്തങ്ങളിൽ) പ്രതിപാദിച്ച നിത്യസത്യങ്ങളാണ് എന്ന് കവി തന്റെ ധാരണയെ ഉറപ്പിക്കുന്നു. ലോകജീവിതം വെറുമൊരു സ്വപ്നം തന്നെ.

ഒരു സിംഹ പ്രസവം

രണ്ടു ഖണ്ഡകാവ്യങ്ങൾ എന്ന തലക്കെട്ടു കൊടുത്താണ് കുമാരനാശാൻ *വീണപൂവും സിംഹപ്രസവവും* രചിച്ചത്. ആദ്യത്തേതായ വീണപൂവ് മരിക്കുന്നതിന്റെ കഥയും സിംഹപ്രസവം ജനിക്കുന്നതിന്റെ കഥയും വർണ്ണിക്കുന്നു. തിരുവനന്തപുരം മൃഗശാലയിൽ ഒരു സിംഹം പ്രസവിച്ച വാർത്തയാണ് കവി എഴുതിയിരിക്കുന്നത്. വീണപൂവിന് കിട്ടിയ സ്വാഗതം ആ ഖണ്ഡകാവ്യത്തിന് വായനക്കാർ നല്കിയതായി തോന്നുന്നില്ല. ചില തത്ത്വചിന്തകൾ അതിൽ ഉണ്ട്.

1. "ഒരു ജന്തുവിനും സ്വപുത്രരിൽ
   പരുഷത്വം വിധി നല്കിയില്ല താൻ"

സിംഹി മൃഗരാജ്ഞിയാണ്. പൊതുവേ സിംഹങ്ങൾ ക്രൂര ജന്തുക്കളാണ്. പക്ഷേ, മനസ്സിലെ ആ പാരുഷ്യവും കാഠിന്യവും സ്വന്തം കുട്ടികളോടു കാണിക്കുകയില്ല. ഇത് ജന്തുസാധാരണമാണ്.

2. "............ സ്ഥിരമല്ലിതൊന്നുമി-
   ക്ഷിതിയിൽ തൈയഥ ശാഖിയാകണം
   അതു പിൻ മുതുവൃക്ഷമാകണം
   മുതുവൃക്ഷം ബത ദാരുവാകണം"

"ലോകം നിത്യചലം" എന്നത് ആശാന്റെയും വിശ്വാസമാണ്. "ചലനം ചലനം മാത്രയ്ക്കുണ്ടാം ചലനം" പ്രപഞ്ചത്തെ മുന്നോട്ടു നയിക്കുന്നു എന്ന പരിണാമ സിദ്ധാന്തമനുസരിച്ചു ഈ സിംഹിയും പ്രണയിയും കുഞ്ഞും ഒന്നും എന്നും ഇങ്ങനെയിരിക്കയില്ല. വൃക്ഷത്തിനെ അവതരിപ്പിച്ച് ആശാൻ ഈ സത്യം പ്രകടമാക്കുന്നു.

മരത്തൈയ് എന്നും അങ്ങനെ നില്ക്കില്ല. അത് കൊമ്പുകൾ വീശി മരമാകും. അത് തടിമൂത്ത് പിന്നെയും വളരും, അതു പിന്നീട് ദാരു ആകും (കട്ടിയായ തടിയുള്ള മരം).

3. "വ്യഥയേ ഗതഭൂതിതൻ മനോ-
രഥമോതീടു വിപന്നലോകരിൽ"

സിംഹി പ്രസവിച്ച കുഞ്ഞ് വളർന്ന് വലുതാകുമ്പോൾ അമ്മയും അച്ഛനുമൊക്കെ അവരുടെ കാലത്തനുഭവിച്ച കഥ അവർ പറഞ്ഞു കേട്ടുവെന്നുവരാം. അവയിലെ ആഹ്ലാദത്തിന്റെ നാളുകൾ ഈ സിംഹം ഓർത്തെന്നു വരില്ല. എന്നാൽ അവരനുഭവിച്ച യാതനയുടെ കഥ മനസ്സു നൊന്തു ഓർത്തെന്നു കവി പറയുന്നു. അനുഭവിച്ച ദുഃഖങ്ങളാണ് അനുഭവിച്ച സുഖങ്ങളേക്കാൾ ദുഃഖിതർ ഓർത്തോർത്തു കഴിയുന്നത്.

നളിനി

"ഏകകാര്യമഥവാ ബഹൂത്ഥമാം
ഏകഹേതു ബഹു കാര്യകാരിയാം"

ഹിമാലയ പ്രദേശത്ത് സർവ്വ സംഗപരിത്യാഗിയായ ഒരു യതിയായി, ഏകനായി, സഞ്ചരിക്കുന്ന കാലത്തൊരുദിനം പ്രഭാതത്തിൽ ഉല്ലാസവാനായി നടക്കുകയായിരുന്നു. എന്തായിരുന്നു കാരണം? കവി പറയുന്നത് കാരണം വ്യക്തമാക്കാൻ ഒക്കുകയില്ലെന്നാണ്. എവിടെയും എപ്പോഴും എല്ലാർക്കും അവസ്ഥ അതുതന്നെയാണ്. പല കാരണങ്ങളാൽ ഒരു കാര്യം ഉണ്ടാകാം. ഒരു കാരണത്താൽ പല കാര്യങ്ങൾ ഉണ്ടാകാം. യതിയുടെ വിഷയത്തിലും അതൊക്കെ ശരിയാകാം.

2. "തന്നതില്ല പരനുള്ളു കാട്ടുവാൻ
ഒന്നുമേ നരനുപായമീശ്വരൻ
ഇന്നു ഭാഷയതപൂർണ്ണമിങ്ങഹോ
വന്നു പോം പിഴയുമർത്ഥ ശങ്കയാൽ"

ദിവാകരൻ ഇല്ലാത്ത ജീവിതം തനിക്കു ദുസ്സഹമായിരിക്കും. എന്നു നളിനി കേണു പറഞ്ഞപ്പോൾ പല ചിന്തകൾക്ക് വിധേയനായി അവളോടു എന്തു എങ്ങനെ പറയണം എന്ന ചിന്ത ദിവാകരന് ഉണ്ടായി. അപ്പോഴാണ് ആശയനിവേദനത്തിന് നാം സ്വീകരിക്കുന്ന ഭാഷയുടെ അപര്യാപ്തത അയാൾക്ക് മനസ്സിലായത്. യഥാർത്ഥത്തിൽ അന്യരെ തന്റെ ഇംഗിതം അറിയിക്കാൻ ഈ ഭാഷ നമ്മൾ വിചാരിക്കും പോലെ അത്ര അന്യൂനം ഒന്നുമല്ല. ഭാഷ പൂർണ്ണവും സമഗ്രവുമല്ല. എന്നല്ല, എന്തെങ്കിലും മറുപടി ശ്രോതാവിന് കൊടുത്താൽ ഭാഷയെ പലതരത്തിൽ വിവക്ഷിക്കുവാൻ ആകുമെന്നതിനാൽ അയാൾക്കു തെറ്റിദ്ധാരണയും ഉണ്ടാകാം.

3. "ഹാ! ശുഭേ! നിജഗതാഗതങ്ങൾത
ന്നീശനിശ്ചയമറിഞ്ഞിടാനരൻ
ആശ നിഷ്ഫലവുമായ് വരുന്നവ-
ന്നാശിയാതിഹ വരുന്നഭീഷ്ടവും"

ദിവാകരയോഗി ഒടുവിൽ നളിനിയുടെ മോഹം, ഈശ്വര നിശ്ചയത്തിൽ കൊണ്ടിറക്കി വയ്ക്കണം എന്ന് ഉപദേശിച്ചു. ഒന്നും നാം ആഗ്രഹിക്കുന്നതുപോലെ നടക്കുകയില്ല.

"നാമൊന്നു നിരൂപിക്കും മറ്റൊന്നായ്ത്തീരും ഫലം.
നാമതു കണ്ടാർത്തരായ് നിഷ്ഫലം വിലപിക്കും

ചിലപ്പോൾ ആശിച്ചതും എത്രനാൾ പ്രതീക്ഷിച്ചാലും നടക്കുകയില്ല. എന്നാൽ അപ്രതീക്ഷിതമായി ചില അഭീഷ്ടങ്ങൾ ശുഭകരമായി സഫലമാകയും ചെയ്യും.

സ്വന്തകർമ്മ വശരായ്ത്തിരിഞ്ഞിടു-
ന്നന്തമറ്റ നാനാജീവകോടികൾ
അന്തരാള ഗതി തന്നിലൊന്നൊടൊ-
ന്നന്തരാപെടുമണുക്കളാണു നാം

തൊട്ടടുത്ത ഈ പദ്യത്തിൽ *വീണപൂവിലെ* തത്ത്വോപദേശം തന്നെ ദിവാകരനെക്കൊണ്ട് കവി നടപ്പാക്കുന്നു.

എല്ലാ ജീവികളും ഓരോരോ കർമ്മപാശങ്ങളാൽ ബന്ധിതരാണ്. (കർമ്മഗതിപോലെയേ എന്തും നടക്കൂ) ജീവകോടികളെല്ലാം അതിൽപ്പെട്ട് ഉഴലുന്നു. എല്ലാം എന്നും കൂടിക്കുഴഞ്ഞു കിടക്കുന്നതും. വേർതിരിക്കാൻ ആകാത്തതുമായ അണുക്കളാണ് നമ്മൾ. അണുക്കൾ അന്തരാളഗതിയിൽ തമ്മിൽ ഒട്ടുന്നതാണ്. അതുപോലെയാണ് ദേഹികൾ തമ്മിൽ ഒട്ടുന്നതും.

"സ്നേഹമാണഖില സാരമൂഴിയിൽ
സ്നേഹസാരമിഹ സത്യമേകമാം"

സത്യം മാത്രമാണ് ഏകം. ആ സത്യത്തോടുള്ള പ്രതിപത്തികാരണം ആണ് ദിവാകരയോഗി ലൗകിക ജീവിതത്തെ വെറുക്കാതെ ഇഷ്ടപ്പെട്ടത്.

*നളിനി*യിൽ സാത്വിക പ്രേമം വിഷയമാക്കിയ മഹാകവി കുമാരനാശാൻ തൊട്ടുതാഴെയുള്ള രാജസപ്രേമമായതാഴത്തെപ്പടി ചിന്തിച്ചപ്പോൾ കിട്ടിയ ഇതിവൃത്തമാണ് *ലീല* എന്ന ഖണ്ഡകാവ്യത്തിലേക്ക് തിരിഞ്ഞത്. ലീലയിലെ ഇതിവൃത്തം പേർഷ്യൻ ഭാഷയിലേതാണ്. കൃതിയുടെ പേര് *ലൈലാമജ്നു.* ഒരു ചിത്രം കണ്ടാണ് ആ കഥയുടെ പൂർവ്വരൂപം ആശാൻ വായിച്ചു പഠിച്ച് ഈ കാവ്യം എഴുതിയത്. ജീവിതത്തെ സ്പർശിക്കുന്ന ചിന്താസന്താനങ്ങളായ പല തത്ത്വങ്ങളും *ലീലാകാവ്യ*ത്തിലുണ്ട്.

"ക്ഷിതിയിലഹഹ! മർത്ത്യജീവിതം
പ്രതിജനഭിന്ന വിചിത്രമാർഗ്ഗമാം
പ്രതിനവരസമാമതോർക്കുകിൽ
കൃതികൾ മനുഷ്യകഥാനുഗായികൾ"

ലീലാ കാവ്യം തുടങ്ങുന്നത് തന്റെ കാമുകനെ അന്വേഷിച്ചുപോയ തോഴി മാധവി അയാളെ കണ്ട വിവരം അറിയിക്കാൻ എത്തി ലീലയെ കാണുന്ന സമയത്താണ്. 'പ്രണയപരവശേ ശുഭം നിനക്ക്' എന്ന മാധവിയുടെ മംഗളാശംസാവേളയിൽ അവർക്കുണ്ടായ ഭാവാദികളെ ചിത്രീകരിക്കുന്ന ഈ പദ്യത്തിലെ മനുഷ്യകഥാനുഗായികൾ എന്ന പദപ്രയോഗം പ്രസിദ്ധ നിരൂപകനായ ജോസഫ് മുണ്ടശ്ശേരി മാസ്റ്റർ എടുത്ത് ആശാൻ കൃതികളെ നിരൂപിക്കുന്ന ഒരു കൃതിക്ക് തലക്കെട്ടാക്കിയിട്ടുണ്ട്.

പ്രകൃതിയിൽ മനുഷ്യജീവിതം എല്ലാർക്കും ഒരുപോലെയല്ല. അത് ദേശഭേദവും കാലഭേദവും രുചിഭേദവും അനുസരിച്ച് മാറിക്കൊണ്ടിരിക്കും. അതുപോലെ ഓരോന്ന് മനുഷ്യൻ അനുഭവിക്കുമ്പോഴും അതിലുള്ള അവന്റെ രസവും (താല്പര്യവും) മാറും. മധുരനാരങ്ങാ തിന്നു ചെടിച്ചാൽ, വാളൻ പുളിയിൽ രസം തോന്നുമല്ലോ. ഇവയെല്ലാം- മനുഷ്യന്റെ ഇമ്മാതിരി ഭാവങ്ങളെ നിരീക്ഷിച്ചറിഞ്ഞു കല്പനാമധുരം കലർത്തിയ സത്യങ്ങളായി ചിത്രീകരിക്കുന്നതിനാലാണ് അവർ മനുഷ്യകഥാനുഗായികളായത്.

"തരുണിയുടെ ബലം, വിശുദ്ധി, വേ-
റൊരു പൊരുളല്ലബലയ്ക്കതേ ബലം
പരമതിനിഹ ഭംഗമേകുവാൻ
കരുതരുത്......................"

*ലീല*യിൽ കുമാരനാശാൻ സ്ത്രീക്ക് ചാരിത്ര്യം എന്നത് എത്ര മഹത്തരമാണെന്ന് വ്യക്തമാക്കുന്നു. സ്ത്രീയുടെ ശക്തിയിരിക്കുന്നത് അവളുടെ ആടയാഭരണങ്ങളിലോ സൗന്ദര്യത്തിലോ, ബന്ധുബലത്തിലോ വിദ്യാഭ്യാസപ്പെരുമയിലോ ഉദ്യോഗഗരിമയിലോ അല്ല, അവളുടെ പരമപവിത്രമായ ജീവിതം മാത്രമാണ്. അത് ഹനിക്കാൻ ആരും തുനിയരുത്.

4. "പഴകിയ തരുവല്ലി മാറ്റിടാം
പുഴയൊഴുകും വഴി വേറെയാക്കിടാം
കഴിയുമിവ മനസ്വിമാർ മന-
സ്സൊഴിവതശക്യമൊരാളിലൂന്നിയാൽ"

*ലീല*യിൽ സ്ത്രീയുടെ ദൃഢാനുരാഗത്തെക്കുറിച്ച് കുമാരനാശാൻ പ്രതിപാദിക്കുന്നു. ഒരു മരത്തിൽ പടർന്നുകയറി കൈകൾ ഊന്നിക്കഴിഞ്ഞാൽ പൂവള്ളി പിന്നെ ആ മരത്തിൽ നിന്ന് പിടിവിടില്ല. അതുപോലെ പുഴയൊഴുകുന്ന വഴി മറ്റൊരിടത്തുകൂടെ മാറ്റിയൊഴുക്കാമെന്ന് ചിന്തിക്കേണ്ട. എന്നാൽ ആർക്കെങ്കിലും അതുകഴിഞ്ഞാൽത്തന്നെ ഒരു വ്യക്തിയിൽ ഊന്നിയ സ്ത്രീയുടെ മനസ്സ് ആ മനസ്സിലെ ബലിഷ്ഠമായ അനുരാഗം, അതിനെ പിഴുതുമാറ്റാൻ ആരും ആലോചിക്കേണ്ട, നടക്കുകയില്ല.

5. വിലയെഴുമനുരാഗമത്തലാൽ
തുലയുവതല്ല; മറിച്ചുമേൽക്കുമേൽ
വിലസിടുമടിയേറ്റ വെള്ളിപോൽ
ഉലയതിലൂതിയ പൊന്നുപോലെയും

സ്ത്രീപുരുഷപ്രണയം, മേൽക്കുമേൽ ആപത്തുകൾ കൂട്ടിയിട്ട് തീവച്ചാലും എരിഞ്ഞ് ചാരമാകുകയില്ലെന്ന് ഭംഗ്യന്തരേണ പറയാം. അങ്ങനെയൊരു ആലങ്കാരികഭാഷയിൽ അദ്ദേഹവും പറയുന്നു. വിപത്സന്ധികളിൽ എത്ര ക്രൂരമായി അകപ്പെട്ടുപോയാലും ആ പ്രണയം നശിക്കുകയില്ല, ചുറ്റികയ്ക്ക് അടിക്കും തോറും തെളിയുന്ന വെള്ളിപോലെയും ഉലയിൽ വച്ച് ഊതിക്കാച്ചിയ പൊന്നുപോലെയും ആ പ്രണയം ഉജ്ജ്വലിക്കുകയേയുള്ളൂ

"അറിയില്ലനുരാഗമേറെയാൾ,
ഉറിവോർതെറ്റിടുമൊക്കെയൊക്കുകിൽ
നിറവേറുകയില്ല കാമിതം;
കുറയും ഹാ! സഖി! ഭാഗ്യശാലികൾ"

*ലീല*യിൽ, മഹാകവിയായ കുമാരനാശാൻ സ്ത്രീപുരുഷ പ്രണയത്തിന്റെ മറ്റൊരു ഭാഗ്യദോഷം ചിത്രീകരിക്കുന്നു.

ഏറെപ്പേർക്കും അനുരാഗത്തിന്റെ മാഹാത്മ്യം അറിഞ്ഞുകൂടാ. അറിയുന്നവർ എപ്പോഴെങ്കിലും തമ്മിൽത്തെറ്റിയകന്നെന്നു വരും. ഇങ്ങനെയൊന്നുമുള്ള ദുർഘടങ്ങൾ ഉണ്ടായില്ലെങ്കിലോ- അവരുടെ അഭിലാഷം സാഫല്യമടയുകയില്ല. ഈ കാര്യത്തിൽ ഭാഗ്യശാലികൾ നന്നേ കുറവായിരിക്കും. ഓരോരുത്തരും നടക്കുന്നത് ഉടഞ്ഞു വീണ സ്നേഹത്തിന്റെ കനൽവഴികളിലൂടെയാണ്.

7. "വിധി വിശ്വസുഖം സ്വദിക്കുവാൻ
മതിയും മർത്ത്യനു നല്കി രാഗവും
രതിയാലസമീക്ഷ്യകാരിയാം
സുധി, ധാതാവെയനാദരിക്കയാം

*ലീല*യിലെ ഈ പദ്യത്തിൽ സ്ത്രീപുരുഷന്മാർ അനുരാഗത്തെ കൈകാര്യം ചെയ്യുന്നതിനെപ്പറ്റിയാണ് ആശാന്റെ ആലോചന. ഈ ലോക ജീവിതം ആസ്വദിച്ചാനന്ദിക്കാൻ അനുരാഗികൾക്ക് വിധി ബുദ്ധിശക്തിയും അനുരാഗവും നല്കി. എന്നാൽ ഇവ രണ്ടും കൊണ്ട് പെരുമാറി ജീവിതം സുഖപ്രദമാക്കാൻ ഒന്നുമാലോചിക്കാതെ എടുത്തുചാടി പ്രവർത്തിക്കുന്ന മടയർക്ക് പ്രണയശക്തിയറിയായ്കയാൽ അങ്ങനെ പെരുമാറേണ്ടിവരുന്നു. അവർ ഇവയെല്ലാം സമ്മാനിച്ച വിധിയെ പഴിക്കുകയും ചെയ്യുന്നു.

"വിഹിതാവിഹിതങ്ങളോർത്തയേ
മഹിതം സ്നേഹമഹോ മറക്കൊലാ
ഇഹധർമ്മ രഹസ്യമന്തരാ
നിഹിതം, നിത്യവിഭിന്നമാം നയം."

സ്ത്രീപുരുഷ പ്രേമത്തിന്റെ ഒരു പ്രതിസന്ധി ആശാൻ *ലീല*യിൽ പ്രകടമാക്കുന്നു. പ്രണയിക്കുമ്പോൾ സ്ത്രീപുരുഷന്മാർ വിഹിതവും അവിഹിതവും നോക്കരുത്. അതായത് അതുകൊണ്ടുണ്ടാകുന്ന നന്മതിന്മകൾ നിനയ്ക്കരുത്. പ്രണയത്തെ തകർക്കാൻ പല ഉപാധികൾ സ്ത്രീപുരുഷന്മാർക്ക് ഉണ്ടാകാം. വധുവിന്റെ രൂപവൈകല്യം, രോഗം, കുടുംബപശ്ചാത്തലം ഇവയെല്ലാം ഓർത്ത് തമ്മിലകലാൻ അവർ ഒരു ഘട്ടത്തിൽ സ്നേഹിച്ചെന്നു വരും. ചില പ്ലസ് പോയിന്റുകൾ കണ്ട് അടുത്തെന്നു വരും. ഇങ്ങനെയുള്ളതൊന്നുംമൂലം ശ്രേഷ്ഠമായ സ്നേഹത്തെ മറന്നു കളയരുത്. നമുക്കാർക്കും ഒട്ടുമറിയാത്തതാണ് കർമ്മകാണ്ഡം. ലോകനീതി കാലം, ദേശം ഇവയുടെ അവസ്ഥാ ഭേദമനുസരിച്ച് മാറിക്കൊണ്ടിരിക്കും. ഇന്നലെ നീതിയായിരുന്നത് ഇന്ന് നീതിയല്ലാതാകും, മറിച്ചും.

"മരണം ഭയസീമയെന്നിയേ

കരുതും ജീവികളിങ്ങനാരതം"

*ലീല*യിലേതാണ് വരികൾ. ജീവിതം എപ്പോഴും ആർക്കും ഒരേതരത്തിൽ അനുഭവിക്കാൻ സാദ്ധ്യമല്ല. ചിലപ്പോൾ കാഞ്ഞിരക്കുരു വായിലിടേണ്ടിവരും. ചിലപ്പോൾ മുന്തിരിപ്പഴവും. ഈ അസ്ഥിരതയിൽ നിന്ന് രക്ഷപ്പെടാൻ മരണംകൊണ്ട് സാധിക്കുമെന്ന് ആരും ധരിച്ചുവശാകരുത്. കാരണം മരണംകൊണ്ട് അവസാനിക്കാത്തതാണ് ജീവിതം. പുനർജ്ജനിക്കുന്ന മനുഷ്യൻ തെറ്റാണ് ചെയ്തതെങ്കിൽ തൂക്കുകയർ വരെ വീഴാം.

"കരുതുവതിഹ ചെയ്യ വയ്യ, ചെയ്യാൻ
വരുതിലഭിച്ചതിൽ നിന്നിടാ വിചാരം
പരമഹിത മറിഞ്ഞുകൂടാ യായു-
സ്ഥിരതയുമില്ല, തി നിന്ദ്യമീ നരത്വം"

*ലീല*യിലെ പ്രണയബന്ധത്തിനിടയിലെ അപരിഹാര്യമായ ചില വിഷയങ്ങൾ കുമാരനാശാൻ എടുത്തുകാട്ടുന്നു. ഇച്ഛിക്കുന്നതുപോലെ പ്രവർത്തിക്കാൻ ജ്ഞാതികളും സുഹൃത്തുക്കളും ചിലപ്പോൾ എതിർക്കുന്നവരും പ്രണയികൾക്ക് അനുവദിച്ചു കൊടുക്കുകയില്ല. അവർ സമ്മതം മൂളുന്ന ബന്ധത്തിൽ കമിതാക്കൾക്ക് താല്പര്യമില്ലാതാകാം. ജീവിതകാലത്തിന്റെ ശാശ്വതികത്വം മുതലായ കാര്യങ്ങളെ സംബന്ധിച്ച് വിധിനിശ്ചയം മാറിവരുന്നതും ദുരൂഹമാണ്. എല്ലാ കാര്യങ്ങളും ചേർത്തുവച്ച് ചിന്തിക്കുമ്പോൾ അത്യന്തം നിന്ദ്യമാണ് മനുഷ്യജീവിതം.

11. "ബാലരാമായണം
മനുഷ്യനൊന്നോർത്തിരിക്കും
മറ്റൊന്നവനു വന്നിടും
ആശയം വ്യക്തം."

12. "രാജധാനയിലെക്ഷേമം
രാജ്യമെങ്ങും പരന്നിതു
തലച്ചിറയിലെത്തണ്ണീർ
താണോടും വയൽതോറുമേ"

*ബാലരാമായണ*ത്തിലെ ഈ അനുഷ്ടുപ്പ് പദ്യം ദശരഥ മഹാരാജാവിന്റെ ധർമ്മനിഷ്ഠമായ ഭരണത്തിന്റെ മഹത്ത്വം പ്രകാശിപ്പിക്കുന്നു.

അയോദ്ധ്യയിൽ രാജധാനിയിലിരുന്നാണ് രാജാവ് ഭരിക്കുന്നതെങ്കിലും നാടാകെ ഐശ്വര്യവും സുഭിക്ഷതയും ക്ഷേമവും സമ്പത്തും ജനതയ്ക്ക് ലഭിച്ചിരുന്നു. അതിന് ഒരു ഉപമ തലച്ചിറയിൽ നിറഞ്ഞുനില്ക്കുന്ന വെള്ളം ഒഴുക്കി വിട്ടാൽ എല്ലാ സമതലങ്ങളിലും എത്തും.

ഗ്രാമവൃക്ഷത്തിലെ കുയിൽ

ഗ്രാമവൃക്ഷത്തിലെ കുയിൽ എന്ന ഖണ്ഡകാവ്യത്തിന്റെ മുഖവുര തന്നെ ഈ നിരൂപണത്തിന്റെയും മുഖവുരയായി ഈ ലേഖനത്തിൽ പകർത്തുന്നു.

"സത്യസന്ധവും ധർമ്മനിരതവുമായ അന്തഃകരണത്തെ വിഷമിപ്പി

ക്കുന്ന ദുശ്ശക്തികളുടെ വർണ്ണനകളാൽ എല്ലാ വർഗ്ഗക്കാരുടെയും സാഹിത്യം ഏറക്കുറെ നിബിഡമാണ്. അനവധി യോഗ്യന്മാരെ ഇന്നും ആ ദുശ്ശക്തികൾ വിഷമിപ്പിച്ചു കൊണ്ടിരിക്കുന്നെന്നും സമ്മതിച്ചേ തീരൂ. കാലദേശാവസ്ഥകളനുസരിച്ച് ആ അനുഭവങ്ങൾക്ക് നാനാത്വവുമുണ്ടെന്നുള്ളത് ശരിതന്നെ. എന്നാൽ സാധുവായ *ഗ്രാമവൃക്ഷത്തിലെ കുയിലി*ന്റെ അനുഭവവും ആ കോടിയിൽപ്പെട്ടതാണ്. അതുകൊണ്ട് ഇതിലെ ദേവദൂതന്റെ സാന്ത്വനങ്ങൾ അങ്ങനെയുള്ള എന്തെങ്കിലും അന്തഃകരണങ്ങൾക്ക് അല്പമെങ്കിലും ആശ്വാസം നല്കുമെങ്കിൽ ഈ ചെറിയ കൃതി എഴുതുന്നതിൽ ഞാൻ ചെലവു ചെയ്ത സമയം നിഷ്ഫലമായില്ലെന്നു കരുതാവുന്നതാണ്.

93 മകരം ആദ്യമാണ് ഞാൻ ഈ കൃതി എഴുതാൻ ആരംഭിച്ചത്. അടുത്ത ഇടവം 30-ാം തീയതി സഞ്ചാരത്തിൽ വൈക്കത്തു താമസിക്കുമ്പോഴാണ് അവസാനിച്ചത്. വലിയ ആശയോടു കൂടിയല്ലെങ്കിലും ഇതിനെയും എന്റെ മറ്റു ചില ഖണ്ഡകൃതികളുടെ കൂട്ടത്തിൽ ഗണിച്ചു പ്രസിദ്ധപ്പെടുത്തിക്കൊള്ളുന്ന മഹാജനങ്ങൾ യഥാർഹം ഇതിനെയും സ്വീകരിച്ചു പ്രോത്സാഹിപ്പിക്കുമാറാകണമെന്ന് വിനയപൂർവ്വം അപേക്ഷിക്കുന്നു.

കൈതമുക്ക്
തിരുവനന്തപുരം — എൻ കുമാരനാശാൻ
1918 ഒക്ടോബർ

പ്രരോദനം

മഹാകവി കുമാരനാശാന്റെ കാവ്യങ്ങളിൽ കേരളത്തിന്റെ മണ്ണുപുരണ്ടവയായി *ദുരവസ്ഥയും പ്രരോദന*വും ചില ലഘുകവിതകളും മറ്റുമേയുള്ളൂ. മറ്റു കൃതികളുടെ പലതിന്റെയും ചരിത്രവും ഭൂമിശാസ്ത്രവും കേരളത്തിന്റേതല്ല. *ദുരവസ്ഥ* എല്ലാ അർത്ഥത്തിലും കേരളീയമാണ്. വടക്കേ മലബാറിൽ നടന്ന വർഗ്ഗീയമോ കാർഷികമോ ആയ വിപ്ലവത്തിന്റെ പശ്ചാത്തലത്തിൽ നടന്ന ചരിത്രകഥ *ദുരവസ്ഥ*യിൽ കവിതയാകുകയാണ് ചെയ്തത്. കേരളത്തിലെ നമ്മുടെയെല്ലാം നാവിന്റെയും പേനയുടെയും തുമ്പിൽ ഇന്നു കളിയാടുന്ന മലയാളത്തിന്റെ ദുഷിച്ചുപോയ രുചിയെ പ്രത്യാനയിക്കാൻ സാഹിത്യസാഹ്യം *വൃത്തമഞ്ജരി, ഭാഷാഭൂഷണം* കേരള പാണിനീയം ഇവയെല്ലാംകൊണ്ട് ശ്രമിച്ചത് എ ആർ രാജരാജവർമ്മ തമ്പുരാനാണ്. അദ്ദേഹത്തിന്റെ ഗുളികച്ചെപ്പേന്തിയ വ്യക്തിയാണ് കുമാരനാശാൻ. കേരള ഭാഷാ ലോകത്ത് അങ്ങനെയുള്ള ഒരു മനീഷിയുടെ-ക്ഷീണിക്കാത്ത മനീഷയുടെ - നഷ്ടം ആരെയാണ് കരയിക്കാത്തത്. എല്ലാവരെയും കരയിച്ച ആ ദുരന്തം ആശാനെ അതിയായി വേദനിപ്പിച്ചു. അതിയായ വേദന ആശാന്റെ പ്രതിഭയിൽ ആറുമാസത്തോളം അടങ്ങിയിരുന്നു പ്രരോദനമായി. പ്രരോദനം തത്ത്വചിന്താ പ്രധാനമായ ഖണ്ഡകാവ്യമാണ്. തികച്ചും കേരളീയമായ വിലാപകാവ്യം.

1. "മർത്ത്യരിൽ പതനഭീയില്ലാതെയില്ലാരുമേ."

ഒരാൾ മരിച്ചാൽ ശത്രുക്കൾ ഒഴിച്ചുള്ളവർക്കെല്ലാം ദുഃഖമുണ്ടാകും. കാരണം മരണം ഒരു നഷ്ടപ്പെടൽ ആണ്. അനിവാര്യമായ നഷ്ടപ്പെടൽ. ജീവിതത്തെ സ്നേഹിക്കുന്നവരെല്ലാം എന്നും മരണം എന്ന പതന (വീഴ്ച)ത്തെ ഭയക്കുന്നു.

2. "ജീവച്ഛേദനമാകുമാധിപിടിപെ-
ട്ടാലും മനസ്വി വ്രജം
വൈവശ്യം കലരാതെ കൃത്യമതിയാൽ
വാഴാം കുറഞ്ഞോരുനാൾ
പൂവറ്റാലുമുടൻ കരിഞ്ഞിടുവതി-
ല്ലോരില്ല തീക്ഷ്ണക്ഷതം
ഭാവത്തിൻ പരകോടിയിൽ സ്വയമഭാ-
വത്തിൽ സ്വഭാവം വരാം"

സാമൂഹ്യമായി പല നിലയിൽ മറക്കാനാകാത്ത നന്മകൾ ചെയ്ത ഒരു സമുന്നത വ്യക്തിയുടെ നഷ്ടം ക്രൂരമായി സ്പർശിക്കുന്നത് ബന്ധുവർഗ്ഗത്തിന്റെ ഹൃദയത്തെയാണ്. എന്നാലും അതും പറഞ്ഞ് അവർ ജീവച്ഛവമായി എന്നും കരഞ്ഞും വിളിച്ചും കഴിയണമെന്നില്ല. കർത്തവ്യബോധമുള്ള അവർ ആ വേദനയെല്ലാം ചവച്ചിറക്കിക്കൊണ്ടു തന്നെ കർമ്മകാണ്ഡത്തിലേക്ക് ജാഗ്രതയോടെ തിരിഞ്ഞു വ്യാപൃതരാകേണ്ട വിഷയങ്ങളിൽ മുഴുകും. ഈ വസ്തുത മഹാകവി ഭംഗ്യന്തരേണ വ്യഞ്ജിപ്പിക്കുന്നു. ഞെട്ടിൽ നിന്ന് ഒരു പൂവ് അടർന്നുവീണാലും അത് വിടർന്നുനിന്ന ചെടിക്ക് കുറേക്കാലം ദുഃഖമുണ്ടാക്കും. എന്നാൽ പിന്നെയത് മറന്നുപോകും. അല്ലെങ്കിൽ ഏതു നഷ്ടവും ഉണ്ടാക്കിയ കദനഭാരം അതിന്റെ ഉച്ചസ്ഥായിയിലെത്തുമ്പോൾ അത് ഇല്ലാത്തതുപോലെ തോന്നും. ഒരു പമ്പരം ശക്തമായിക്കറങ്ങിയാൽ അത് ഇല്ലെന്നു തോന്നുന്നതുപോലെ. ഭാവം ഉച്ചത്തിലെത്തിയാൽ അഭാവത്തിന്റെ സ്വഭാവം വരാം. *പ്രരോദന*ത്തിലെ ഏറെ നല്ല പദ്യങ്ങളിൽ ഒന്നാണ്.

3. "കഷ്ടം സ്ഥാനവലിപ്പമോ പ്രഭുതയോ
സജ്ജാതിയോ വംശമോ
ദൃഷ്ടശ്രീതനുധാടിയോ ചെറുതുമി-
ങ്ങോരില്ല ഘോരാനലൻ
സ്പഷ്ടം മാനുഷഗർവമൊക്കെ-
യിവിടെപ്പുക്കസ്തമിക്കുന്നിതി-
ങ്ങിഷ്ടന്മാർ പിരിയുന്നു; ഹാ! ഇവിടെമാ-
ണദ്ധ്യാത്മ വിദ്യാലയം.

*പ്രരോദന*ത്തിലെ ഈ പദ്യം അനേകം പേർ പഠിച്ചും ചൊല്ലിയും പഠിപ്പിച്ചും പ്രചാരം നേടിയ ഒരു പദ്യമാണ്. മരണം എന്ന ആപത്തിന്റെ കാഠിന്യം ഈ പദ്യത്തിൽ നിന്ന് ആർക്കും മനസ്സിലാക്കാം. ആരുടെയും സ്ഥാനവലിപ്പം മരണം എന്ന അപകടത്തിന് ഒഴിയാൻ ഒരു കാരണമല്ല;

മരണം മരിക്കുന്നവർ പ്രഭുവോ ദരിദ്രനോ എന്ന് നോക്കാറില്ല. ആരുടെയും മുന്നിൽ കാണാൻ കഴിയുന്ന ശരീരപ്രൗഢിയൊന്നും പട്ടടയിലെ ആളിക്കത്തുന്ന തീ ആലോചിക്കാറില്ല. മനുഷ്യന്റെ പലമാതിരിയുള്ള അഹന്തകളും ഇവിടെ ഒടുങ്ങിയില്ലാതെപോകും. തങ്ങളുടെ പ്രിയപ്പെട്ടവർ ഇവിടെ വച്ചുപിരിയുന്നു. ആർക്കും ജീവിതത്തിന്റെ എല്ലാത്തരം ഭാവങ്ങളും പഠിക്കാൻ പറ്റുന്ന ഏകസ്ഥലം ചുടുകാടാണ്.

മരണപ്പിശാചിന്റെ ഇളിച്ചുകാട്ടുന്ന മുഖം കവി നഗ്നമായിത്തന്നെ പൊളിച്ചുകാണിക്കുന്ന പദ്യമാണിത്. എത്രയോ പേരാണ് മരണത്തെപ്പറ്റി പ്രതിപാദിച്ചിട്ടുള്ളത്. അതിനാൽ കുമാരനാശാന്റെ ഒരു എളിയ ആസ്വാദകനായ എനിക്ക് ഷെല്ലിയുടെ പദ്യത്തോടൊപ്പം ചേർന്നുപോകുന്ന ഒരു പദ്യം ഇവിടെ ഉദ്ധരിക്കാനുണ്ട്.

Remember man! that thou art dust
And in to dust thou shalt art to return

മനുഷ്യാ നീ മണ്ണിൽ പിറന്നു മണ്ണിൽ തന്നെ മറയേണ്ടവനാണ്; ഓർത്തിരിക്കുക.

4. "ശങ്കാപേതമുദിക്കു മർത്ഥരുചിയെ-
ങ്ങെങ്ങാ വെറും ശബ്ദമാം
അങ്കോലക്കുരുവിന്റെയെണ്ണയിലെഴു-
ന്നജ്ഞാലകൗതൂഹലം
ഹുങ്കാരത്തിലൊതുങ്ങുമോ പരഗുണോൽ-
ക്കർഷങ്ങൾ? ഉണ്ടൂഴിയിൽ
പൂങ്കോഴി പ്രകരത്തിനും സ്ഥലമഹോ?
പുംസ്കോകിലങ്ങൾക്കുമേ."

ഈ പദ്യം മുമ്പൊരു പദ്യത്തിൽ കുറ്റപ്പെടുത്തിയ സാഹിത്യത്തിന്റെ ദുഷിച്ചുപോയ രുചിയിൽ പ്രതിഷേധിച്ച് തിരുമേനിയോട് കാര്യമറിയാതെ എതിർത്തവരെ പരിഹസിക്കുന്നതാണ്. ചിലർക്ക് കവിതയിൽ പ്രാസം അനിവാര്യമായി വേണം. അവരാണ് ദ്വിതീയാക്ഷരപ്രാസത്തെ എഴുന്നള്ളിച്ചുകൊണ്ടുവന്നവർ. അവരെ എതിരേല്ക്കാൻ കേരളവർമ്മ പക്ഷപാതികളായ ഉള്ളൂരും കൂട്ടരും ഉണ്ട്. ഉള്ളൂർ മുളപ്പിക്കും കെ സി കേശവപിള്ള പിഴുതുകളയും. ഈ സ്ഥിതി ഒന്നുകൂടി കടുത്തപ്പോൾ രണ്ടുപക്ഷവും ഒരു വാക്സമരത്തിനു തയ്യാറായി. ഇത് കവിതയെ തകർക്കുമെന്നായപ്പോൾ എ ആർ തിരുമേനി തന്നെ മാദ്ധ്യസ്ഥം വഹിച്ചു. പ്രശ്നം പരിഹരിച്ചു. മലയാള സാഹിത്യത്തെച്ചൊല്ലി മലയാളത്തിലുണ്ടായ സമരങ്ങളിൽ ദ്വിതീയാക്ഷര പ്രാസവാദം തീക്ഷ്ണമായ ഒന്നാണ് (*ഭാഷാഭൂഷണം* വായിക്കുക) തിരുമേനി വാദിക്കുന്നത് ഈ പദ്യത്തിൽ കേൾക്കാം. ഒരു സംശയത്തിനും വായനക്കാരെ ഇടയാക്കാതെ സ്വയമേ സമാഗതമാകുന്ന ആശയത്തിന്റെ ഭംഗിയും വെറും ശബ്ദങ്ങൾ കൊണ്ട് കവിതയിൽ കാണിക്കുന്ന ചെപ്പടിവിദ്യയും തമ്മിൽ ഒരു സംബന്ധവുമില്ല. എന്നാലും രണ്ടും, കൊണ്ടു നടക്കുന്നവർ സാഹിത്യകാരന്മാരായി വിരാ

ജിച്ചോട്ടെ. അതിന് രണ്ടുപേരെയും മാറി അനുമോദിക്കുവാൻ പ്രകൃതിയിൽത്തന്നെ ചിലരുണ്ടല്ലോ. കോഴി കൂവുന്നു. പുംസ്കോകിലം പാടുന്നു. കോഴികൊക്കൊരക്കോ അനക്ഷരം. കുയിലിൽ മധുരമായ സംഗീതം. ഇതിന് കവിയെ ചൊടിപ്പിച്ചത്, ഈ പദ്യത്തിന് മുകളിലുള്ള പദ്യമാണ്. ആർക്കെങ്കിലും എന്തെങ്കിലും നന്മ കണ്ടാൽ അതിനെ, പുറകോട്ടടിക്കാൻ മാത്രം ശീലിച്ചവർ, താഴ്ത്തിക്കെട്ടാൻ ശ്രമിക്കും. അവരറിയുന്നില്ല. അവർ ചെയ്യുന്നത് ആ ഉല്പതിഷ്ണുക്കളെയും തങ്ങൾ ഒരു പോലെ നശിപ്പിക്കുകയാണെന്നവിവരം

"വണ്ടേ? നീ തുലയുന്നു; വീണയി!
വിളക്കും നീ കെടുത്തുന്നിതേ"
എന്നാണ് കവി അതിനെപ്പറ്റി പറഞ്ഞത്.

5. "ഹാ, മർത്ത്യൻ സുരഭാവമാർന്നിടുകിലും
ഭൂസ്നേഹി; നിർഹേതുക-
പ്രേമം തന്നെ ജയിപ്പു; ലോകമതുതാ-
നാനന്ദദുഃഖാത്മകം"

ഭൂമിയിൽ വച്ച് എ ആർ തിരുമേനി കേരള ഭാഷയ്ക്കും സാഹിത്യത്തിനും നല്കിയ വിലപ്പെട്ട സംഭാവനകൾ ചിന്തിച്ചാൽ അദ്ദേഹത്തിന്റെ ദേഹി സ്വർഗ്ഗത്തിൽത്തന്നെ ചെന്നുചേരും. പക്ഷേ, ഭൂസ്നേഹിയായ അദ്ദേഹം അവിടം സ്വീകരിക്കാതെ തിരിച്ചുപോകുക തന്നെ ചെയ്യും. ഈ ലോകത്ത് ജനിച്ചവരാരും ലോകത്തെ വെറുത്തവരല്ല, കൂടുതൽ കൂടുതൽ സ്നേഹിച്ചവരാണ് എന്ന് മഹാകവി പറയുന്നു.

6. "ഏകാന്തം സുഖമിങ്ങു; നിത്യമഴലാം
താഴെത്തമോ ഭൂമിയിൽ
പോകാസക്തി, തമഃപ്രകാശബള
ശ്രീയൊത്ത മദ്ധ്യോർവ്വിയിൽ
ഛേകാത്മാ ചലഭോഗഭൂവിൽ നിമിഷം-
തോറും രസോന്മേഷിയാം
ശ്രീകാളും രസകാമധേനുരസയാം;
ഓർക്കിൽ കവിക്കെന്നുമേ"

മൂന്നുലോകങ്ങൾ ഉണ്ടെന്ന് പൗരാണിക വിശ്വാസികൾ നമ്മെ പഠിപ്പിച്ചിട്ടുണ്ട്. ഒന്ന് മുകളിൽ സ്വർഗ്ഗം; രണ്ടാമത്തേത് മദ്ധ്യോർവ്വിയായ ഈ ഭൂമി, മൂന്നാമത്തേത് താഴെയുള്ള തമോഭൂമിയായ പാതാളം, ഇവയിൽ അത്യന്തം നിതാന്ത സുഖം തരുന്നത് സ്വർഗ്ഗം ആണ്. പാതാളം നിത്യദുഃഖത്തിന്റെ ഇരിപ്പിടമാണ്. തികച്ചും വർജ്ജ്യം ആകയാൽ ഇരുണ്ട രാവുകളും പ്രകാശപൂർണ്ണമായ രാവുകളും ചേർന്ന (ഭൂമിയിൽ സുഖദുഃഖങ്ങൾ ഇടകലർന്നിരിക്കുന്നു) ഒരു സഹൃദയന് ഈ ഭൂലോകത്തിന് മറ്റുള്ള ലോകത്തെ അപേക്ഷിച്ചു ആസക്തിയേറും. ഭൂമി രസകാമധേനുവാണ്. നവരസങ്ങളും നിത്യവും പാലായി ചുരത്തി തരുന്നു.

7. "ലോകം നിത്യചലം; വ്യഥാ മൃതിഭയം

തോന്നുന്നുമാറ്റങ്ങളിൽ
പാകത്തിൽ പൊരുളൊന്നുതന്നെ പലതാ-
മദ്ദേശകാലങ്ങളാൽ
ഏകവ്യാകുല വിശ്വചക്ര പടലം ധർമ്മാക്ഷ ദണ്ഡത്തിൽ നി-
ചുഴലുന്നു, നാകല്പം തദ്ഗതി തടുപ്പാനില്ല കൈയാർക്കുമേ"

രാജരാജന്റെ മരണവാർത്തയറിഞ്ഞ് ആ മൃതദേഹത്തിന്റെ സമീപത്തിൽ എത്തിച്ചേർന്ന എല്ലാവരെയും മഹാകവി സാന്ത്വനപ്പെടുത്തുന്നു. തത്ത്വാധിഷ്ഠിതമായ ഒരു പദ്യമാണിത്. ലോകം തന്നെ എന്നും ഒരിടത്ത് ശാശ്വതമായി നില്ക്കുന്നില്ല. അതിന്റെ പ്രകൃതം തന്നെ നിതാന്തമായ മാറ്റമാണ്.

(ചലനം ചലനം ഹാ മാത്രയ്ക്കു മാത്രയ്ക്കുണ്ടാം. ആ ചലനം പ്രപഞ്ചത്തെ മുന്നോട്ടു നയിക്കുന്നു).

ആ മാറ്റത്തെ നാം വെറുതെ മരണമായി സങ്കല്പിക്കുകയാണ്. ദേശവും കാലവും അനുസരിച്ച് അത് പരിണയിച്ചുകൊണ്ടിരിക്കും. വ്യക്തികൾക്ക് സ്ഥിതി അങ്ങനെയാണ്. ജീവിതത്തിലെ ധർമ്മങ്ങളുടെ നിയമസംഹിതയനുസരിച്ച് അത് ധർമ്മമാകുന്ന അച്ചുതണ്ടിൽ നിന്ന് നിരന്തരം വേഗത്തിൽ കറങ്ങിക്കൊണ്ടിരിക്കുകയാണ്. തന്റെ പ്രയാണം ആർക്കും തടയാൻ സാദ്ധ്യമല്ല.

8. ചാരുത്വം തികയും സുമങ്ങളെയുടൻ
വാഴ്ത്തുന്നുപൂവല്ലികൾ;
ചോരും മാധുരിയാർന്ന പക്വനിരയെ-
ത്തള്ളുന്നു വൃക്ഷങ്ങളും
പാരും കൈവെടിയുന്നു പുത്രരെയഹോ!
പാകാപ്തിയിൽ-ദോഷമായ്-
ത്തീരുന്നോ? ഗുണമിങ്ങിവറ്റ കഠിന-
ത്യാഗം പഠിപ്പിക്കയോ!

നല്ലവരെയെല്ലാം ദൈവം വേഗം വിളിക്കും; (*വീണപൂവി*ന്റെ സ്ഥിതിയും അങ്ങനെയായിരുന്നെന്ന് നിരൂപകർ പറയുന്നു). നല്ലവർക്ക് കാലമില്ല എന്നൊക്കെപ്പറയാറുണ്ടല്ലോ. പ്രകൃതിയിൽ നോക്കിയാലും അത് ശരിയാണ്. നല്ല ഭംഗിയുള്ള ശബളാഭമായ പൂക്കളെ അവ നിന്ന വള്ളി വേഗം പൊട്ടിച്ചുകളയും. അതിമധുരമായ കനിയെ മരങ്ങളും തള്ളുന്നു. ചെയ്യേണ്ടതെല്ലാം ചാരിതാർത്ഥതയോടു ചേർത്തു തീർത്ത നല്ല മക്കളെ ഭൂമിയും അതുപോലെ ഉപേക്ഷിക്കുന്നു. ഒരാളിന്റെ ഗുണമെല്ലാം ഇങ്ങനെ പെട്ടെന്നു നശിക്കുകയെന്നു ദോഷമായിത്തീരുന്നത് സുഖദുഃഖങ്ങളാൽ ഭ്രമിക്കാതിരിക്കാൻ മനുഷ്യനെ പഠിപ്പിക്കുകയാണോയെന്ന് കവി ചോദിക്കുന്നു. ഗുണം ഏറി നിന്നതിലാണോ മരണം എന്ന ദോഷം തിരുമേനിയെ പിടികൂടിയത്.

9. "ചത്താൽ ജീവിതവാർത്തപോയി, പടു-
കാറ്റേറ്റോഘ്ലൃതം വറ്റിയോ

കത്താതായവിളക്കിനൊത്തു; കഴി-
ഞ്ഞെന്നാലിരുട്ടാണുപോൽ
ഉത്താപത്തൊടു ഭോഗവാസനകളാൽ;
നിർദ്ദേഹനാംദേഹികൈ-
യെത്താതായ പഴം കൊതിച്ച ശിശു-
വായ്ക്കേഴുന്നുപോലേറെനാൾ"

ഈ പദ്യം എ ആർ തിരുമേനിയുടെ മരണത്തെ സംബന്ധിച്ച ചില നിഗൂഢതകളെ വ്യാഖ്യാനിക്കാൻ ശ്രമിക്കുകയാണ്. ഒന്നും അത്ര വ്യക്തമായി തറപ്പിച്ചു പറയാൻ കവിക്കു ആകുന്നില്ല. അനുഭവിച്ച ലൗകിക ഭോഗങ്ങളെല്ലാം അനുഭവിച്ചാസ്വദിച്ച് ഒരാൾ മരിച്ചു കഴിഞ്ഞാൽ പിന്നെ ദേഹത്തെയോ ദേഹിയെയോ കുറിച്ച് ആരും ഒരു ഘട്ടം കഴിഞ്ഞാൽ ചിന്തിക്കുകയില്ല. പിന്നെയെല്ലാം അവ്യക്തം. കാറ്റുതട്ടിയോ എണ്ണ തീർന്നോ അണയാറായ വിളക്കിനെപ്പോലെ എല്ലാം അവ്യക്തമാണ്. അത് ഒരു ശിശു കൈയെത്താത്തിടത്തു നില്ക്കുന്ന പഴം തിന്നാൻ കൊതിക്കുന്നതുപോലെ നിഷ്ഫലമായിപ്പോകും. കാരണം ശരീരം കളഞ്ഞ ആത്മാവിന് എത്ര മോഹിച്ചാലും പിന്നൊരു ദേഹം കിട്ടാൻ പോകുന്നില്ല. കുമാരനാശാന് ഇതത്ര ദൃഢമായ അഭിപ്രായമല്ല. അതാണ് 'പോൽ' എന്ന.... പ്രയോഗത്തിന്റെ വ്യംഗ്യം.

10. "ചൊല്ലാം തീയുടെ തീക്ഷ്ണദന്തമണയാ-
തത്യന്തസൂക്ഷ്മാംഗമായ്-
തെല്ലാശാസ്പദതത്ത്വമങ്ങുതടിയിൽ
ശേഷിക്കുമെക്കാലവും
അല്ലാഞ്ഞാൽ നരവാഴ്ചയല്ല ഭുവനം
താനും വ്യഥാരംഭമാം
ഇല്ലാതാം വില കണ്ണുനീരിനു മതി-
ന്നാർക്കാനുമോർക്കാവതോ?"

ആശാന്റെ ചിന്ത മരണത്തെക്കുറിച്ചുള്ള ചിന്തയിൽ നിന്നു മാറാതെ തിരുക്കുറ്റിയിൽത്തന്നെ നിന്നു കറങ്ങുകയാണ്. സംശയം തീരുന്നില്ല. തീരുകയും വേണം. അദ്ദേഹത്തിന്റെ ചിന്ത കാടു കയറുന്നില്ല. എല്ലാ ജന്തുക്കൾക്കും രണ്ടു വിഭിന്ന ശരീരങ്ങൾ ഉണ്ട്. ഒന്നു അദൃശ്യമായ സൂക്ഷ്മശരീരം. മറ്റത് രക്തം, അസ്ഥി, മജ്ജ, മാംസം, ചില ആന്തരികാവയവങ്ങൾ ഇവയെല്ലാം ചേർത്ത് തൊലിയിൽ പൊതിഞ്ഞ ദൃശ്യമായ സ്ഥൂലശരീരം. ഇവയിൽ പട്ടടത്തീക്ക് സ്ഥൂലം ശരീരത്തെയേ എരിച്ചുകളയാനാകൂ. പരമാണുപ്രായമായ സൂക്ഷ്മ ശരീരത്തെ തീ തൊടുകയില്ല, അതെന്നും പരഗതി അർഹിക്കുന്നു. ജീവവസ്തു അഥവാ ദേഹിയാണ്. ആ ദേഹിയില്ലാതാകുകയില്ല. അതിൽ ഇനിയും ജീവിക്കണമെന്ന് ത്വരചണ്ഡമായി നില്ക്കും. അല്ലെങ്കിൽ ഈ തുടർചലനമുള്ള ജീവിതത്തിന് എന്ത് മഹത്ത്വമാണുള്ളത്? ഈ ഭൂലോകജീവിതം തന്നെ ഒരു മിഥ്യയായിക്കരുതണം. മരിച്ചവരെയോർത്ത് കരഞ്ഞിട്ടും കാര്യമില്ല.

11. "ജ്ഞാനം താൻ ക്ഷണവൃത്തി; ബുദ്ധിയിമവെട്ടു
ന്നോഴിടയ്ക്കാത്തമഃ
സ്ഥാനം കാണുവതില്ലലാതവലയത്തോടൊത്ത
വേഗത്തിനാൽ
നൂനം ഹാ! ക്ഷണമൃത്യുവിങ്ങനുദിനം
നിദ്രാഖ്യമായ് ദീർഘമാം
ഊനം വിട്ടതു നീണ്ടനന്തരമിതാം
വിശ്രാന്തി ജന്തുക്കളിൽ"

ബോധരൂപമായ ജീവിതം ആരും വിചാരിക്കുന്നതുപോലെ ദീർഘമല്ല. അത് ഒരു നിമിഷം മാത്രം നിലനില്ക്കുന്നതും അടുത്ത നിമിഷത്തിൽ കുമിളകൾ പോലെ പൊട്ടിപ്പോകുന്നതുമാണ്. അതിനിടയ്ക്ക് ഒരു ശൂന്യാവസ്ഥയുണ്ട്. അതു ഒരു തീക്കൊള്ളി അതിവേഗത്തിൽ ചുഴറ്റുമ്പോൾ (ചുറ്റുമ്പോൾ) വൃത്താകൃതിയിൽ കാണുന്ന തേജസ്സ് അലാതവലയം ആണ്. അതാണ് യഥാർത്ഥത്തിൽ ജീവിതമായി നാം കരുതുന്നത്. മരണമെന്ന ആ ദീർഘ വിശ്രമമാണ് ക്ഷണികമായ ജ്ഞാനം അഥവാ ബോധം. അതു ക്ഷണനേരം ജീവിച്ചും പിന്നെ മരിച്ചും വീണ്ടും വീണ്ടും ഉണ്ടായിക്കൊണ്ടിരിക്കുകയാണ്. മരണത്തെ ഭയപ്പെടുത്തുന്നതുപോലെ ഉറക്കത്തെയും ഭയപ്പെടണം.

"എന്താണീ മൃതിയെന്നതേതുവിധമാ-
ണേതും നിനയ്ക്കാവത-
ല്ലത്താപത്തിനു നിദ്രപോലെ വരുമോ
നിദ്രാന്തരം തന്നിലും"

എന്നു മറ്റൊരിടത്തു കവി ചോദിക്കുന്നതും ഈ വിചാരത്താലാണ്.

"കില്ലില്ലിമ്മൃതി ജീവിതത്തിനുമഹോ-
സൗഭാഗ്യ മേറ്റുന്നതാ-
ണല്ലില്ലെങ്കിലതീവഘോരതരമാ-
മോർക്കുമ്പോഴാർക്കും പകൽ.
അല്ലിത്താർമണമാർന്നഹസ്സുനടമാ-
ടീടട്ടെ രമ്യാഭമായ്
മല്ലി ശ്രീ പെടുമാമ്പൽ നീണ്ട മുടിയിൽ-
ച്ചൂടിശ്ശയിക്കും നിശ."

മരണത്തെ പലപ്പോഴും ഇകഴ്ത്തിയ കവി ഇപ്പോൾ അതിനെ പുകഴ്ത്തുന്നു. മരണം ജീവിതത്തിന്റെ ഒരു ശാപമായി തോന്നാമെങ്കിലും വസ്തുതയല്ലെന്ന് കവി പറയുന്നു. മരണം ജീവിതത്തിനും സൗഭാഗ്യം സമ്മാനിക്കുന്നു. ജീവിതം പാറ്റിക്കൊഴിച്ചുപറയുമ്പോൾ പരമസുഖവും പരമ ദുഃഖവും എന്ന രണ്ട് കൂടാരത്തിൽ ആണ് ജനങ്ങൾ അനുഭവിക്കുന്നത്. പരമസുഖം അനുഭവിക്കുന്നവർക്ക്, സാമാന്യദൃഷ്ടിയിൽ ജീവിതം എന്തിന് വെറുക്കണം എന്ന് തോന്നിയേക്കാം.

"അധികമായാൽ അമൃതും വിഷം"

"പഞ്ചസാരപ്പൊടിയേറ്റം ചെലുത്തിയാൽ"

"നെഞ്ചകത്തങ്ങുരുചിയും കുറഞ്ഞുപോം"

എന്നെല്ലാം ഉള്ള ചൊല്ലുകൾ പരമസുഖം ദുഃഖമാകുന്നതിന്റെ ഉദാഹരണമാണ്. എന്നും രാത്രിയിൽ മുക്കുമുട്ടെ എല്ലാ വിഭവങ്ങളും കൂട്ടി അത്താഴം കഴിക്കുന്നവർക്ക് ഒരു രാത്രിയിൽ പൊടിയരിക്കഞ്ഞിയും ചമ്മന്തിയും മതിയെന്നും തോന്നാം. പരമദുഃഖമായി ജീവിതം അനുഭവിക്കുന്നവർക്ക് ഈ ജീവിതം ഒന്നവസാനിച്ച് കിട്ടണേയെന്നാണ് തോന്നുക. അതു നടക്കില്ലെന്നു കാണുമ്പോഴാണ് പലരും പലതരത്തിലുള്ള ആത്മഹത്യകളെക്കുറിച്ച് ആലോചിക്കുന്നത്. അതുകൊണ്ട് രണ്ടു തരത്തിലും ജീവിതഭാഗ്യമാണ് മരണം. താമരപ്പൂവും ചൂടി പകൽ വിലസി നടക്കട്ടെ. മുല്ലപ്പൂവിന്റെ മണവും ഗുണവുമുള്ള ആമ്പൽപ്പൂവ് ചൂടി രാത്രിയും വിളയാടട്ടെ. രണ്ടും വേണം.

13. നമസ്കാരമേ

ഊഹം കൊണ്ടും (സംശയമുണ്ടെങ്കിൽ യുക്തിവാദത്തിലേർപ്പെട്ടു നിത്യ പരിചയത്താൽ തീക്ഷ്ണ സുന്ദരമായിത്തീർന്ന) ധിഷണാശക്തിയും പുതിയ പുതിയ ഉത്സാഹങ്ങളാലും ഊർജ്ജസ്വലതയാലും നേടിയ ജ്ഞാനവിജ്ഞാനങ്ങളാൽ നവനവോന്മേഷ ശാലിനിയായ പ്രതിഭയും വീണ്ടും വീണ്ടും പഠിച്ചു നേടിയ കലാബോധവും, കടുത്ത ധാരണാശക്തിയും സ്നേഹാർദ്രാശയവും എല്ലാം ഉള്ള എ ആർ തിരുമേനിയെപ്പോലൊരാൾക്ക് പ്രാപിക്കാൻ പറ്റിയ പുണ്യഭൂമിക്കു ശിഷ്യൻ മംഗളം നേരുന്നു, അവസാന പദ്യമാണ്.

14. "ആകാശങ്ങളെയണ്ഡരാശികളൊടും
ഭക്ഷിക്കുമാകാശമായ്,
ഈ കാണുന്ന സഹസ്ര രശ്മിയെയിരു-
ട്ടാക്കും പ്രഭാസാരമായ്
ശോകാശങ്കയെഴാത്ത ശുദ്ധ സുഖവും
ദുഃഖീകരിക്കുന്നതാം
ഏകാന്താദ്വയ ശാന്തി ഭൂവിനു-
നമസ്കാരം! നമസ്കാരമേ!"

അദ്ദേഹം എത്തുന്നത് അറിഞ്ഞവൻ, അറിയിക്കുന്നവൻ (ജ്ഞാനജ്ഞേന ഭേദരഹിതം) എന്ന ഭേദമില്ലാത്ത ശാന്തിഭൂവിലാണ്. അവിടം സർവ്വ ദുഃഖങ്ങളും നിരോധിക്കപ്പെട്ട ശാന്തികവാടമാണ്. അവിടെ എത്തിച്ചേരുന്നയാളിനു സർവ്വവിഭൂതികളും സമർപ്പിക്കപ്പെടും.

പ്രരോദനം ആശാന്റെ രചനാശില്പത്തിന്റെ രീതി മനസ്സിലാക്കാൻ ആശാൻ രചിച്ച മറ്റു ചില കൃതികളുമായി തുലനം ചെയ്താൽ നന്നായി മനസ്സിലാക്കാം.

“ഊഹാഭ്യാസനിശാത ചാരുധിഷണോ-
യുന്മേഷസമ്മൃഷ്ടസം-
മോഹാന്ധ്യ പ്രതിഭോ മുഹൂർധൃതകലാ
ഹ്രസ്തരയാം ധാരണേ
ആഹാ! വെന്തെരിയുന്നു നിങ്ങൾ അഭയം
കൈക്കൊണ്ടു ചേക്കാർന്നൊര-
സ്നേഹാർദ്രം സരളദ്രുമ നിലവിളി-
ച്ചാരാൽ പറന്നീടുവിൻ

“വെന്തെരിയുന്ന നിങ്ങൾ കൈക്കൊണ്ട, ചേർക്കാത്ത, നിലവിളിച്ചാരാൽ പറന്നീടുവിൻ”

ഈ വാക്കുകൾ കഴിഞ്ഞാൽ എല്ലാം സംസ്കൃത മയം.

‘ഒരു നിശ്ചയമില്ലയൊന്നിനും
വരുമോരോദശ വന്നപോലെ പോം
വിരയുന്നു മനുഷ്യനേതിനോ
തിരിയാ ലോക രഹസ്യമാർക്കുമേ

ഇത് *ചിന്താവിഷ്ടയായ സീത*യിലെ, വിയോഗിനി വൃത്തത്തിലുള്ള പദ്യം.

“ഇതിലെ ഭാഷ ഒരു മദ്ധ്യ ഭൂമിയിലാണ്
അങ്ങടുത്തായ് മേഞ്ഞു നാളേറെയായ് നിറം
മങ്ങിപ്പതിഞ്ഞുപാഴ്പ്പുല്ലുമാടം
കാണാം കിഴക്കായകലെ നിന്നാലൊരു
കൂണെന്നപോലെ വയൽ വരമ്പിൽ

ഒരു സംസ്കൃത പദമെങ്കിലും ഉണ്ടോ! ഭാഷയുടെ ഈ തോത് വ്യത്യാസമാണ് ആശാൻ കവിതയെ വേർതിരിച്ചു കാണിക്കുന്ന ഒരു ഗുണം.

ആശാന്റെ ഭാഷയിൽ ഒത്തിരി വ്യത്യാസങ്ങൾ ഉണ്ട്. ആർക്കും അത് അദ്ദേഹത്തിന്റെ കാവ്യങ്ങളിലൂടെ സഞ്ചരിച്ചാൽ ഗ്രഹിക്കാവുന്നതേയുള്ളൂ.

1. കില്ലില്ല. ആശാൻ ധാരാളം പ്രയോഗിച്ച ഒരു പദം
2. ആയേ
3. ഇഹ
4. സ്വയം
5. തനിയേനിന്നു പുലമ്പിടാനുമേ (ഏ എന്ന നിപാതത്തിന്റെ പ്രയോഗം)
6. തന്നെ.- ഉറപ്പിക്കൽ (അവധാരണം)

ആശാന്റെ ഭാഷാരീതിയെപ്പറ്റി മറ്റൊരു ലേഖനം ഉള്ളതിനാൽ ആ സംഗതി ഈ ലേഖനത്തിൽ വിവരിക്കുന്നില്ല.

കവികൾ നമ്മളെ ഏല്പിച്ച ദീപശിഖകൾ

"പൂന്തിങ്കളിൽ പങ്കമണച്ചധാതാ-
വപൂർണ്ണതയ്ക്കേ വിരചിച്ചു വിശ്വം.
വിടർന്ന തങ്കപ്പനീർസുമത്തി-
ന്നതിങ്കൽ നില്പെത്ര നിമേഷമുണ്ടാം

നാലപ്പാട്ടു നാരായണമേനോന്റെ ഈ പദ്യം എത്ര നല്ലയാളായാലും അയാൾക്കും മരണമുണ്ടാകുമെന്നും ആ മരണമാണ് ജന്തുക്കളുടെ ന്യൂനതയെന്നും ഭംഗ്യന്തരേണ വെളിപ്പെടുത്തുന്നതാണ്. മരണത്തെക്കുറിച്ചോർത്ത് വിലപിക്കാത്തവരാരുമില്ല. ചിലരുടെ മുന്നിൽ അത് പല്ലും നഖവും ഉള്ള പുലിപോലെ പാഞ്ഞെത്തും. മറ്റു ചിലരുടെ മുന്നിൽ പച്ചപ്പുല്ലും, പച്ചവെള്ളവും കഴിച്ചു പാൽ തരുന്ന ശാന്തശീലയായ പശുവിനെപ്പോലെ വന്നു നില്ക്കും. അതേയുള്ളൂ വ്യത്യാസം. 'മരണം പ്രകൃതി, ശരീരിണാം' മരണം ഉടലെടുത്ത നരന്മാർക്കേവർക്കും ഭോജ്യം ആണ്. ഈ പ്രകൃതിതത്ത്വം നാലപ്പാടൻ വെളിപ്പെടുത്തുന്നതാണ് പദ്യം. ഭൂമിയിലെ അഴുക്കുകൾക്കൊന്നിനും എത്തിപ്പെടാൻ കഴിയാത്തത്ര ദൂരത്ത് സ്വച്ഛമായ ആകാശത്തു നില്ക്കുന്ന ചന്ദ്രനിൽപ്പോലും പ്രകൃതി ചെളി വാരിയെറിഞ്ഞു. ഒരു വസ്തുവും സമഗ്രസുന്ദരമാകാൻ വിധി അനുവദിച്ചിട്ടില്ല. അപ്പോൾ ഒരു ചെറിയ വിടർന്ന തങ്കപ്പനീർപ്പൂവിന് എന്തായുസ്സുണ്ടാകാനാണ്. രാവിലെ ചിരിച്ചുകൊണ്ടു ഉണരും. വൈകുമ്പോൾ കരഞ്ഞും കരയിച്ചും വാടിവീഴും. മനുഷ്യാ നീ അഹങ്കാരിക്കാതിരിക്കൂ നിന്റെ മരണം പ്രവചനീയമല്ല.

സർദാർ കെ എം പണിക്കർ കവിയായിരുന്നെന്ന് അറിയാവുന്നവർ പുതുതലമുറയിൽ വിരളം. പക്ഷേ, അദ്ദേഹം കവിയായിരുന്നു. *കവിതാതത്ത്വനിരൂപണം* മുതലായ ഗ്രന്ഥങ്ങളുടെ കർത്താവുമാണ്. അദ്ദേഹം

നമ്മിൽ പലർക്കും ഒത്തുനില്ക്കാൻ പ്രയാസമുള്ള ഒരു ആശയം താൻ എഴുതിയ ഒരു പദ്യത്തിലൂടെ വെളിപ്പെടുത്തിയിട്ടുണ്ട്.

"മാനാപമാനങ്ങൾ ജയാപജയങ്ങൾ
മാലോകർ ചെയ്യും സ്തുതി ദൂഷണങ്ങൾ
ഇവയ്ക്ക് വൈജാത്യമിതെന്തു നാണ്യം
ഒന്നിൽപ്പെടും രണ്ടുവശങ്ങൾ മാത്രം."

ഒരു നാണയത്തിന്റെ ഇരുവശങ്ങൾ പോലെയാണ് മാനം അപമാനം, ജയ പരാജയം, സ്തുതി, ദൂഷണം ഇവ. ഓരോ ജോഡിയിലെയും കാര്യങ്ങൾ വ്യത്യസ്തങ്ങൾ അല്ല എന്നപോലെ തന്നെ. നിന്നു നോക്കുന്ന നോട്ടം പോലിരിക്കും കാര്യത്തിന്റെ രൂപവും എന്ന് പണിക്കർ വിശ്വസിക്കുന്നു.

ഉത്തിഷ്ഠത, ജാഗ്രത, പ്രാപ്യവരാൻ, നിബോധതാ സ്വാമി വിവേകാനന്ദന്റെ ആർക്കും കയറിപ്പോകാവുന്ന ഒരു വിജയ സോപാനമാണ് ഈ സൂക്തം. ഉയിർത്തെഴുന്നേല്ക്കുക, ഉഷാറാവുക, ശ്രേഷ്ഠമായതെന്തും നേടിക്കൊൾക.

"ഭയ കൗടില്യ ലോഭങ്ങൾ
വളർത്തില്ലൊരു നാടിനെ"

സ്വാതന്ത്ര്യവും അഭിമാനവും രാജ്യസ്നേഹവും ഒരുപോലെ ആഗ്രഹിച്ച ലോക വിശ്രുതനായ ഒരു കേരളീയനാണ് സ്വദേശാഭിമാനി രാമകൃഷ്ണപിള്ള. എഴുത്തുകാരൻ, പത്രപ്രവർത്തകൻ, സ്വാതന്ത്ര്യഭടൻ എന്നിങ്ങനെ പല മേൽവിലാസങ്ങൾ രാമകൃഷ്ണപിള്ളയ്ക്കുണ്ട്. അദ്ദേഹം തന്റെ തലമുറയെ ഓർമ്മിപ്പിക്കുന്നതാണ് മൂന്നു കാര്യങ്ങൾ. "പേടിത്തൊണ്ടന് ഒന്നും നേടാനാകുകയില്ല. അവൻ ജീവിച്ചിരിക്കുമ്പോൾ മരിച്ചുകൊണ്ടിരിക്കുന്ന ഭീരുവാണ്. ഭീരുക്കൾ അനേകം തവണ മരിക്കുന്നു. പ്രതിസന്ധികളെ നിർഭയമായി നേരിട്ടുപൊരുതാൻ തയ്യാറാകുന്നില്ലെങ്കിൽ സ്വേച്ഛാധിപത്യത്തിനെതിരായി ഒരു ജനതയ്ക്ക് പൊരുതാൻ കഴിയുകയില്ല. അതുപോലെ കുടിലമായ ചിത്തവൃത്തികൾ നടത്തുന്നവർക്കും സ്വതന്ത്രമായി പോരാടാൻ ഒക്കുകയില്ല. അതുപോലെ ലോഭചിന്തയും," ഇവ മൂന്നും ഉള്ള ഒരു സമൂഹം രാജ്യത്ത് സജീവമായിരിക്കുന്നിടത്തോളം ആ രാജ്യത്ത് ഒരു പുരോഗതിയും ഉണ്ടാകുകയില്ലെന്ന് രാമകൃഷ്ണപിള്ള അന്നത്തെ തിരുവിതാംകൂറുകാരെ ഓർമ്മിപ്പിച്ചു.

"ഒരുഹംസമിരിക്കുമ്പോൾ സരസ്സിന്നുളവാം പ്രഭ
തീരം തിങ്ങിനിരന്നുള്ള ബകപംക്തികളാൽ വരാ"

കെ സി കേശവപിള്ളയുടെ ഒരു പദ്യമാണിത്. അർഹതയില്ലാതെ ഉന്നതസ്ഥാനങ്ങളിൽ യോഗ്യതയില്ലാത്തവർ കയറിയിരിക്കുന്നത് മാന്യന്മാരുടെ സദസ്സിനെ ആക്ഷേപിക്കലാണ് എന്ന് കെ സി കേശവപിള്ള ചിന്തിക്കുന്നു. അങ്ങനെയുള്ളവരെക്കുറിച്ചാണ് ശുംഭനോ? ശുനകനോ എന്നിങ്ങനെയുള്ള പരിഹാസ ചോദ്യങ്ങൾ ഉണ്ടാകുന്നത്. അക്കാര്യം മഹാകവി അന്യാപദേശരീതിയിൽ ഇങ്ങനെ പ്രതിപാദിക്കുന്നു.

സ്വർണ്ണസിംഹാസനത്തിലിരുന്നരുളുന്ന ഒരു ഹംസം ഇരിക്കേണ്ടിടത്ത് തീരം തിങ്ങിനിറഞ്ഞ നൂറുക്കണക്കിന് കൊക്കുകൾ വന്നിരിക്കുന്നുവെങ്കിൽ എന്തു പ്രഭാവം ആണ് ഉണ്ടാകുന്നത്? ഞങ്ങളും വെളുത്തവരാണ് എന്ന് ദുരഭിമാനം കൊള്ളാനേ കഴിയൂ. വെളുത്തതെല്ലാം പാലല്ല എന്ന പഴമൊഴിയും ഇത്തരുണത്തിൽ ഓർക്കാവുന്നതാണ്.

കെ സിയുടെ തന്നെ മറ്റൊരു പദ്യം കൂടി ഇപ്പോൾ ഓർക്കാവുന്നതാണ്. ഒരു ലോകസ്വഭാവത്തെ അലങ്കൃതഭാഷയിൽ കവി വെളിപ്പെടുത്തുന്നു.

"സുഖത്തിലുണ്ടാം സഖിമാരനേകം.
ദുഃഖം വരുമ്പോൾ പുനരാരുമില്ല
ഖഗങ്ങൾ മാവിൽപെരുകും വസന്തേ
വരാ ശരത്തിങ്കലതൊന്നുപോലും"

ഇതൊരു സാമാന്യാവസ്ഥയാണ്.

നമ്മൾ സമ്പത്തും ഐശ്വര്യവും സമൃദ്ധിയും ഒക്കെ ഉള്ളവരായി ജീവിക്കുമ്പോൾ എല്ലാവരും സ്തുതിച്ചും നല്ലതു പറഞ്ഞും നമ്മുടെ വലിപ്പം പ്രകീർത്തിച്ചുമെല്ലാം വന്നുചേരും. സ്നേഹം കാണിക്കും. ഇതെല്ലാം വല്ലതും നമ്മുടെ പക്കൽ നിന്നു തപ്പിയെടുക്കാനാണ്. പക്ഷേ, നശിച്ചു നാരാണക്കല്ലുതോണ്ടിയ ഒരു ദൈന്യാവസ്ഥയിൽ എത്തിയാൽ ഒരീച്ചപോലും അവിടെ അബദ്ധത്തിലെങ്കിലും വന്നുചേരില്ല. വസന്തകാലത്തു മാവ് ലക്ഷ്യമാക്കി പക്ഷികൾ മാവിൽ വന്നിരിക്കും. മാവുകൾ തളിർക്കും പൂക്കും ഫലമാകും. കനിയാകും. ഇഷ്ടംപോലെ ചപ്പിത്തിന്നിട്ട് അവയ്ക്ക് സുഖിച്ചിരിക്കാം. പക്ഷേ, ശരത്കാലം ഒന്നു വന്നാലോ ഒരു കിളിയും ആ വഴി ഓർക്കാതെപോലും ഒന്നു പറന്നെത്തുകയില്ല.

"ഒന്നു താനല്ലയേ നിങ്ങളും ഞാനും
ഇക്കാടും കിനാക്കളുമണ്ഡകടാഹവും"

ഡി വിനയചന്ദ്രന്റെ കവിതാശകലമാണ് ഈ ഈരടി. ഇവിടെ ആളുകൾ മതം, സമുദായം, ജാതി, രാജ്യം, ഭാഷ, സംസ്കാരം ഇങ്ങനെ അനേക വിഷയങ്ങളിൽ അന്യോന്യം യോജിക്കാതെ നില്ക്കുന്നു. പക്ഷേ, അതു ശരിയല്ല. നമ്മളെല്ലാം ഒന്നാണ്, താല്പര്യങ്ങൾ ഒന്നാണ് നമ്മൾക്കും വനങ്ങൾക്കും അണ്ഡകടാഹത്തിനും തമ്മിൽ ഒരു വ്യത്യാസവും ഇല്ല. എല്ലാം ഒന്ന് ഏകം, അദ്വൈതം.

"വിവേകം തന്നെ സമ്പത്ത്
വിദ്യ തന്നെ വിലോചനം
സത്യം തന്നെ മഹാമന്ത്രം
ദയ തന്നെ പരം തപം

ഉള്ളൂർ ഉദ്ബോധകനായ കവിയാണ്. കാവ്യങ്ങളിലും പ്രഭാഷണങ്ങളിലും മുട്ടിനു മുട്ടിന് ഉദ്ബോധനങ്ങൾ കെട്ടിവച്ചാണ് സ്വാമിയുടെ ഗതി. ഇവിടെയും അതുതന്നെ. വിവേകം ആണ് ഒരാൾക്ക് കിട്ടാവുന്ന വലിയ

സമ്പത്ത്. അതുണ്ടായാൽ ഐശ്വര്യം, പെരുമ, അഴക് ഇവയെല്ലാം കൂടെപ്പോരും. വിദ്യ കണ്ണിനെപ്പോലെയാണ്. അത് രാപകലില്ലാതെ വെളിച്ചം തരുന്നു. സത്യത്തേക്കാൾ വലിയ മന്ത്രമില്ല. ദയയേക്കാൾ വലിയ തപസ്സില്ല.

വാക്കിനോളം തൂക്കമില്ലീ-
യൂക്കൻ ഭൂമിക്കുപോലുമേ

നർമ്മത്തിൽ മർമ്മം ഒളിപ്പിച്ചുവച്ചു കൊച്ചു കൊച്ചു കവിതകളെഴുതി നമ്മളെ രസിപ്പിക്കുന്ന കൊച്ചുകവിയാണ് കുഞ്ഞുണ്ണിമാഷ്. ഭാഷയുടെ മഹത്വത്തെക്കുറിച്ചുള്ളതാണ് ഈ പാതിശ്ലോകം. വാക്കിനോളം ഭാരം ഈ ഉരുണ്ടുകിടക്കുന്ന അതിവിസ്തൃതമായ ഭാരമുള്ള, കനമുള്ള ഭൂമിക്കും ഇല്ല എന്നാണ് മാഷ് പറയുന്നത്. പലരും വാക്കുകളെക്കുറിച്ച് പല തരത്തിൽ പറഞ്ഞിട്ടുണ്ട്. കുഞ്ഞുണ്ണി മാഷിന്റെ അഭിപ്രായം വാക്കിന് ഭൂമിയേക്കാൾ ശക്തിയുണ്ടെന്നാണ്.

"എന്തു വിശുദ്ധിക്കുമീ മണ്ണിൽ ചാലിച്ചേ
സ്വന്തമായുള്ള നിറം തെളിയൂ
എന്തു നൈർമ്മല്യവും ഇച്ചളിക്കൂട്ടിലേ
സ്വന്തമായുള്ള വളർച്ച നേടൂ"

പ്രകൃതിയോടും പ്രകൃതിയിലെ സൗന്ദര്യത്തോടും ഒട്ടിനിന്നു കവിതയെഴുതിയ വൈലോപ്പിള്ളി ശ്രീധരമേനോൻ എന്നും മനസ്സിൽ ഇത്തിരി കൊന്നപ്പൂവു സൂക്ഷിച്ച കവിയാണ്.

"ഏതു ധൂസര സങ്കല്പത്തിൽ വളർന്നാലും
ഏതു യന്ത്രവത്കൃത ലോകത്തിൽ പുലർന്നാലും
മനസ്സിലുണ്ടാകട്ടെ ഗ്രാമത്തിൻ വെളിച്ചവും
മണവും മമതയും ഇത്തിരി കൊന്നപ്പൂവും"

എത്ര മുറുകെയാണ് ശ്രീ പ്രകൃതി സൗന്ദര്യത്തെ ആത്മാവുകൊണ്ട് ആശ്ലേഷിക്കുന്നത്. ആ പ്രകൃതി ഈ മണ്ണിനെ എന്നും പൊന്നാക്കണമെന്നും അതിന് പ്രകൃതിയെ സ്നേഹിക്കണമെന്നുമാണ് കവി ഇവിടെ ഉപദേശിക്കുന്നത്.

എത്ര വിശുദ്ധമായ വസ്തുവിനും മണ്ണുമായി ബന്ധം ഉണ്ടായാലേ സ്വന്തം നിറം തെളിയൂ. ഏതു നൈർമ്മല്യവും ഈ ചളിയുടെ ചന്ദനച്ചാറുപുരണ്ടാലേ വളർന്ന് ഫലവത്താകൂ.

വെണ്ണിക്കുളം ഗോപാലക്കുറുപ്പ് മുൻതലമുറയിലെ കവിയാണ്. ജനങ്ങളുടെ സാമ്പത്തികാസമത്വത്തിന്റെ പേരിലുള്ള ഒപ്പാരിയും പരിദേവനവും കൊലവിളിയും ഒന്നും ഇന്നത്തെപ്പോലെ ഇല്ലാതിരുന്നിട്ടും വെണ്ണിക്കുളം അടങ്ങിയിരുന്നില്ല. കൈയിൽ എഴുതാനുള്ള പേനയേ ഉണ്ടായിരുന്നുള്ളൂ. എന്നാൽ കടലാസിൽ വീണപ്പോൾ വാക്കുകൾക്ക് കാന്തികശക്തി. ആ ശക്തി ചോരാതെ അദ്ദേഹം പണപ്രഭുക്കളുടെ നേർക്ക് തിരിഞ്ഞു.

"കരുണയുദിപ്പാൻ കൈകൾ മലർത്തുകയല്ല, പണക്കാരേ,

ധരണിയെനിക്കും മാതാവെന്നതു നിങ്ങൾ മറക്കുന്നു,
കോരിയെടുത്തു ഞെളിഞ്ഞതു പോരും ഞാനേ ഞാനെന്നായ്
നൂറിലൊരുത്തൻ തൊണ്ണൂറ്റൊമ്പതു പേരുടെയവകാശം"

വെണ്ണിക്കുളത്തിന് ഇ എം ശങ്കരൻ നമ്പൂതിരിപ്പാടിന്റെ ആവേശം. ശക്തനായ ഒരു സോഷ്യലിസ്റ്റിന്റെ സുദൃഢസ്വരത്തിലല്ലേ വെണ്ണിക്കുളം പണപ്രഭുക്കളോടേറ്റത്? അദ്ദേഹം പറഞ്ഞത് ശക്തമായ ഭാഷയിലാണ്. ഒരു ധനപ്രഭുവിന്റെയും ദയാദാക്ഷിണ്യത്തിനുവേണ്ടി, കൈമലർത്താനല്ല ഞാൻ വരുന്നത്. നിങ്ങൾ മാത്രമല്ല മണ്ണിന്റെ അവകാശി. അതിലൊരു പങ്ക് എനിക്കും ഉള്ളതാണ്. ആ സത്യം നിങ്ങൾ മറന്നുകളഞ്ഞു. ഈ ഭൂമിയിൽ നിന്ന് മറ്റാർക്കും കൊടുക്കാതെ വാരിക്കോരി തിന്നുമദിച്ചത് മതിയാക്കണം. കേമത്തം ഭാവിച്ചു ഞെളിയേണ്ട. ഞാൻ ഞാൻ എനിക്ക് എനിക്ക് എന്നിങ്ങനെ ന്യായരഹിതമായി തൊണ്ണൂറ്റൊമ്പതു പേരുടെ (ഭൂരിപക്ഷത്തിന്റെ) അവകാശികളാണ് ഇതിലൊരുത്തൻ പിടിച്ചു പറിക്കുന്നത്. ഇന്നത്തെ വിപ്ലവ കമ്യൂണിസ്റ്റുകളിൽ ആരെങ്കിലും ഇപ്പോൾ വെണ്ണിക്കുളത്തിനെ ഓർക്കുന്നുണ്ടോ? പശ്ചാത്തപിക്കുക.

"ജീവിതത്തിൽ വെറുതെയാകുന്നില്ല
ഭാവശുദ്ധിയും ഭംഗിയും വെണ്മയും
പൂവിനുള്ള സുഗന്ധവും അന്യമായ്
ഞാനൊരുക്കും ചെറിയ സംതൃപ്തിയും"

വിഷ്ണു നാരായണൻ നമ്പൂതിരിയുടെ "മുഖം എവിടെ" എന്ന കവിതാസമാഹാരത്തിലെ ഒരു കവിത കലാസിദ്ധാന്തം ആവിഷ്കരിക്കുന്നു. കലകളെല്ലാം നമ്മുടെ ചുറ്റുപാടുകളിൽ ഉണ്ട്. പക്ഷേ, അവ പല പല അസംസ്കൃതവസ്തുക്കളുമായി കലർന്ന് മലിനമായിക്കിടപ്പാണ്. പ്രജ്ഞാധന്യനായ കലാകാരൻ ഒരു മരപ്പണിക്കാരനെപ്പോലെ വേണ്ടാത്തതെല്ലാം ചെത്തിക്കളഞ്ഞുമിനുക്കുമ്പോൾ ഉത്തമകല ചളിക്കുണ്ടിൽ നിന്ന് താമരത്താരുപോലെ പൊങ്ങിവരും. ഇതാണ് വിഷ്ണുവിന്റെ കലാസിദ്ധാന്തം. താൻ ഇപ്രകാരം എളിമയോടും ഒച്ചപ്പാടുണ്ടാക്കാതെയും ജീവിക്കുന്നതു കൊണ്ടും നാടിന് നന്മയേ ഉണ്ടാകൂ എന്നും തന്റെ ജീവിതദർശനം അതാണെന്നും കവി പറയുന്നു. ഭാവശുദ്ധി ഭംഗി, വെണ്മ, പൂവിന്റെ സുഗന്ധം ഇതൊന്നും വെറുതേയാകാത്തതുപോലെ കവിതയിലൂടെ അന്യർക്കായി നല്കാൻ തനിക്കാവുന്ന സംതൃപ്തിയും അർത്ഥവത്താകുകയേ ഉള്ളൂ എന്നു കവി കരുതുന്നു. അദ്ദേഹം നമ്മുടെ പ്രവാചകനാണ്.

"നോവു തിന്നും കരളിനേ പാടുവാൻ
ആവൂ നിത്യമധുരമായാർദ്രമായ്"

മഹാകവി ജി ശങ്കരക്കുറുപ്പിന്റെ കവിതകളിൽ ധാരാളം സൂക്തങ്ങൾ ഉണ്ട്. എല്ലാം ജീവിതത്തിന്റെ മുഖ്യമേഖലകളെ സ്പർശിക്കുന്നവയാണ്. ജീവിതത്തിന്റെ ചൂരും, ചെത്തവും നല്ലപോലെ അറിഞ്ഞ ഒരു കവിയാണദ്ദേഹം. ഒരു നല്ല കവിതയെഴുതാൻ കവിക്കാകണമെങ്കിൽ അയാൾക്ക്

നോവുന്ന ഹൃദയം ഉണ്ടായിരിക്കണം എന്ന് കവി വെളിവാക്കുന്നു. നിത്യ മധുരമായും ഹൃദയത്തെ ആർദ്രമാക്കത്തക്കവണ്ണവും ഒരു കവിക്ക് പാടാൻ കവിത ചമയ്ക്കാൻ- കഴിയണമെന്നുണ്ടെങ്കിൽ ലോകത്തിന്റെ വേദന അനുഭവിച്ചറിഞ്ഞിരിക്കണം. ആ കവിത ഹൃദയത്തിന്റെ ലോലഭിത്തിയിൽ നനവുണ്ടാക്കും.

പണ്ഡിറ്റ് കറുപ്പൻ പണ്ഡിതനായ ഒരു അദ്ധ്യാപകനായിരുന്നു. സവർണ്ണരുടെ പീഡനം അദ്ദേഹം നല്ലവണ്ണം അനുഭവിച്ചിട്ടുണ്ട്. അതിന്റെ ചൂടറിഞ്ഞ് എഴുതിയതാണ് ഈ ലഘുപദ്യം.

"ജ്ഞാനം കൊണ്ടല്ലാതെ ബ്രാഹ്മണത്വം
മാനവന്മാർക്കു ലഭിക്കയില്ല
ജ്ഞാനിക്ക് ജാതിയും തീണ്ടലുമില്ലല്ലോ
ആനന്ദമേയുള്ളൂ യോഗപ്പെണ്ണേ!
ധ്യാനം തന്നേയുള്ളൂ ജ്ഞാനപ്പെണ്ണേ"

ആരാണ് ബ്രാഹ്മണൻ

ദഗ്ധ്വാ ജ്ഞാനാഗ്നിനാ സർവ്വം
ഉദ്ദിശ്യ ജഗതാം ഹിതം
കരോതി വിധിവത്കർമ്മ
ബ്രഹ്മവിത് ബ്രഹ്മണിസ്ഥിത;

ജ്ഞാനാഗ്നികൊണ്ടു സർവ്വവും ഹരിച്ചുകളഞ്ഞിട്ട് (ഭൗതികകാമന കളെ മുഴുവൻ) ഈ ലോകത്തിന്റെ ഇഷ്ടം മാത്രം ധ്യാനത്തിൽക്കണ്ട് വിധിക്കനുസരിച്ച് ബ്രഹ്മത്തിൽ മനമർപ്പിച്ചു യഥാവിധി കർമ്മം ചെയ്യുന്ന ബ്രഹ്മജ്ഞാനിയാണ് ഒരു യഥാർത്ഥ ബ്രാഹ്മണൻ. പണ്ഡിറ്റ് കറുപ്പൻ അങ്ങനെയുള്ളവരെ മാത്രം ബ്രാഹ്മണരായി കരുതുന്നു.

അവർ ഊട്ടുപുര തേടി നടക്കുകയില്ല.

അയാൾക്ക് വേളിയും അച്ചിയും ഭാര്യമാരായിരിക്കും. സത്രങ്ങളിൽ ചതുരംഗക്കളിയായിരിക്കും. വിനോദം സാർവ്വത്രികവും സാർവ്വജനീന വുമായ വായനയും ആസ്വാദനവും ഇന്ന് ഒ എൻ വി കവിതക്കുള്ളതു പോലെ മറ്റാരുടെയും കാവ്യങ്ങൾക്കില്ല. ഇവിടെ ഇന്ന് ഭാഗ്യശാലിയായ മഹാകവി എന്നു വിശേഷിപ്പിക്കാൻ അദ്ദേഹത്തെയേ ആരും മനസ്സു തുറക്കൂ.

തന്നെ വേദനിപ്പിച്ച ഒരു ക്രൂരാനുഭവത്തിൽ മനംനൊന്തു ഒ എൻ വി എഴുതിയതാണ് ഈ നാലു വരി കേക.

"വെട്ടുക, മുറിക്കുക, പങ്കുവയ്ക്കുക ഗ്രാമം
പത്തനം ജനപഥമൊക്കെയും ചത്തും കൊന്നും
വാഴുക പുലികളായ്, സിംഹങ്ങളായും, മർത്ത്യർ
ആകുക മാത്രം വയ്യ; ജന്തുത ജയിക്കുന്നു.

നാട്ടിൽ നല്ലവരായ ആരും വേണമെന്ന് ആഗ്രഹിക്കുന്നത് തമ്മിൽവെട്ടി മരിക്കുന്ന ശത്രുക്കളെയല്ല, തമ്മിൽ ആലിംഗനം ചെയ്തു

ജീവിക്കുന്ന മിത്രങ്ങളെയാണ്. ഒ എൻ വിയുടെ ചിന്തയ്ക്കു മുന്നിൽ നമുക്ക് നമസ്കരിക്കാം.

ഭൂമിക്ക് ഒരു ചരമഗീതം എന്ന കവിതയിൽ മനുഷ്യന്റെ വിവേക പൂർവ്വമല്ലാത്ത ഹിംസവാസനമൂലം ചൂഷിതമായ അമ്മനാടിന്റെ പുത്തൻ സ്ഥിതി കണ്ട് ഒ എൻ വി വിലപിക്കുന്നു. അമ്മ കേരളത്തോടൊപ്പം.

“ആടിമുകിൽ മാല കുടിനീർ തിരയുന്നു
ആതിരകൾ കുളിര് തിരയുന്നു
ആവണികളൊരു കുഞ്ഞുപൂവു തിരയുന്നു
ആറുകളൊഴുക്കു തിരയുന്നു”

മഴ തരുന്ന മേഘത്തിനും കുടിവെള്ളമില്ല. ധനുവിലെ തിരുവാതിരയ്ക്ക് പോലും ഇപ്പോൾ തണുപ്പില്ല. മരമെല്ലാം വെട്ടിത്തെളിച്ച് തണ്ണീർപ്പന്തൽ ഇല്ലാതാക്കി. പൊന്നിൻ ചിങ്ങത്തിൽ പോലും മുക്കുറ്റിയും തെച്ചിയും തുമ്പപ്പൂവും അത്തച്ചമയത്തിന് കിട്ടാതെ പെൺകിടാങ്ങൾ വെറും കൂടയുമായി ഇരുന്നു കരയുന്നു. പാറക്കെട്ടുകൾ തോറും തട്ടിപ്പൊട്ടിച്ചിരിച്ചു കൈവളകൾ കിലുക്കിയൊഴുകിയിരുന്ന ആറുകൾ ഒഴുക്കു തിരയുന്നു. എല്ലാം വറ്റിവരണ്ടുപോയി.

കുഞ്ചൻ നമ്പ്യാരെ ഒരു ഹാസ്യകവിയെന്ന നിലയ്ക്ക് കേരളത്തിൽ അറിയാത്തവർ ചുരുങ്ങും. കൈവച്ച എല്ലാ മേഖലകളിലും കണ്ടവരെ പച്ച മലയാളത്തിൽ ഫലിതത്തിന്റെ മേമ്പോടി ചേർത്ത് പരിഹസിച്ചിട്ടുണ്ട്.

അമ്പു കൊള്ളാത്തവരില്ല കുരുക്കളിൽ എന്നു പറയുമ്പോലെ നമ്പ്യാരുടെ അടികിട്ടാത്തവരാരും ഇല്ല. പടവരുമ്പോൾ മദ്ദളത്തിന്റെ ഒരു ഭാഗത്തെ തോലു പൊളിച്ചു അകത്തു കടന്നവനും, വിശന്നു വലഞ്ഞു വീട്ടിക്കയറി വരുമ്പോൾ കായക്കഞ്ഞിക്ക് അരിയിടാഞ്ഞ് അരിശം മൂത്ത് പെണ്ണിൻപിള്ളെയേയും പിള്ളാരേയും തല്ലിയ നായരും അങ്ങനെ നാനാ ജാതിയും നമ്പ്യാരാശാന്റെ അമ്പേറ്റിട്ടുണ്ട്. തരംഗിണിയുടെ ദ്രുതഗതിയിലുള്ള ശീലുകളിൽ അധികം വരികളും കുറിച്ച അദ്ദേഹം കവിതക്കിടയിൽ പല പല ഭാഷകളും സംസാരിക്കുന്ന ആളുകളെയും കഥാപാത്രങ്ങളാക്കി കയറ്റിയിരുന്നു. ഇതിനിടയിൽ സംസ്കൃതത്തിലും കവിതകൾ നമ്പ്യാരുടെ വകയായി ഉണ്ട്. ചിരിക്കാനും ചിരിപ്പിക്കാനും മറക്കാത്ത കവി ഇങ്ങനെ കരയുമെന്ന് ആർക്കറിയാം? പക്ഷേ, മനുഷ്യന്റെ തലയിൽ മരിക്കാനുള്ള വരയും നേടി ജനിക്കുന്നവനാണ് അവർ എന്ന് ഈ വരികൾ വ്യക്തമാക്കുന്നു.

ജനിക്കും ജനിച്ചാൽ മരിക്കും അങ്ങനെയല്ലെന്ന് ആരും തർക്കിക്കേണ്ട, മനുഷ്യർ ഭൂമിയിലെ വെട്ടം ആദ്യയായി കാണുമ്പോഴും ഒടുക്കത്തെ ഇരുട്ടു തലയിലേന്തിക്കൊണ്ടാണ് ‘മരണം പ്രകൃതി ശരീരിണാം’ എന്ന സത്യം നമ്പ്യാർ അതറിയാത്തവർക്ക് പഠിപ്പിച്ചുകൊടുക്കുന്നത്.

എൻ കെ ദേശം എന്ന കവി കാവ്യാസ്വാദനത്തെക്കുറിച്ചുള്ള ഒരു പാഠം നമുക്ക് തരുന്നു. കണ്ണില്ലാത്ത ഒരു പുരുഷന്റെ മുന്നിൽ നന്നായി

അണിഞ്ഞൊരുങ്ങിച്ചെല്ലുന്ന സുന്ദരിയുടെ ചേതോഹരത്വത്തിന് എന്തു പ്രയോജനം? അതുപോലെ കവിത കേൾക്കുമ്പോൾ ലക്ഷ്യവും വ്യംഗ്യവുമായ അർത്ഥതലങ്ങളുള്ള ഒരു കവിത കേൾക്കുന്ന ആസ്വാദകന് അതാസ്വദിക്കാൻ അയാൾ പ്രജ്ഞധനനായിരിക്കണം.

"ശ്രോതാവിനില്ല മതിവൈഭവമെന്നു വന്നാൽ
ഓതുന്നവന്റെ മൊഴി നിഷ്ഫലമായ് ഭവിക്കും
ഹാ! ദർശനേന്ദ്രിയമെഴാത്ത പതിക്കു മുമ്പിൽ
ചേതോഹരാംഗിയുടെ മെയ്യഴകെന്ന പോലെ

എൻ വി കൃഷ്ണവാര്യർ കവിയെന്ന നിലയിൽ തികച്ചും ഒരു ഹ്യൂമനിസ്റ്റ് ആയിരുന്നു. ഇടുങ്ങിയ കൊച്ചുകേരളമായിരുന്നില്ല എൻ വിയുടെ നാട്. അത് ആഫ്രിക്ക തുടങ്ങിയ വിദേശരാജ്യങ്ങളും കൂടി ചേർന്നതാണ്. അങ്ങനെയുള്ള ഒരു കവിക്ക് മതത്തിന്റെ ഇടുങ്ങിയ മതിൽ കെട്ടിനുള്ളിൽ ഒതുങ്ങി നില്ക്കാൻ പറ്റുകയില്ല. ജാതിയുടെ വരമ്പുകൾ അദ്ദേഹം തട്ടിത്തകർക്കും. ഈ ലോകം ഒരു നീഡം എന്ന സിദ്ധാന്തക്കാരനാണെന്ന് അദ്ദേഹം അപ്രമാദിത്വം കൂടാതെ വിശ്വസിച്ചു. അതുകൊണ്ടു അദ്ദേഹത്തിന് നമ്മെ ഈ വിധം ഉപദേശിക്കാനാകും. ആ ഉപദേശം കേൾക്കാം.

"മൈത്രിയാൽ ക്രോധം; ശമത്തിനാൽ മത്സരം
മർത്ത്യതയാൽ നാം മൃഗീയത വെല്ലുക
സത്യമേ ലക്ഷ്യം അഹിംസയേ മാർഗ്ഗം
സ്തുത്യർഹമാം മതം കൈക്കൊൾക സർവ്വരും"

ക്രോധത്തെ ക്രോധം കൊണ്ട് തോല്പിക്കാൻ സാദ്ധ്യമല്ല. ശമായുധം കൊണ്ട് മത്സരത്തെ വെല്ലാം. തികഞ്ഞ മാനുഷ്യകത്വം കൊണ്ട് നമുക്ക് മൃഗീയതയെ ജയിക്കാം. നമുക്കെല്ലാം ഒരേ ലക്ഷ്യമേയുള്ളൂ എന്നു ദൃഢമായി വിശ്വസിക്കുക, അങ്ങോട്ടു പോകാൻ പണ്ടേ പല മഹാന്മാരും വെട്ടിത്തെളിച്ചിട്ടിരിക്കുന്ന ഒരു വഴിയുണ്ട്, അഹിംസാമാർഗ്ഗം. അഹിംസ ആയുധമാക്കിക്കൊണ്ട് നാം സ്നേഹത്തിന്റെ മതം പിടിച്ചെടുക്കുക. എല്ലാ ലോകകലാപങ്ങൾക്കും അറുതി വരാൻ ഒരേയൊരു വഴി അതാണ്. അതു മാത്രമാണ്.

"മുൾച്ചെടിക്കേ കഴിയൂ ജഗത്തിന്
മുഗ്ദ്ധമായ പനീരലർ നല്കുവാൻ"

നാലാങ്കൽകൃഷ്ണപിള്ള മുൻതലമുറയിലെ കവിയാണ്. അദ്ദേഹം ഒരു ലോകതത്ത്വം നമ്മളെ പഠിപ്പിക്കുന്നു. നല്ല വസ്തുക്കളെല്ലാം നമുക്ക് ലഭിക്കുന്നത് ക്ലേശം കുറേയെല്ലാം അനുഭവിച്ചതിനു മേലാണ്. അവ ആസ്വാദ്യമാകുന്നതും അങ്ങനെ കിട്ടുന്നതു കൊണ്ടാണ്. നമുക്ക് പനിനീർപ്പൂവ് ലഭിക്കുന്നത് അതിന് കീഴിൽക്കാണുന്ന മുള്ളുകൊണ്ട് കൈനൊന്തിട്ടാണ്.

"ക്ലേശം കലക്കിപ്പിഴിയു മൊ-
ളൂറിത്തെളിഞ്ഞു നില്ക്കുന്ന ഗുണം ഗ്രഹിക്കു

പാരിന്റെ നന്മയ്ക്കത്രേ, പാഴ്വമ്പ് നേടാനല്ല
ആരണ്യപിതാക്കൾ തന്നാത്മീയ സമ്പത്തുകൾ"

നമ്മുടെ പുരാണങ്ങളെയും ഇതിഹാസങ്ങളെയും കുറിച്ച് ആർക്കും ഏകാഭിപ്രായമില്ല. ഏറിയ പങ്കും വ്യക്തികൾ ആ മഹാഗ്രന്ഥങ്ങളെ അവയിലെ ഉള്ളടക്കം നോക്കി പ്രകീർത്തിപ്പിക്കുക ആണ് ചെയ്യുന്നത്. എന്നാൽ ചിലർ എതിർക്കുന്നു.

"ജടയുടെ പനയോലക്കെട്ടൊക്കെ പുഴുകുത്തി
പ്പൊടിപ്പറ്റി പുഴുകുത്തി, ച്ചിതലുമുറ്റി
ചികയുന്നോ! ചിരിവരും ചിലതിനിയുമുണ്ടെന്നോ
ചിതയിലേക്കവയെടുത്തെറിയൂ വേഗം"

എന്ന് ആക്രോശിച്ചയാളാണ് ചങ്ങമ്പുഴ, എഴുത്തച്ഛൻ പുരാണേതിഹാസങ്ങളാണ് തന്റെ കൃതിക്കെല്ലാം ഇതിവൃത്തത്തിന് തെരഞ്ഞെടുത്തത്. അങ്ങനെ തന്നെയാണ് കുഞ്ചൻനമ്പ്യാരും. *മഹാഭാരതം* രണ്ടു കൈയും ഉപയോഗിച്ചു വിവർത്തനം ചെയ്താണ് കുഞ്ഞിക്കുട്ടൻ തമ്പുരാൻ മലയാളഭാഷയിൽ വിസ്മയം കാണിച്ചത്. മഹാകവി വള്ളത്തോളിനെപ്പോലെ പുരാണേതിഹാസങ്ങൾ ആശ്രയിച്ചു കൃതികൾ രചിക്കുകയും അവയെ നിറമനസ്സോടെ പുകഴ്ത്തുകയും ചെയ്ത മറ്റൊരു കവി കേരളത്തിലില്ല.

ലോകത്തിന്റെ നന്മയ്ക്ക് വേണ്ടിയാണ് അല്ലാതെ വമ്പു കാണിക്കാനല്ല പണ്ടത്തെ വേദജ്ഞരായ കവികൾ ശ്രദ്ധിച്ചത്. ഇക്കാര്യം കുടുംബിനിയും അമ്മയുമായ ബാലാമണിയമ്മ നമ്മെ ഓർമ്മപ്പെടുത്തുന്നു.

ഉമ്മാച്ചു, സുന്ദരികളും സുന്ദരന്മാരും തുടങ്ങിയ പല നോവലുകളും കഥകളും എഴുതിയ പി സി കുട്ടിക്കൃഷ്ണൻ ആ കഥകളെല്ലാം എഴുതിയത് ഉറൂബ് എന്ന തൂലികാനാമത്തിലാണ്. അദ്ദേഹം വികാരത്തെയും വിവേകത്തെയും താരതമ്യപ്പെടുത്തുന്നത് ഇങ്ങനെയാണ്.

"വികാരം ഒരു മുയലിനെപ്പോലെയാണ്, വിവേകം ഒരു ആമയെപ്പോലെ അരിച്ചെത്തുകയേയുള്ളൂ." മനുഷ്യന് ഒരു സംഗതിയിൽ പെട്ടെന്നുണ്ടാകുന്നത് വികാരമാണ്. അതിനൊരു ദോഷമുള്ളത് മനുഷ്യന്റെ പ്രതികരണം വേഗമായിരിക്കുമെന്നതാണ്. അത് ചിന്തിക്കാതെയുള്ള എടുത്തുചാട്ടമായാൽ തലകുത്തി വീണതുതന്നെ.

"എടുത്തു ചാട്ടക്കാരന്റെ
എല്ലൊടിച്ചേ വിടൂ വിധി"

എന്ന് ഉള്ളൂർ പറഞ്ഞിട്ടുണ്ട്. എന്നാൽ വിവേകം അങ്ങനെയല്ല. അത് ആമയെപ്പോലെ പതുക്കെയേ സഞ്ചരിക്കൂ. പക്ഷേ സാവകാശം ചെയ്യാൻ നമ്മെ പ്രേരിപ്പിക്കുന്ന വിവേകം നമ്മുടെ ലക്ഷ്യം വിജയപ്രദമാകും.

"വരാത്തൊരെച്ചിലിൻ വരവിനായിന്നു-
തെരുവിൽ തെണ്ടികൾ തിരക്കി നില്ക്കുന്നു
അവരുടെയെണ്ണം പെരുത്തിരിക്കുന്നു
എവിടെ (എഫ് എൽ കൾ) എവിടെ (ലൂപ്പുകൾ)"

ഒരു സന്ദേശം ഉള്ളതാണ് എൻ വിയുടെ ഈ കാവ്യഭാഗം. കേരളത്തിലെ ജനപ്പെരുപ്പം ആണ് അദ്ദേഹത്തെ അലട്ടിക്കൊണ്ടിരുന്ന അനേകം പ്രശ്നങ്ങളിൽ ഒന്ന്. അത് ഗൗരവത്തോടെ എൻ വി സ്വയം ചർച്ച ചെയ്യുന്നു. നാട്ടിലെ എല്ലാ വികസനങ്ങളെയും മുരടിപ്പിക്കാൻ അതിനു കഴിയും വായും വയറും കീറി വിട്ടിരിക്കുന്ന എത്ര പേർക്ക് ഈ ദരിദ്രകേരളം ഭക്ഷണം കൊടുക്കണം? നമ്മുടേത് ഒരു ഇറക്കുമതി നാടായതിനാൽ തമിഴ്നാടും കർണ്ണാടകയും തൊട്ടു പല പാശ്ചാത്യ രാജ്യങ്ങളെവരെ ആശ്രയിച്ചാലേ നമ്മുടെ വിഭവസമാഹാരണം നടക്കൂ. അതിനു പണം വേണ്ടേ? പൊട്ടിയ ഭണ്ഡാരത്തിൽ നിന്ന് എന്തു വാരിയെടുക്കും? എൻ വി മാർഗ്ഗം കണ്ടു. വിവാഹം കഴിച്ച പുരുഷന്മാരും കഴിക്കാതെ വ്യഭിചരിക്കുന്നവരും എഫ് എൽ ഉപയോഗിക്കട്ടെ. അങ്ങനെയുള്ള സ്ത്രീകൾ ലൂപ്പ് ഉപയോഗിക്കട്ടെ. ഈ നിർദ്ദേശം ക്രൂരമാണെന്ന് കരുതേണ്ട; ആവശ്യം സൃഷ്ടിയുടെ മാതാവാണ്.

ഇപ്പോഴിതാ ഇവിടെ കോൺക്രീറ്റ് കാടുകൾ വളർന്നിരിക്കുന്നു. കാട്ടുപൊയ്കകൾ നികത്തപ്പെട്ടിരിക്കുന്നു. പഴയ ഹോമകുണ്ഡത്തിന്റെ സ്ഥാനം ഇതാ ഇവിടെത്തന്നെയായിരുന്നു. ഈ സെപ്റ്റിക് ടാങ്കിന്റെ സ്ഥാനത്ത്.

ഒരു ശാപം പോലെ കുറച്ചു കാലത്തിന് മുമ്പേ കേരളത്തിൽ കയറി വന്ന നഗരവല്ക്കരണത്തെയും അത് നഷ്ടപ്പെടുത്തിയ പഴയ ഗ്രാമ സൗഭാഗ്യത്തെയും പറ്റി എൻ എൻ കക്കാടു ഓർക്കുന്നു. വേറെയും പലർ ഇതു പോലെ ഭ്രാന്തമായ നഗരവല്ക്കരണ ഭ്രമത്തെ എതിർത്തു പ്രസംഗിക്കുകയും എഴുതുകയും ചെയ്തിട്ടുണ്ട്.

"ഉജ്ജ്വല പ്രേമത്താലുത്ഭവിച്ചിടുന്ന
ദുഃഖവും കൂടി മധുരമല്ലോ"

കെ എസ് തളിക്കുളത്തിന്റെ പ്രേമ സങ്കല്പം സ്ഫുരിക്കുന്ന ഈരടിയാണിത്. ആത്മാർത്ഥവും സ്വാർത്ഥ സ്പർശം ഇല്ലാത്തതുമാണ് യുവതീയുവാക്കൾക്ക് ഉണ്ടാകുന്ന, ഉള്ള പ്രേമമെങ്കിൽ, അതുമൂലം സഹിക്കേണ്ടി വരുന്ന ത്യാഗത്തിന്റെ ഫലപ്രദമായ വേദനയും മധുരമായിരിക്കുമത്രേ. Sweet are the uses of adversity

രാമചരിത്രകാരൻ കണ്ണശ്ശന്മാർ, എഴുത്തച്ഛൻ, കുഞ്ചൻ നമ്പ്യാർ മുതലുള്ള പല കവികളും ഭക്തിദാസന്മാരായിരുന്നു. എന്നാൽ പൂന്താനം ആ സംഗതിയിൽ ഒറ്റപ്പെട്ട ഒരു കവിയാണ്. ജീവിതത്തെക്കുറിച്ചു പാടുമ്പോൾ ഈരടികൾ ഭക്തിയിൽ മുങ്ങിത്താഴും. വരകവി പൂന്താനം പാടീടുമ്പോൾ എവിടെയാണെങ്കിലും കേട്ടുനില്ക്കും എന്നാണ് പാട്ടുകാരനായ രാഘവൻ പാടിയത്. പൂന്താനം ജീവിതത്തിന്റെ ദുർഗ്രഹതയെക്കുറിച്ച് അന്ധാളിച്ചുകൊണ്ടു പാടുന്നു.

"ഇന്നലെയോളമെന്തെന്നറിവീല,
ഇന്നി നാളെയുമെന്തെന്നറിഞ്ഞീല;
ഇന്നിക്കണ്ട തടിക്കു വിനാശവും

ഇന്നനേരമെന്നേതുമറിവീല."

ഇന്നലെവരെ സംഭവിച്ചതൊന്നും നമുക്കിന്നു അറിഞ്ഞുകൂടാ. നാളെ എന്തു സംഭവിക്കുമെന്നറിഞ്ഞുകൂടാ. ഈ തടി എന്നു മറിഞ്ഞുവീണു തകരുമെന്നും നമുക്കറിഞ്ഞുകൂടാ. ഒന്നുമറിയാത്ത മനുഷ്യൻ! അവന് മോഹമേയുള്ളൂ. മോഹങ്ങൾ പൂവണിയുമോ എന്ന് ഒരിക്കലും അറിഞ്ഞു കൂടാ. ഒരു നിശ്ചയമില്ലയൊന്നിനും- കുമാരനാശാൻ.

എൻ കെ ദേശത്തിന്റെ ഒരു കാവ്യശകലം നമ്മൾ മുമ്പേ അപഗ്രഥിച്ചല്ലോ. ലോകമഹായുദ്ധങ്ങളുടെ ദുരന്തഫലങ്ങൾ ഒരു പൊടിയെങ്കിലും നുണയേണ്ടി വരാത്ത ആരും ഈ ലോകത്തു കാണുകയില്ലെന്നു ലോക ചരിത്രം, ശ്രദ്ധിച്ചു പഠിച്ചാൽ അറിയാം. പക്ഷേ, അവരെയെല്ലാം തള്ളി, ആ ദുരന്തത്തിന്റെ തിക്തഫലങ്ങൾ അനുഭവിക്കേണ്ടി വരുന്ന മറ്റൊരു വിഭാഗത്തിന്റെ നേർക്ക് എൻ കെ ദേശം വിരൽ ചൂണ്ടുന്നു.

"പോരിലെത്തീയുണ്ടയോരോന്നും പൊട്ടുന്ന-
തോരോരോ തായ്നെഞ്ചിനുള്ളിലല്ലോ
ആരു ജയിക്കിലുമമ്മമാർ തൻ തേങ്ങൽ
ആണു ജയാരവങ്ങൾക്കുമേലെ"

ചരിത്രത്തെ പേടിപ്പിച്ചുകൊണ്ട് ചില കാലത്ത് ജീവിച്ചവരാണ് നെപ്പോളിയനും അലക്സാണ്ടറും മറ്റും. അവരുടെ ധീരസാഹസികതയ്ക്ക് വൈതാളിക സ്തോത്രം ചൊല്ലിയ ചില രാഷ്ട്രീയമേധാവികളെ ഒന്നടങ്കം വിമർശിച്ചുകൊണ്ട് സി ജെ താക്കീതു ചെയ്തു. ഇവന്മാരെല്ലാം ചരിത്രത്തിലെ ഓടകളാണ്. അതറിഞ്ഞു അതിനനുസരിച്ചു യുദ്ധത്തിനെതിരെ പൊട്ടിത്തെറിക്കാൻ നമുക്കാകുന്നില്ലെങ്കിൽ നമ്മൾ മൃഗമാണ്- മൃഗങ്ങളിൽതന്നെ തീരെ നിന്ദ്യമായ നിലയിലുള്ളവ നമ്മൾ വാക്കുകൾ ഉപയോഗിക്കുന്നതിനെപ്പറ്റി ബഹുമാന്യരായ അനേകം പേർ പ്രസ്താവനകൾ ഇറക്കിയിട്ടുണ്ട്. അക്കൂട്ടത്തിൽ കവിയും ഗാനരചയിതാവുമായ പി ഭാസ്കരൻ അതിനെ ഈ വിധത്തിൽ കാണുന്നു.

ആരെയെങ്കിലും വെട്ടിയാൽ വെട്ടുകൊണ്ടവന്റെ വേദന വെട്ടിയയാളിന് അറിയാൻ കഴിയുകയില്ല. അതുപോലെ വായിൽ നിന്നു ചാടിപ്പോയ വാക്കുകൾക്ക് അവ കേട്ടവരെ എങ്ങനെ സ്പർശിച്ചു എന്നും അറിഞ്ഞുകൂടാ. നാം അവകാശ സമരങ്ങൾക്കും മറ്റുമായി ഉയർത്തിപ്പിടിച്ചുകൊണ്ടു മാർച്ച് ചെയ്യുമ്പോൾ കൈയിലേന്തിയിരിക്കുന്ന കൊടികൾക്കറിഞ്ഞുകൂടാ നെഞ്ചിൻ താഴെപ്പിടയും കരളിന്റെ ചാവലും പിറക്കലും. സമരങ്ങൾ ന്യായമായിരിക്കാം. പക്ഷേ, അതിലും വലിയ ന്യായമാണ് ചാകലും പിറക്കലും, വളരെ പ്രിയപ്പെട്ടവരാകും ചാകുന്നത്, ജനിക്കുന്നത് തീരെ വേണ്ടാത്തവരും, ഇവയെല്ലാം യുദ്ധത്തിന്റെ കെടുതികളാണ്...

ഇടപ്പള്ളി രാഘവൻപിള്ള ഒരു പുതിയ പുലരിയെ സമത്വം സമാധാനം, സ്വാതന്ത്ര്യം, ഇവയെല്ലാം എല്ലാവർക്കും ഒരു പോലെ അനുഭവിക്കാൻ പറ്റിയ ഒരു പ്രഭാതം സ്വപ്നം കാണുന്നു. അത് സാക്ഷാല്ക്കരിക്കുന്നതു കാണാൻ പുസ്തകങ്ങൾ വായിക്കുകയല്ല വേണ്ടത്. തുറന്ന

പുസ്തകം മറ്റൊന്നുണ്ട്- ഈ പരപ്പാർന്ന ലോകം. അവിടെ നിന്ന് വായിച്ചു പഠിക്കാവുന്നതാണ് ആവശ്യമായ എല്ലാ അറിവും. പുതിയ പുലരിയുടെ പുല്ലാങ്കുഴൽ വിളി കേൾക്കുന്നില്ലേ? അത് സകല തിന്മകൾക്കും എതിരായിപ്പൊരുതാൻ ഉള്ള വിളിയാണ്. അതിനു കാതോർക്കുക, അണിചേരുക, അടരാടുക, പിടിച്ചടക്കുക, ഭരിക്കുക.

കവിയായ കടമ്മനിട്ട രാമകൃഷ്ണന്റെ മാതൃഭാഷാ സ്നേഹം വെളിപ്പെടുന്ന നല്ല നാലു വരിക്കവിതയാണിത്.

"കുട്ടിയമ്മതൻ മുലച്ചുണ്ടിൽ നി-
ന്നെൻ നാവിലേക്കിറ്റുവീണ മാതൃഹൃദയം മലയാളം
അച്ഛന്റെ താരാട്ടായ്, താളമായ്-
എൻ ജീവ താളത്തിൻ തായ് വേരായ്ത്തീർന്ന തെൻ മലയാളം"

എത്ര മധുരമായാണ് കടമ്മനിട്ട മാതൃഭാഷയായ മലയാളത്തെ അഭിനന്ദിക്കുന്നത്!

അമ്മയുടെ മുലച്ചുണ്ട് ഊറിയപ്പോൾ നറും പാലല്ല മധുരമായ മലയാളമാണ്. അച്ഛന് താരാട്ടുപാടിയപ്പോൾ താളം പിടിച്ചതും തന്റെ ജീവ താളത്തിന്റെ തായ്‌വേരായിത്തീർന്നതും മലയാളമാണ്. എല്ലാം മലയാളം! മാതൃഭാഷയായ മലയാളം! അമ്മ മലയാളം! അമ്മതൻ മലയാളം!

കേരളത്തിലെ അതിപ്രശസ്തനായ ഒരു ദേശീയ നേതാവാണ് ബോധേശ്വരൻ. അദ്ദേഹത്തിന്റെ കേരള ഗാനം വിദ്യാലയങ്ങളിലെ പാഠാവലികളിൽ ഉണ്ട്. കേരളത്തിന്റെ പൈതൃകം, പ്രകൃതി, സംസ്കാരം ഇവ ഒപ്പിയെടുത്ത ശ്രുതിമധുരമായ ഒരു ഗാനമാണത്. ബോധേശ്വരൻ മരണത്തെക്കുറിച്ച് ചിന്തിക്കുന്ന ഒരു പദ്യശകലം ഇവിടെ ചേർക്കുന്നു.

"മരണമാർക്കുമുണ്ടാമൊരിക്കലൂഴിയിൽ
മരണമേറ്റപോലിരിക്ക നല്ലതോ?
ഹിതത്തിനും മാതൃമഹിമയ്ക്കുമാത്മാവിൻ
സുഖത്തിനും ജനം മരിച്ചിടേണ്ടയോ?"

ചിന്തിക്കുന്നത് മരണത്തെപ്പറ്റിയാണെങ്കിലും തൊടുന്നത് ജീവിതത്തിലാണ്. മരിക്കുക സാധാരണം. ആരും ഒരിക്കൽ മരണത്തെ മുഖാമുഖം കാണും. പക്ഷേ, ആരെങ്കിലും മരിച്ചാൽ അയാളോട് ബന്ധപ്പെട്ടവരും മരിച്ചപോലെ നിശ്ചേഷ്ടരായി. കർമ്മവിമുഖരായി ഇരിക്കുന്നതു ശരിയാണോ? സ്വന്തം ഹിതത്തിനും മാതൃഭൂമിക്കും ആത്മാവിന്റെ ശാന്തിക്കും ജനിച്ചവർ ഒരിക്കൽ മരിച്ചേ പറ്റൂ. ആരും മരിക്കുന്നില്ലെങ്കിൽ ഈ ഭൂമിയുടെ ഭാരം എന്താകുമായിരുന്നു! പ്രകൃതി തരുന്ന വിഭവങ്ങൾ ഇത്രയെങ്കിലും അരിഷ്ടിച്ചു ജീവിക്കാൻ പറ്റുന്നതു ജനങ്ങൾ കൂടെക്കൂടെ മരിച്ച് ഇല്ലാതാകുന്നതിനാലാണ്. അതിനാൽ മനുഷ്യശരീരം കൂടെ കൂടെ ഉടഞ്ഞുപൊടിഞ്ഞു കൊണ്ടേയിരിക്കണം.

ലോകപ്രകൃതിയെ കുറ്റപ്പെടുത്തുന്ന ഒരു പദ്യഖണ്ഡം ഉദ്ധരിക്കാം പ്രൊഫ. ജി കുമാരപിള്ള എഴുതിയതാണ്.

"പരിശുദ്ധ സ്നേഹത്തിൻ വിഗ്രഹത്തെ

കുരിശിൽ തറയ്ക്കുന്നതാണു ലോകം
ഉടലാർന്ന സ്നേഹവ്യഗ്രതയെ
വെടിവെച്ചു വീഴ്ത്തുന്നതാണു ലോകം"

ശ്രീ യേശുദേവന്റെയും മഹാത്മാഗാന്ധിയുടെയും വധത്തെക്കുറിച്ചാണ് പദ്യം. ആരായിരുന്നു ക്രിസ്തുദേവനെന്ന് ഇന്ന് അറിയാത്തവരില്ല. അദ്ദേഹം മനുഷ്യരാശിയുടെ മൊത്തം രക്ഷകനായിരുന്നു. പരമപാവനമായ സ്നേഹത്തിന്റെ ആൾരൂപമായിരുന്നു. എന്നിട്ടും അദ്ദേഹത്തെ ചാട്ടവാർ കൊണ്ടടിച്ചും ഉടലാകെ മുള്ളാണി അടിച്ചു കയറ്റിയും തലയിൽ മുൾക്കിരീടം ചൂടിയും കുരിശിൽ തറച്ചുകൊന്നു. അങ്ങനെയാണ് ലോകം. അഹിംസായുദ്ധവും താഴത്തെ പല്ലില്ലാത്ത വായിലെ വാക്കും കൊണ്ടു ഭാരതത്തിന്റെ മണ്ണിൽനിന്ന് ബ്രിട്ടീഷ് സാമ്രാജ്യത്തിന്റെ വേരറുത്ത മഹാത്മജിയെ ഭാരതത്തിലെ തന്നെ ഒരു വർഗ്ഗീയവാദി വെടിവച്ചു കൊന്നു. അതാണ് ലോകം. ഇവിടെ വിലയില്ലാത്തത് നല്ല മനുഷ്യർക്കും അവരുടെ നല്ല പ്രവൃത്തികൾക്കും ആണ്.

"ഒന്നും തിരിച്ചറിയുവാനരുതൊട്ടറിഞ്ഞോർ
ഒന്നും കഥിക്കയുമില്ല, കഥിച്ചുവെങ്കിൽ
എല്ലാ മസത്യമിതുമല്ലതുമല്ല സത്യം
എന്നോതുമിങ്ങനെ മറഞ്ഞരുളുന്നു തത്ത്വം"

വി സി ബാലകൃഷ്ണപ്പണിക്കരുടെ ഒരു പദ്യമാണിത്. ('വിശ്വരൂപം') ഇത് തത്ത്വചിന്താപരമായ ഒരു കാവ്യശകലമാണ്. സത്യത്തെക്കുറിച്ചുള്ള തത്ത്വചിന്ത. ഒരുപാടുപേർ ചിന്തിച്ചിട്ടുള്ള വിഷയമാണ് സത്യം. ആർക്കും അതെന്താണെന്ന് പൂർണ്ണമായും അറിയാൻ കഴിഞ്ഞിട്ടുമില്ല. സത്യം ഒന്നേയുള്ളൂ എന്ന കാര്യം മറന്നിട്ടു സത്യത്തെ നിർവ്വചിക്കാൻ പലരും ശ്രമിക്കുന്നുണ്ട്, ആ വ്യഥാവ്യാപാരത്തെക്കുറിച്ചു, വി സി പറയുന്നതാണിത്. എന്താണ് സത്യമെന്നതിനെ സംബന്ധിച്ചിടത്തോളം ഒരു കാര്യവും ആരും നേരേ മനസ്സിലാക്കുന്നില്ല. അറിഞ്ഞവർ ഒന്നും പറയുന്നുമില്ല. അനിർവ്വചനീയമായ പൊരുളാണിത്. ഒന്നും പറയാനാർക്കും ഒക്കുകയില്ല. ഇനി പറഞ്ഞെന്നു വിചാരിച്ചാലോ അത് സത്യമല്ല, ഇത് സത്യമല്ല എന്ന നിലയിൽ സത്യം ആർക്കും പിടിതരുന്നില്ല. അങ്ങനെയൊരു പ്രഹേളികയാണ് സത്യം.

കുഞ്ഞുണ്ണിയെന്ന കൊച്ചുവലിയ കവി വാക്കുകളെക്കുറിച്ചും കവിതയിൽ അതിന്റെ സ്ഥാനത്തെക്കുറിച്ചും. ചിന്തിക്കുന്ന ഈ പദ്യശകലത്തിൽ കവിതയുടെ ഒരു തത്ത്വം വെളിപ്പെടുത്തുന്നു.

"കാൺമതു കേൾപ്പതു നൂറുപറ
കരളിൽ കൊള്ളുവതാറുപറ
കവിതയിലാകുവതൊരുപറ
അപ്പറനൂറുപറയ്ക്കും മേപ്പറ താൻ"

നമ്മളെല്ലാം കാണുന്നതും കേൾക്കുന്നതുമെല്ലാം കള്ളവും കുറ്റവും ഏഷണിയും അപവാദവും പ്രേമവും വിഷയങ്ങളാക്കി സംസാരിച്ചും എഴു

തിയും കത്തിക്കയറുമ്പോൾ വാക്കുകൾ നിർല്ലോഭമായി പൊഴിഞ്ഞു വീഴും. അതു നൂറുപറകാണും, പക്ഷേ, പ്രേക്ഷകന്റെയോ ശ്രോതാവിന്റെയോ വായനക്കാരന്റെയോ ഹൃദയത്തിൽ ചെന്നു തട്ടുന്നത് ആറു പറയേ വരൂ. വ്യർത്ഥവചസ്സുകളൊന്നും ആർക്കും ഹൃദയസ്പർശകമായി അനുഭവപ്പെടുകയില്ല. വാക്കുകൾ കവിതയിലാകുമ്പോൾ ഒരു പറയേ കാണൂ. കവിതയിൽ വാചാലതയ്ക്കല്ല വാഗ്മിതയ്ക്കാണ് കാര്യം. അർത്ഥവും അർത്ഥത്തിനകത്തെ അർത്ഥവും എല്ലാം മഞ്ഞുതുള്ളിയിൽ പ്രകൃതി നില്ക്കുന്നതുപോലെ ഞെരുങ്ങി നില്ക്കും. ആനന്ദ വർദ്ധനൻ വിധിച്ചതുപോലെ കാവ്യത്തിന്റെ ആത്മാവ് ധ്വനിയാണ്. ഒന്നുരണ്ടുവാക്കുകളിലും അർത്ഥം ധ്വനിപ്പിക്കാം. ഒരുദാഹരണം 'വിദ്യാവിഹീന പശു' എന്നു പറയുമ്പോൾ 'പശു' എന്ന രണ്ടക്ഷര പദത്തിൽ വിദ്യാഭ്യാസമില്ലാത്തവൻ എങ്ങനെയിരിക്കുമെന്ന ഭാവം ധ്വനിച്ചിരിക്കുന്നത് കാവ്യതത്ത്വവേദികൾക്ക് അറിയാം.

"നാനാത്വമല്ലോ പ്രകൃതിക്കു തത്ത്വം
വിഭിന്നമായ്ക്കാൺമിതു സർവ്വരൂപം
ചൊല്ലുന്നതിന്നെങ്ങനെയൊന്നിലെല്ലാം
മറ്റൊന്നിനെന്നാലുലകത്തിലിപ്പോൾ"

സർദാർ കെ എം പണിക്കർ ഒരു തത്ത്വചിന്തയ്ക്ക് ഈ പദ്യത്തിലൂടെ രൂപം കൊടുക്കുന്നു. അതു പുത്തൻ ആശയമൊന്നുമല്ല. ഏകം, ദ്വൈതം, എന്ന ചിന്ത വളരെ പഴക്കമുള്ളതാണ്. വിശേഷിച്ചും ഇന്ത്യയിൽ പണിക്കർ നാനാത്വത്തെ അംഗീകരിക്കുമ്പോലെയാണ് പദ്യം വായിച്ചാൽ തോന്നുന്നത്.

പ്രകൃതിയിൽ ഒരു വസ്തുവും മറ്റൊരു വസ്തുവും ഒരുപോലെയല്ല. വേപ്പിന്റെ ഇല ചവച്ചാൽ കയ്പ്പ്, മാവില ചവച്ചാൽ ചവർപ്പും, കാഞ്ഞിരം കയ്ക്കും, മുന്തിരിങ്ങാ പുളിക്കും ഈന്തപ്പഴം മധുരിക്കും എല്ലാം ഒന്നുപോലെയല്ല. പ്രകൃതിയിൽ സർവ്വത്ര നാനാത്വമാണ് അനുഭവപ്പെടുന്നതും ഒന്നും മറ്റൊന്നുപോലെ ആകുന്നില്ല. അതുപോലെ ഒരു വസ്തു മറ്റൊരു വസ്തുവിനേക്കാൾ മേന്മയുള്ളതെന്നു പറയാനില്ല. ഓരോന്നിനും മേന്മ പറയാൻ എന്തെങ്കിലും ഒരു ധർമ്മം അതിൽ കാണും.

"എൻ പ്രാണനിശ്വാസമെടുത്തു വേണം
പാഴ്പ്പുൽകളിൽ കൊച്ചു ഞരമ്പു തീർക്കാൻ
ആവട്ടെയെന്തിന്നു തളിർത്തു നില്ക്കും
അവറ്റയെ ചുട്ടുകരിച്ചിടുന്നു"

നാലപ്പാട്ടു നാരായണ മേനോൻ എന്ന പ്രഖ്യാതകവി ത്യാഗത്തിന്റെ മഹത്ത്വത്തെ പ്രകീർത്തിക്കുന്നത് ഇങ്ങനെയാണ്. താഴെ മണ്ണിൽ കരിയാറായിക്കിടക്കുന്ന പാഴ്പ്പുല്ലിന് ഞരമ്പായി, ചോരയൊഴുക്കുന്നതിന് എന്റെ പ്രാണ നിശ്വാസം വേണമെങ്കിൽ അതു നല്കാൻ സന്നദ്ധമാകണം എന്ന് ഓരോരുത്തനും ചിന്തിക്കണം. തളിർക്കാൻ കഴിയുമെങ്കിൽ തളിർക്കട്ടെ. അവയെ ചുട്ടുകരിക്കേണ്ടതില്ല, ഈ ജീവത്യാഗമാണ് ഏറ്റവും

വലുതായി ആർക്കും ചെയ്യാവുന്ന ത്യാഗം.

"കൊടിയ ദുഷ്പ്രഭുത്വത്തിൻ തിരുമുമ്പിൽ
തലകുനിക്കാത്ത ശീലമെൻ യൗവനം
വഴിമുടക്കുന്ന മാമുൽത്തലകളെ
പിഴുതെടുക്കുന്ന ശീലമെൻ യൗവനം"

ഒരു വിപ്ലവകാരിയുടെ എതിർപ്പിന്റെ ശബ്ദഘോഷം ഉള്ള ഒരു പദ്യ ഭാഗമാണിത്. വി ടി ഭട്ടതിരിപ്പാട്, ഇ എം ശങ്കരൻ നമ്പൂതിരിപ്പാട് മുതലായവരുടെ തികഞ്ഞ ഉല്പതിഷ്ണുത്വത്തിന്റെ ഭാവം ഈ വരികളിൽ ജ്വലിച്ചു കത്തുന്നു. ചങ്കൂറ്റത്തോടെ സുബ്രഹ്മണ്യൻ തിരുമുമ്പ് അലറുന്നു. ഒരു ദുഷ്പ്രഭുത്വത്തിന്റെ മുന്നിലും എറാൻമൂളിയായി തല കുമ്പിട്ടു നില്ക്കാൻ തന്നെ കിട്ടുകയില്ല. ചോര തിളയ്ക്കുന്ന യൗവനമാണ് എന്റെ പ്രായം. പുരോഗതിയുടെ വഴിമുടക്കി നില്ക്കുന്ന മാമൂൽ പ്രിയന്മാരെയും അവരുടെ നേതാക്കളെയും താൻ വേരോടെ പിഴുതെടുത്തെറിയും, തിരുമുമ്പിന്റെ അരിശം അണഞ്ഞില്ല. സി എസ് സുബ്രഹ്മണ്യൻപ്പോറ്റി നമുക്ക് ഒരു ധർമ്മോപദേശം തരുന്നു.

"ഒരു വിപ്രിയമുത്ഭവിക്കയാൽ
ഉരുകൊല്ലാ ഹൃദയം നിരന്തരം
നരനുണ്ടിഹ കൃത്യമേറ്റവും
സ്ഥിരഹൃത്തോടവ നിർവ്വഹിക്കണം."

ആരിൽനിന്നെങ്കിലും ഒരു അനിഷ്ടമായസംഗതി നമുക്കുണ്ടായാൽ അതിന്റെ പേരിൽ പലതും ചിന്തിച്ചു കൂട്ടി വേദനിച്ച് നേരം കളയരുത് നമുക്ക് പലതും ഈ ലോകത്ത് ചെയ്യാനുണ്ടാകും. ചിലപ്പോൾ അവ നമ്മൾ തന്നെ ചെയ്യേണ്ടതുമാകും. ഉണർന്നെഴുന്നേല്ക്കുക. സ്ഥിരോത്സാഹത്തോടെ കർമ്മം ചെയ്യുക എന്ന വാശിയോടെ വേണ്ട പ്രവൃത്തികൾ ചെയ്യണം. അങ്ങനെ ഒരു പൗരന്റെ കടമ നിർവ്വഹിക്കണം.

"സ്നേഹത്തിൽ നിന്നില്ലല്ലോ മറ്റൊന്നും ലഭിച്ചിടാൻ
സ്നേഹത്തിൻ ഫലം സ്നേഹം, ത്യാഗത്തിൻ ഫലം ത്യാഗം."

എല്ലാവരുടെയും ഒരു ഇഷ്ടഭാവമാണ് സ്നേഹം. ലോകത്തിൽ ഏറ്റവും കൂടുതൽ ആളുകൾ സംസാരിക്കുന്നത് സ്നേഹത്തെക്കുറിച്ചാണ്.

"സ്നേഹമാണഖിലസാരമൂഴിയിൽ
സ്നേഹസാരമിഹ സത്യമേകമാം"

(ആശാൻ)

സ്നേഹം നരകത്തിൻ ദ്വീപിൽ- സ്വർഗ്ഗ
ഗേഹം പണിയും പടുത്വം

(ആശാൻ)

ജ്ഞാനപീഠജേതാവായ ജി ശങ്കരക്കുറുപ്പും സ്നേഹത്തെക്കുറിച്ച് ധാരാളം കവിതകളിൽ പരാമർശിച്ചിട്ടുണ്ട്. സ്നേഹത്തിന്റെ അദ്ധ്യാത്മ തലംതൊട്ട് ഭൗതിക സ്നേഹം വരെ ജിയുടെ കവിതകളിൽ വായിക്കാം.

ജി പറയുന്നത് പ്രതിഫലത്തിനു വേണ്ടി ആരും ആരെയും സ്നേഹിക്കരുതെന്നാണ് സ്നേഹത്തിന്റെ ഫലം സ്നേഹം തന്നെയാണ്. അതുപോലെ ത്യാഗത്തിന്റെ ഫലം ത്യാഗവുമാണ്.

“പരോപകാരമേ പുണ്യം
പാപമേപര പീഡനം”

വ്യാസന്റെ ഈ കവിതാശകലം ഭാരതം വായിച്ചിട്ടുള്ളവർക്ക് അറിയാം. എന്നും ആരും പകർത്തേണ്ടതും പകർത്തേണ്ടാത്തതുമായ രണ്ടു കാര്യങ്ങളാണ് വ്യാസൻ ലോകനന്മയ്ക്കായി സമർപ്പിക്കുന്നത്.

പരോപകാരം പോലെ ഒരു പുണ്യകർമ്മമില്ല

“സന്ദേഹം വേണ്ട പരനുപകാരത്തിനാകാത്തതെങ്കിൽ
കിം ദേഹം കൊണ്ടൊരു ഫലം പ്രാണിനാംക്ഷോണിതന്നിൽ”

ഈ ഈരടിയും പരോപകാരത്തിന്റെ മേന്മയെപ്പറ്റിയാണ്. ജീവിച്ചിരിക്കുമ്പോൾ അന്യന് ഒരു നല്ലകാര്യമെങ്കിലും ചെയ്തു കൊടുക്കാത്തവൻ എന്തിനാണ് ഈ മൃണ്മയമായ ദേഹം ചുമക്കുന്നത്?

ഇരന്നിടുന്നവൻ തെണ്ടിയാണ്. തെണ്ടിക്ക് അവന്റെ ആഗ്രഹമെന്തോ അത് നിറവേറ്റിക്കിട്ടാം. പക്ഷേ, ശ്രമകരമായി ജോലി ചെയ്യുന്നവൻ അത് തന്റെ യത്നഫലമായി സ്വയം സമ്പാദിക്കും (രണ്ടാളും തമ്മിലുള്ള വ്യത്യാസം ആലോചിക്കുക). മുട്ടുവിൻ തുറക്കപ്പെടും എന്ന പ്രമാണമനുസരിച്ച് ഭക്തിപൂർവ്വം ആശ്രയിച്ചാൽ കരുണാനിധിയായ കർത്താവ് അയാൾക്ക് പ്രവേശനം നല്കും. തലയിൽ തൊട്ടു അനുഗ്രഹിക്കും അഭിലാഷം സാധിച്ചു കൊടുക്കും.

“ഇരന്നിടുന്നവനു ലഭിക്കു മീപ്സിതം
തിരഞ്ഞിടും നരനതു കണ്ടെടുത്തിടും
നിരന്തരം കതകിലിടിക്കിലോ ദയാ-
ഭരം കലർന്നവനരുളും പ്രവേശനം.

മലർന്നു നോക്കട്ടെ മനുഷ്യനായവ-
ന്നനന്തമെന്നും കുടവട്ടമല്ലയോ
അചിന്ത്യതത്ത്വത്തെയളന്നുവയ്ക്കുവാൻ
തുടർന്നുവല്ലോ പടുവിഡ്ഢി തന്നെ ഞാൻ

അദ്ധ്യാത്മതത്ത്വം എന്നു പറയുന്നത് അനന്തവിസ്തൃതമായ ഒരു മഹാശയം ആണ്, അതിന്റെ ആഴം, വിസ്തൃതി, ധർമ്മം ഇവയൊന്നും ഒരു സാമാന്യ ബുദ്ധിക്ക് നിർണ്ണയിച്ചറിയാൻ സാധിക്കുന്നതല്ല. പക്ഷേ, മനുഷ്യന്റെ അഹങ്കാരം അവൻ എല്ലാമറിയാവുന്ന വേദവേദാന്തപടു എന്നാണ്. ഈ ഗർവ്വു പറയുന്നയാളെ കെ കെ രാജാ പരിഹസിക്കുന്നു. കുടനിവർത്തിപ്പിടിച്ചതിനു കീഴിൽ നിന്ന് മേലോട്ട് നോക്കുന്നതാണ് അവൻ കാണുന്ന ലോകം. എന്നാലും പറയും അത് അനന്തവട്ടമാണെന്ന് രാജാ സ്വയം കുറ്റപ്പെടുത്തുന്നു. ഞാൻ (മനുഷ്യൻ) പമ്പര വിഡ്ഢിയാണ് അഹങ്കാരിയുമാണ്.

കവിരാമായണ കർത്താവിനെയറിയാത്തവർ മലയാളസാഹിത്യം പരിചയമുള്ളവരായിരിക്കുകയില്ല. ശ്രീനാരായണ ഗുരുദേവൻ ഉണ്ടാക്കിയ സാമൂഹ്യ വിപ്ലവം അദ്ദേഹത്തിനുണ്ടായിരുന്ന ആവേശം തന്നെ സ്വന്ത മാക്കി മറ്റൊരുതരത്തിൽ പോരാടിയ ആളാണ് കേരളവർമ്മ സൗധത്തിലെ മൂലൂർ എസ് പത്മനാഭപ്പണിക്കർ. അത് കാവ്യയുദ്ധമായിരുന്നു. കവിഭാരതം, കവി മൃഗാവലി തുടങ്ങിയ അന്നത്തെ കവികളെയെല്ലാം പിടിച്ചു നിർത്തി ഉല്ലേഖിച്ച കാവ്യയുദ്ധമായിരുന്നു. ഈ കാവ്യങ്ങളെല്ലാം ഒരു തരം സമുദായ സ്പർദ്ധയുടെ സന്താനങ്ങളാണ്. നല്ല നേരമ്പോക്കിനും അവ ഇടമേകി.

"ഇതെന്റെയാണിതന്യന്റേ-
തിതി നിസ്സാരരോർത്തിടും.
ഉദാരചരിതർക്കെന്നാൽ
ഉലകാകെക്കുടുംബമാം."

എന്ന മുൻതലമുറയിലെ കവികളിൽ ഒരാളാണ് എൻ കെ ദേശം. അദ്ദേഹം മനുഷ്യൻ ലോകത്തെ കാണുന്നതിലെ ഇടുങ്ങിയ സ്വഭാവത്തെ ആക്ഷേപിച്ചു തള്ളിക്കളഞ്ഞിട്ട് നല്ലവരുടെ അഭിപ്രായം അതല്ലെന്ന് പ്രസ്താവിക്കുന്നു.

ഓരോരുത്തർക്കും സ്ഥാർത്ഥ താല്പര്യം കൂടുതലാണ്. എന്തു കണ്ടാലും മമകാരം ചിന്തയിൽ വരും.

"ഞാനെന്നുമെന്റെ ധനമെന്നു മെനിക്കനേകം
സ്ഥാനങ്ങളുണ്ടിവിടെയെന്നും"

ഉള്ള വിചാരത്തിൽനിന്നാണ് ആ ദുഃസ്വഭാവം ഉണ്ടാകുന്നത്. എന്നാൽ ഉദാരചരിതന്മാർക്ക് എല്ലാം എനിക്കുള്ളതല്ല, അന്യർക്കും കൂടി അവകാശപ്പെട്ടതാണെന്നു ചിന്തയുള്ളവർക്ക് ലോകം ഒരു കുടുംബം ആയിത്തീർന്നു.

"വസുധൈവകുടുംബകം"

കുഞ്ചൻ നമ്പ്യാരുടെ ഫലിതബോധം കുറേ പകർന്നു വാങ്ങിച്ച ചില കവികൾ മലയാളത്തിലുണ്ട്. അവരിൽ എൻ വി കൃഷ്ണവാര്യരും അയ്യപ്പപ്പണിക്കരും ഉണ്ട്. ആ ഫലിതാവബോധം തെളിയുന്ന എൻ വിയുടെ ഒരു പദ്യം ആണ്.

"കംസനെക്കൃഷ്ണൻ വധിച്ചകഥ കവി
കണ്ടപകൽക്കിനാവൊന്നുമാത്രം
കൃഷ്ണനെക്കംസൻ വധിപ്പതെന്നും നമ്മൾ
കാണും കാര്യം കഠോരമാം സത്യമത്രേ."

ഭാഗവതാദിപുരാണങ്ങളിലെ കഥയാണ് ശ്രീകൃഷ്ണൻ തന്റെ മാതുലനായ കംസനെക്കൊന്നത്. സഹോദരിയായ ദേവകിയുടെ മകൻ കൃഷ്ണൻ അമ്മാവനെ കൊല്ലുമെന്ന ഭയം കൊണ്ടാണ് കംസൻ കൃഷ്ണ ശത്രുവായത്. എന്നാൽ കംസൻ ദുഷ്ടനാകയാൽ അമ്മാവനെ കൊന്നേ പറ്റൂ എന്ന സ്ഥിതിവന്നു. കൊന്നു. അതാണ് കംസവധം. ഇതിനൊരു

ആന്തരാർത്ഥം കൂടിയുണ്ട്. തിന്മയെ നിഹനിക്കാൻ എന്നും നന്മ ഒരു മ്പെടും. ഒരു കംസകഥ ആരോ കണ്ട ഒരു സ്വപ്ന കഥയെന്നാണ് എൻ വി കൃഷ്ണവാര്യരുടെ അഭിപ്രായം. മറിച്ച് കംസന്മാർ ഇപ്പോൾ കൃഷ്ണ ന്മാരെയാണ് കൊന്നുകൊണ്ടിരിക്കുന്നത്. ഇവിടെയും ആന്തരാശയം ഉണ്ട്; തിന്മ നിരന്തരമായി നന്മകളെ നശിപ്പിച്ചുകൊണ്ടിരിക്കുന്നു. ചരിത്രപാഠ ങ്ങളും അനുഭവങ്ങളും വച്ചുകൊണ്ട് എൻ വി കണ്ട ഇക്കാര്യം തന്നെ നമ്മളും ഇപ്പോൾ കണ്ടുകൊണ്ടിരിക്കുന്നത്. നല്ലവന് കാലമില്ല എന്ന പഴമൊഴി ഓർക്കുക.

പ്രഗത്ഭ പണ്ഡിതനും നിരൂപകനും പല പുരാതനകവികളുടെയും വ്യാഖ്യാതാവും ആയ ഉള്ളൂരിന്റെ കൃതികളെ ആസ്പദമാക്കി *ഉള്ളൂർ സാഹിത്യചരിത്രം* രചിച്ച വ്യക്തിയും വലിയ സംസ്കൃതപക്ഷപാതിത്വം ഉള്ളയാളും ആണ് വടക്കുംകൂർ രാജരാജവർമ്മ. പല കാര്യങ്ങളും ജന ങ്ങൾക്ക് അദ്ദേഹം ഉപദേശിച്ചു കൊടുത്തു. അദ്ദേഹത്തിന്റെ ഒരു ഈരടി യാണിത്.

"തന്നെക്കുറിച്ചു താനാദ്യം പഠിക്കണം
പിന്നെയല്ലാതെ ശോഭിക്കി-
ല്ലെന്നേക്കു മറ്റു വിദ്യകൾ"

ഓരോരുത്തരും തന്നെക്കുറിച്ച് ശരിയായി മനസ്സിലാക്കണം; ആത്മ വിമർശനം നടത്തി തന്റെ ശരിയും തെറ്റും വിവേചിച്ചറിഞ്ഞിട്ടുവേണം മറ്റുള്ളവരെ പഠിപ്പിക്കാൻ മുതിരേണ്ടത്. അല്ലെങ്കിൽ തന്റെ വിദ്യകൾ വിദ്യ കളല്ലാതാകും.

"തന്നെയറിയുക, അന്യനെ പിന്നെയറിയുക (സ്വന്തം)
നാട്യ പ്രധാനം നഗരം ദരിദ്രം
നാട്ടിൻപുറം നന്മകളാൽ സമൃദ്ധം"

കുറ്റിപ്പുറത്തു കേശവൻനായരുടെ ഈ ഈരടി വളരെയധികം പ്രസി ദ്ധമാണ്. ആവശ്യം വരുമ്പോഴെല്ലാം ആരും ഉദ്ധരിക്കുന്നതാണ് ഈ വരി കൾ. പട്ടണങ്ങൾ കപടനഗരങ്ങളാണ്. മിക്കവർക്കും അവിടെ മൂല്യബോ ധമില്ല. എല്ലാം കാപട്യമാണ്. ഇന്നത്തെ ഭാഷയിൽ പറഞ്ഞാൽ സകല തട്ടിപ്പിന്റെയും കേന്ദ്രങ്ങളായിരിക്കും നഗരങ്ങൾ. എല്ലാവർക്കും അറിയാ വുന്നതാണ് നഗരത്തിൽ നിത്യം അരങ്ങേറുന്ന മലിനവാർത്തകൾ. ഇന്നു മുള്ളതുകൊണ്ട് വർണ്ണിക്കുന്നില്ല. പക്ഷേ, ഗ്രാമങ്ങളിലേക്ക് പോകൂ. അവിടെ പരസ്പരം പുച്ഛം, അസൂയ, ദുര, ദുർവ്യതിയാനാസക്തി (കുമാ രനാശാന്റെ ആശയം) ഇവയൊന്നും ആരിലും കാണുകയില്ല. നഗരത്തിൽ ശ്വാസം വിടാൻ ഇടമില്ലാതെ ഞെരുങ്ങിക്കുടുങ്ങി കെട്ടിടങ്ങൾ നില്ക്കു ന്നു. ഫ്ളാറ്റു സംസ്കാരത്തിന്റെ പ്രദർശനശാലകളാണവ; കുടിക്കുന്നത് അഴുക്കുവെള്ളം; ശുദ്ധവായു ശ്വസിക്കാൻ കിട്ടുകയില്ല. കമ്പോള സംസ്കാരത്തിന്റെ ദുഷ്ടക്കാറ്റ് എപ്പോഴും വീശിക്കൊണ്ടിരിക്കും. ഗ്രാമം വിശാലമാണ്. എങ്ങും തണൽ വിരിച്ച് മരങ്ങൾ. കുളിർമ്മതോന്നിക്കുന്ന പുൽക്കൊടികൾ, കിളികൾ പാടുന്ന വൃക്ഷങ്ങൾ, കദളീവനം പോലെ

തോന്നുന്ന വാഴത്തോപ്പുകൾ, എല്ലാവരും അദ്ധ്വാനശീലം ഉള്ളവർ, പാടങ്ങൾ നെല്ലുകൊണ്ടുവരും പറമ്പുകൾ ആവശ്യത്തിനുള്ള തേങ്ങയുൾപ്പെടെ പച്ചക്കറികൾ എല്ലാം "മുറ്റത്തെ ശാഖിയിൽ പച്ചിലപോലെ" (വള്ളത്തോൾ) കൈയെത്തുന്നിടത്തുകിട്ടുമെന്ന സൗകര്യം ആരെങ്കിലും ദരിദ്രരായാൽ അങ്ങോട്ട് ക്ഷണത്തിലെത്തുന്ന ഒരു കൈസഹായം. തീതൊട്ട് എന്തും ഗ്രാമീണർ തമ്മിൽ കൈമാറും. ഒന്നുകൂടെ പാടിനോക്കൂ.

"നാട്യപ്രധാനം നഗരം ദരിദ്രം
നാട്ടിൻപുറം നന്മകളാൽ സമൃദ്ധം"

പക്ഷേ, ഇന്ന് ഗ്രാമത്തിന്റെ സ്ഥിതിയും മാറിപ്പോയിരിക്കുന്നു.

എം ഗോവിന്ദൻ നല്ലൊരു ഉല്പതിഷ്ണുവായിരുന്നു. താഴെക്കൊടുത്തിരിക്കുന്ന ഈരടി, ജാതി ഇനിയും മാറ്റിപ്പോകാത്ത നാടാണ് നമ്മുടേത് എന്ന് പരിഭവിക്കുന്ന വരികൾ ആണ്.

"ജാതിയില്ലെന്നോതുന്ന ജാടയില്ലെല്ലാവരും
ജാതിയിലടങ്ങുന്നു, ജാതിയിലൊടുങ്ങുന്നു"

ആർക്കും ജാതിയില്ല എന്ന ജാട എല്ലാവർക്കും ഉണ്ട്. എന്നാൽ എല്ലാവരും ഏതെങ്കിലും ജാതിയിലുണ്ട്. എല്ലാവരും ജാതി മഹത്ത്വം പറയുന്നു. ജാതിഭേദത്തിന്റെ കയ്പിറക്കി മരിക്കുന്നു. "ജാതിയില്ലെന്നു പറയുന്നവരെല്ലാം മണ്ടന്മാർ" എം ആർ ബി (എം ആർ ബാലകൃഷ്ണ വാര്യർ ഒരു ഗദ്യകാരനും നിരൂപകനുമായിട്ടാണ് അധികം അറിയപ്പെടുന്നത്) അദ്ദേഹത്തിന്റെ ഈ ഉപദേശം എല്ലാവരും ജീവിതത്തിൽ സ്വീകരിച്ചാൽ പല ബന്ധങ്ങൾക്കും അർബ്ബുദബാധ ഉണ്ടാക്കുകയില്ല. കുടുംബബന്ധങ്ങളുടെ സുസ്ഥിരതയ്ക്കും സമാധാനത്തിനും നല്ലൊരു ഉപദേശമാണ് എം ആർ ബി സമ്മാനിക്കുന്നത്.

"കാമുകീ കാമുകന്മാരിൽനിന്ന് അച്ഛനമ്മമാരിലേക്കും അവിടെ നിന്ന് മുത്തശ്ശിമാരിലേക്കും വളരുമ്പോൾ സ്ത്രീ പുരുഷന്മാർ മനസ്സിലാക്കണം ഞങ്ങൾ ഒന്നാണ്, രണ്ടല്ല, എന്ന്."

നമുക്ക് അർദ്ധനാരീശ്വര സങ്കല്പം തൊട്ടുതുടങ്ങാം. ശ്രീ പരമേശ്വരൻ പത്നിയായ പാർവ്വതിയോട് ചേർന്നു വിലസുന്നു എന്നു കാണിക്കുന്ന കാവ്യങ്ങൾ ധാരാളമുണ്ട്. രാമായണം ഉമാമഹേശ്വരസംവാദത്തിലൂടെ നീങ്ങുന്ന കഥയായിട്ടാണ് രചിക്കപ്പെട്ടിരിക്കുന്നത്.

"ഒരുവനൊരുവളെത്തൻ ഭാര്യയായ് സ്വീകരിക്കും
വരെയവനുമവൻ തൻ ജീവനും പാതിയത്രേ"

ആശയം വ്യക്തമാണല്ലോ.

പാതിയും പൂമാന് പത്നിയെന്ന് വേദശാസ്ത്രാദിബോധമുള്ളവർ പറയുന്നു.

"മംഗല്യ തന്തുമേതം മമ പ്രേമനിബന്ധനം
കണ്ഠം ബദ്ധനാമി സുഭഗേ ധർമ്മം ചരമയാസഹാ"

പണ്ട് ഭാരതത്തിലെ ഹിന്ദു വിവാഹവേളയിൽ പുരോഹിതൻ ചൊല്ലി

ക്കൊടുക്കുന്ന ഈ ശ്ലോകം ഏറ്റു ചൊല്ലിക്കൊണ്ടാണ് വരൻ വധുവിന്റെ കഴുത്തിൽ മിന്നു താലി കെട്ടുന്നത്. ഈ പദ്യത്തിന്റെ ആശയം നമുക്ക് പിന്തുടരാം. ഇത് എന്റെ പ്രേമ നിബന്ധനം ആണ്. നിന്റെ പണം വാങ്ങിക്കൊണ്ട് ഞാൻ നിന്റെ കണ്ഠത്തിലിടുന്ന കരാറ് ചരടല്ല. വധുവിനെ സംബോധന ചെയ്യുന്നത് സുഭഗേ എന്നാണ്. നീ എനിക്കു അത്രമാത്രം ഇഷ്ടപ്പെട്ട പെണ്ണാണ് എന്നത്രേ ആ സംബോധനയുടെ ആശയം. അടുത്തു ചൊല്ലുന്നതും ചൊല്ലിക്കുന്നതും "ധർമ്മ ചര മയസഹാ" ഇനി മേൽ ഞാനും നീയും രണ്ടല്ല. നമ്മൾ ദമ്പതികളും മാതാപിതാക്കളും മുത്തശ്ശന്മാരും മുത്തശ്ശിമാരും ആകുമ്പോഴും പ്രവർത്തിക്കുന്നതെന്തും നമ്മുടെ തന്നെ എല്ലാവർക്കും വേണ്ടിയായിരിക്കണം.

"കാൽവരിക്കുന്നിൽപ്പൊങ്ങി, ബോധിവൃക്ഷത്താൽ തീർത്തോ
രായിരം കുരിശുകൾ, മുന്നിലോ കുരുക്ഷേത്രം
ജീവിത സ്വപ്നത്തിന്റെ താഴികക്കുടങ്ങളിൽ
കാളകൂടത്തിൻ ജ്വാല ചുറ്റിനും കൈത്തോക്കുകൾ"

പ്രൊഫസർ ജി കുമാരപിള്ള കണ്ട വർത്തമാനദുരിതവും ദുരന്തവും പഴയകാലകഥകളും ഒന്നുതന്നെയെന്ന് നിരീക്ഷിക്കുകയാണ്. കാൽവരിക്കുന്നിൽ പൊങ്ങിക്കണ്ടത് ത്യാഗത്തെയും സ്നേഹത്തെയും കുരിശിൽ തറയ്ക്കുന്നതാണ്. ശ്രീബുദ്ധന്റെ കാലമായപ്പോൾ വിശ്വശാന്തിതേടി നടന്ന അദ്ദേഹത്തിന് അത് ആയിരം കുരിശുകളായിട്ട് പെരുകി കാണാനേ കഴിഞ്ഞുള്ളൂ. ഹിംസയ്ക്കായിരുന്നു അപ്പോഴും കിരീടം കിട്ടിയത്. ജനങ്ങൾ രണ്ടായി പലതായിത്തിരിഞ്ഞ് യുദ്ധം ചെയ്തു വിശ്വത്തെ കുരുക്ഷേത്രമാക്കുകയാണ് ഉണ്ടായത്. പക്ഷേ, അപ്പോഴും മനുഷ്യന്റെ ജീവിതസ്വപ്നങ്ങൾ താഴികക്കുടങ്ങൾ പോലെ ഉന്നത സ്ഥാനങ്ങളിൽ ആനിരുന്നു. എന്നിട്ടും അവിടെയും കാളകൂടത്തിന്റെ ദുസ്തരമായ വിഷത്തീജ്വാലകളായിരുന്നു, ചുറ്റിനും കേട്ടത്. തോക്കുകളിൽ നിന്ന് ചീറിപ്പോയ വെടിയുണ്ടകളുടെ ഘോരഭീകര മുഖരിതദ്ധ്വനിയും. ഇല്ലൊരു സമാധാനം ലോകത്തൊരിക്കലും.

നിങ്ങൾ ഇരട്ടക്കാളവണ്ടി കണ്ടിട്ടുണ്ടോ (രണ്ട് കാളകൾ വലിക്കുന്ന വണ്ടി) കരുത്തുണ്ടായാൽ മാത്രം മതിയോ? രണ്ടു കാളകളും ഒരു മനസ്സോടെ വലിച്ചില്ലെങ്കിൽ വണ്ടി മുന്നോട്ടു നീങ്ങുമോ? നിങ്ങൾ ചെയ്യുന്നതും ചെയ്യിക്കുന്നതും ഒരു കാളവണ്ടിയെപ്പോലെയാണ്. നിങ്ങൾ രണ്ടു പേരും പരസ്പരം യോജിക്കാതിരുന്നാൽ വണ്ടി മുന്നോട്ടു നീങ്ങുകയില്ല. മനസ്സിലായോ?

ശ്രീ നാരായണഗുരു സ്ത്രീ പുരുഷന്മാർ ദാമ്പത്യത്തിന് ഒന്നിച്ചാൽ ജീവിതം എങ്ങനെ ധർമ്മ നിർവ്വഹണത്തിന് ഉപയോഗിക്കണമെന്ന് ഉപദേശിക്കുകയാണ്. ഗാർഹസ്ഥ്യം ഒരു ഇരട്ടക്കാളവണ്ടിയെപ്പോലെയാണ്. രണ്ടുപേരും ഒരുമിച്ച് ഏകമനസ്സോടെ പ്രവർത്തിക്കണം. അവരുടെ പ്രവർത്തനം ഒരുപോലെയായിരിക്കണം. ഒരു കാളവണ്ടിയെ വലത്തോട്ടു തിരിച്ചാൽ മറ്റേക്കാള ഇടത്തോട്ടു തിരിക്കരുത്. രണ്ടുപേരും നേരെ വേണം;

ഒരു കാള വഴിയിൽ കള്ളക്കാളയായിക്കിടന്നാൽ വണ്ടിയും കിടന്നുപോകും. പുരുഷൻ വീട്ടിലിരുന്നിട്ട് സ്ത്രീയെക്കൊണ്ടു ഉപജീവനം തേടുകയും നേടുകയും ചെയ്യരുത്. സ്ത്രീ എല്ലാമല്ലെങ്കിലും കുറച്ചൊക്കെ പുരുഷന്റെ താങ്ങാകണം. ഒത്തുപിടിച്ചാൽ മലയും പോരും.

കലാ സാമ്രാജ്യത്തിന്റെ പടിവാതില്ക്കൽ യുക്തിവിചാരം നമ്മോടു യാത്ര പറയുന്നു. അവിടെ ചിന്തിക്കുന്നത് ആത്മാവ് കൊണ്ടാണ്. എഴുതുന്നത് വർണ്ണങ്ങൾകൊണ്ടും. നല്ലൊരു നാടകകൃത്ത്, ചിന്തകൻ, രാഷ്ട്രീയ വിമർശൻ എന്നീ നിലകളിലെല്ലാം സി ജെ പ്രസിദ്ധനാണ് (*ഇവൻ എന്റെ പ്രിയ സി ജെ* എന്ന ഒരു പുസ്തകം അദ്ദേഹത്തിന്റെ ഭാര്യ എഴുതിയിട്ടുണ്ട്) *വിഷവൃക്ഷം* സി ജെയുടെ പ്രസിദ്ധമായ നാടകമാണ്. കലയും യുക്തിവിചാരവും തമ്മിലുള്ള ബന്ധത്തെപ്പറ്റിയാണ് സി ജെ തോമസ് അഭിപ്രായപ്പെടുന്നത്. യുക്തിവിചാരത്തെ മുറുകെപ്പിടിച്ചുകൊണ്ട് കലാസൃഷ്ടി നടത്താൻ പറ്റില്ല. കലയുടെ സർഗ്ഗാത്മകവ്യാപാരത്തിൽ കലാകാരൻ ഏർപ്പെടുമ്പോൾ യുക്തിചിന്ത അപ്രസക്തമാകുന്നു. അവിടെ കലയുടെ രൂപഭാവങ്ങളാണ് വിശേഷിച്ചും സാഹിത്യത്തിന്റെയും ചിത്രകലയുടെയും കാര്യത്തിൽ ദൃഢമായ ആത്മസ്പർശമാണ് ഉണ്ടാകുന്നത്. അത് രൂപം കൊള്ളുന്നത് ചിത്രകാരനെ സംബന്ധിച്ചിടത്തോളം ചായങ്ങളിലും (വർണ്ണങ്ങൾ) സാഹിത്യകാരന്മാരെ സംബന്ധിച്ചിടത്തോളം സ്വരവ്യഞ്ജനങ്ങളിലും ആണ്. വർണ്ണം ഭാഷയുടെ പ്രഥമമൂലകം ആണ് (Phoneme).

രണ്ടു ഉദ്ധരണികൾ ഒരുമിച്ചു അവതരിപ്പിക്കേണ്ടതായുണ്ട്. പണ്ഡിറ്റ് നെഹ്റു പ്രധാന മന്ത്രിയായിരുന്ന സമയത്ത് ഇന്ത്യയിലെ വിദ്യാഭ്യാസ പുനഃസംവിധാനത്തിനുവേണ്ടി ഡോ. കോത്താരിയുടെ ആദ്ധ്യക്ഷ്യത്തിൽ ഒരു കമ്മീഷനെ നിയോഗിച്ചിരുന്നു. ആയിരത്തിൽപ്പരം പുറങ്ങളുള്ള ആ റിപ്പോർട്ടിന്റെ ആദ്യത്തെ വാക്യം ഇങ്ങനെ;

ഇന്ത്യയുടെ ഭാവിഭാഗധേയം രൂപപ്പെടുന്നത് ക്ലാസ് മുറികളിലാണ് (The destiny of India is being shaped in class rooms). ഒരു ഉപനിഷത് സൂക്തം ഉദ്ധരിച്ചുകൊണ്ട് റിപ്പോർട്ട് അവസാനിക്കുന്നു. (ഇപ്പോൾ വിദ്യാലയങ്ങളിൽ ഇത് സുപരിചിതമാണ്)

"നമുക്ക് പരസ്പരം രക്ഷിക്കാം. ഒരുമിച്ചു ഭക്ഷണം കഴിക്കാം; ഒരുമിച്ച് വിദ്യാവീര്യം പഠിച്ചു നേടാം നമുക്കൊരുമിച്ചു വിദ്യാതേജസ്സുള്ളവരായിത്തീരാം. "നമ്മൾ ഒരിക്കലും പരസ്പരം വിദ്വേഷിക്കരുത്" ഈ രണ്ടു ഉദ്ധരണികളും വിദ്യാർത്ഥികൾക്കു വേണ്ടിത്തന്നെ കമ്മീഷൻ പറഞ്ഞതാണ്. വിദ്യാലയത്തിൽ പഴയ സമ്പ്രദായങ്ങൾ കൈവെടിഞ്ഞ് പാഠ്യപദ്ധതി അടിമുടി അഴിച്ചു പണിയണം. അലകും പിടിയും മാറണം. എല്ലാ ശാസ്ത്ര സാങ്കേതിക വിദ്യകളും ഇംഗ്ലീഷ് ഉൾപ്പെടെയുള്ള വിദേശഭാഷകളും പഠിപ്പിച്ച് വിദ്യാർത്ഥികളെ നൂതന ലോകത്തിന്റെ പരിഷ്കൃത, സംസ്കൃത പൗരന്മാരാക്കണം. എന്നാലേ ഭാരതത്തിന്റെ ഭാവി സുരക്ഷിതവും സുശോഭനവും ആകു.

നമ്മുടെ വിദ്യാലയാന്തരീക്ഷം നെഹ്റുവിന്റെ കാലത്ത് ഭാരതത്തിൽ എത്രയോ നന്നായിരുന്നു എന്നിട്ടും കമ്മീഷനെ ആ ദുഃസ്ഥിതി ദുഃഖിപ്പിച്ചു. പക്ഷേ ഇന്നോ? കലാലയങ്ങൾ പലരും പറയുന്നതുപോലെ കലാപക്ഷേത്രങ്ങളാണ്. നൂറു പാർട്ടികൾ വിദ്യാർത്ഥികൾക്കുണ്ട്. ഓരോന്നും രാഷ്ട്രീയപ്പാർട്ടികളുടെ ഏറാൻമൂളികളും വിറകുവെട്ടികളും ആണ്. കുറേ പാർട്ടികൾക്ക് എക്കാലവും സർക്കാരിനെതിരായി പ്രവർത്തിച്ചേ ഉറക്കം വരൂ. എറിടെയും തുരന്നും തള്ളിയും കയറി അവർ സാഹസങ്ങൾ കാട്ടും, അടിവാങ്ങും അംഗഭംഗം വരും; അവർക്ക് സന്തോഷം; ഒന്നുകിൽ രക്തസാക്ഷിത്വ-ശാശ്വത സ്മരണ പുഷ്പാർച്ചന അല്ലെങ്കിൽ കുറഞ്ഞപക്ഷം ഒരു ഗ്രാമപഞ്ചായത്തംഗമെങ്കിലുമാകാൻ ഉള്ള ബിരുദം. വിദ്യാലയങ്ങളിൽ നിന്ന് ഈ ബാധകൾ ഒഴിയണമെന്നാണ് ഉപനിഷത്തിലെ സൂക്തം ഉദ്ധരിച്ച് കമ്മിഷൻ ആവശ്യപ്പെടുന്നത്.

'തുമ്പപ്പൂ'വാണ് കവിത; തുമ്പത്തിന്റെ പൂവ്; തുമ്പം തീർക്കുന്ന പൂവ് തുമ്പം ഒരു തമിഴ് പദം ആണ്. ദുഃഖം ഉപദ്രവം എന്നെല്ലാം അർത്ഥം ഉണ്ട്. ആ വാക്ക് ഉപയോഗിച്ച് കുഞ്ഞുണ്ണിമാഷ് ഒരു ഭംഗിയുള്ള ഗദ്യകവിതയുണ്ടാക്കി. മാഷ് പറയുന്നത് കവിത തുമ്പപ്പൂവാണ് എന്നാണ്. അദ്ദേഹം ഉദ്ദേശിച്ചത്. മുഖ്യമായും കവിതയുടെ നൈർമ്മല്യമാണ്. പിന്നൊന്ന് അർത്ഥമാക്കിയത് ഇങ്ങനെയായിരിക്കാം. തന്റെ കവിതകളെല്ലാം സാമാന്യമായി ചെറുതും സംസ്കൃതപദങ്ങളെ ആകുന്നത്ര ഒഴിവാക്കിയതും ആയിരിക്കും. എന്നാൽ കവിത ദുഃഖത്തിന്റെ പൂവാണ് ഒരു വ്യാഖ്യാതാവിന് ഇങ്ങനെ പറയാമെന്ന് വിചാരിക്കാം. ദുഃഖസാന്ദ്രമായ കവിതകളാണ് ആസ്വാദകന്റെ ഹൃദയത്തെ കരയിച്ച് നിർമ്മലമാക്കുന്നത്. 'ശോകഃ ശ്ലോകത്വമാഗത' എന്ന ഒരു വാക്യം വാല്മീകിയുടേതു തന്നെയുണ്ട്. വാല്മീകിരാമായണ രചനയ്ക്ക് ആദികവിയായ അദ്ദേഹത്തെ പ്രേരിപ്പിച്ചത് ഇണചേർന്നിരുന്ന രണ്ടു ക്രൗഞ്ചപക്ഷികളിൽ ആണിനെ വേടൻ എയ്തുകൊന്നതിനാൽ ഇണയ്ക്കുണ്ടായ ദുഃഖമാണ്. ആ ദുഃഖം

"മാ നിഷാദാ പ്രതിഷ്ഠാംത്വം
അഗമ ശാശ്വതീ സമാ
യത് ക്രൗഞ്ചമിഥുനാദേകം
അവധിഃ കാമമോഹിതം"

ഇങ്ങനെ അണപൊട്ടിയൊഴുകി കണ്ണീരായി പുറത്തുവന്ന തുമ്പം തീർക്കുന്നതും കവിതയാണ്. ഇതും ഒരു കാവ്യതത്ത്വമാണ്. കവിത വായിച്ചു ഹൃദയത്തിൽ സ്പർശിച്ചാൽ കരയുന്നത് ദുഃഖം കൊണ്ടാണെങ്കിൽ ആ കവിത നല്ല എന്ന വിശേഷണത്തിന് അർഹമല്ല. സങ്കടം മുതൽ ഒമ്പതു ഭാവങ്ങളും ഹൃദയത്തിൽ നിന്ന് പുറത്തുവന്ന് മനുഷ്യഹൃദയത്തെ വിമലീകരിക്കുന്ന കാവ്യപ്രക്രിയയാണത്. വികാര വിരേചനമാണ് കവിത എന്ന് ഗ്രീക്ക് കാവ്യമീമാംസാകാരനായ അരിസ്റ്റോട്ടിൽ പറഞ്ഞിട്ടുണ്ട്. ശരീരശാസ്ത്ര പ്രകാരവും ഇതു ശരിയാണ്. നവദ്വാരങ്ങളിലൂടെയും പുറത്തേക്കു വേണ്ടാത്തതു തള്ളിയാൽ ഒരു പ്രത്യേക സുഖമാണ്. ചിലർ

മൂക്കിൽ വല്ല നാരോ മറ്റോ ഇട്ട് തുമ്മുന്നത് അനുഭവമാണല്ലോ. അപ്പോഴൊരു സുഖമില്ലേ.

“ഒരു പുഞ്ചിരി ഞാൻ മറ്റു-
ള്ളവർക്കായിപ്പൊഴിക്കവേ
ഹൃദയത്തിലുലാവുന്നു
നിത്യനിർമ്മല പൗർണ്ണമി”

അക്കിത്തം അച്യുതൻ നമ്പൂതിരിയുടെ വളരെ പ്രസിദ്ധമായ ഒരു കൃതിയാണ് *ഇരുപതാം നൂറ്റാണ്ടിന്റെ ഇതിഹാസം.* നമ്മൾ 21-ാം നൂറ്റാണ്ടിന്റെ നവരസങ്ങളും രുചിക്കുന്നനാളുകൾ ആണ് നയിക്കുന്നത്! അതുപോലെയായിരുന്നില്ല കവിക്ക് 20-ാം നൂറ്റാണ്ടനുഭവപ്പെട്ടതെന്നു തോന്നുന്നു. എല്ലാവരും മനസ്സിൽ കറുത്തവാവ് വച്ചിരുന്ന കാലമായിരുന്നു കവിയുടേത്. അപ്പോൾ ചിരിക്കുന്നവരുടെ ആവശ്യം കൂടിയെന്നും ചിരിയാണ്, ജീവിതം ആഹ്ലാദകരമാക്കുന്നതെന്നും കവിക്കതിൽ സന്തോഷമേയുള്ളൂവെന്നും പറയുന്നു.

ഞാൻ ഒന്ന് പുഞ്ചിരിച്ചാൽ അത് മറ്റുള്ളവർക്ക് വേണ്ടിയായിരിക്കണം. എന്റെ ഹൃദയത്തിൽ ഒരിക്കലും അസ്തമയമില്ലാത്ത നിർമ്മല പൗർണ്ണമിയായിത്തീരണം എന്റെ നിർവൃതി അതിലാണ് മറ്റുള്ളവർക്കുവേണ്ടി, ചിരിക്കാൻ കഴിയുക.

“മർത്ത്യസൗന്ദര്യബോധങ്ങൾ പെറ്റ-
മക്കളല്ലീ പുരോഗമനങ്ങൾ”

നാടിന്റെ പുരോഗതിക്ക് യഥാർത്ഥത്തിൽ കാരണമായതെന്തെന്ന് വൈലോപ്പിള്ളി ശ്രീധരമേനോൻ നമുക്ക് പറഞ്ഞു തരുന്നു. കുറേപ്പേരെയെങ്കിലും (എല്ലാവരും സാഹിത്യകാരന്മാർ ആവുകയില്ല) നൈസർഗ്ഗികമായ സൗന്ദര്യബോധം പെറ്റ സന്തതികളാണ് പുരോഗമനാശയങ്ങൾ; ആ സൗന്ദര്യബോധം പുത്തൻ ആശയങ്ങൾ ബുദ്ധിയിൽ പാകുന്നു. ആ ആശയങ്ങൾ പ്രവൃത്തിപഥത്തിലെത്തുമ്പോൾ നാടിന്റെ പുരോഗതി സാദ്ധ്യമാക്കുന്നു.

കേരളത്തിൽ ജീവിച്ചിരുന്ന കവികളിൽ മഹാകവിസ്ഥാനം ലഭിക്കാൻ അർഹതയുള്ള ഒരാൾ ഒ എൻ വി തന്നെയാണ്. കാരണം പ്രതിഭയെ ബഹുമുഖമായി പ്രയോഗിച്ചു വിജയിച്ച വ്യക്തിയാണ് ജ്ഞാനപീഠ പുരസ്കൃതനായ അദ്ദേഹം. വർത്തമാനകാല സമസ്യകളോട് അദ്ദേഹം പുറം തിരിയുന്നില്ല. ഭൂതകാലത്തിന്റെ പ്രഭാവതന്തുക്കൾ കൈയിലുണ്ട്, നഷ്ടവസന്തത്തെക്കുറിച്ച് ദുഃഖിക്കുമ്പോൾ ആഗതവസന്തത്തെക്കുറിച്ച് മനസ്സ് പ്രതീക്ഷാനിർഭരമാണ്. കവിതകൾ, ലേഖനങ്ങൾ, സിനിമാഗാനങ്ങൾ, നൃത്തശില്പത്തിന് ഉതകുന്ന നാടകീയ സ്വഭാവമുള്ള കവിതകൾ, ഇവയെല്ലാം രചിക്കയാൽ ഒ എൻ വി എല്ലാ മണ്ഡലങ്ങളിലും വിരലടയാളം പതിപ്പിച്ച കവിയാണ്. അദ്ദേഹത്തിന്റെ ജീവിത സ്നേഹവും ഭൂപ്രേമവും കൊണ്ട് സമൂഹജീവിതഗതിയോർത്ത് തപിക്കുന്നതാണ് ചുവടെ കൊടുക്കുന്ന പദ്യഭാഗം.

കവി ജീവിതത്തെ മതിവരാതെ സ്നേഹിക്കുന്നു. അതുകൊണ്ടു തന്നെ അതിരു കഴിഞ്ഞ് വേദനിക്കുകയും ചെയ്യുന്നു. കവിയായ തനിക്ക് അതല്ലാതെ വേറൊന്നും കഴിയുന്നില്ല. പാടാൻ കൊക്കുതന്നു. പാടുന്നു. ആരും ആ പാട്ടുകൾ ആസ്വദിക്കുമ്പോൾ തന്റെ വേദനയും സങ്കടവും കൂടി ആസ്വദിക്കേണ്ടിവരുന്നു അതോടൊപ്പം ആ കവിതകളിലും ഗാന ങ്ങളിലും ആത്മരോഷവും പയ്യാരവും (പരാതി) കൂടി അറിയേണ്ടിവരും.

"വാഴ്വിനെ സ്നേഹിപ്പൂ ഞാൻ, അതിനാൽ ദുഃഖിപ്പൂ ഞാൻ
ആവില്ല മറ്റൊന്നുമേ, അതിനാൽ പാടുന്നു ഞാൻ.
ആ പാട്ടിലുണ്ടാമേതോ താപങ്ങളാതങ്കങ്ങൾ.
ആ പാട്ടിലുണ്ടാമേതോ രോഷങ്ങൾ പയ്യാരങ്ങൾ"

സി എ ജോസഫിനെ കവിയെന്ന നിലയിൽ ഏറെപ്പേർ അറിഞ്ഞി രിക്കുകയില്ല. കുറച്ചെഴുതിയ കവിയാണദ്ദേഹം. എന്നാൽ എഴുതിയ കവി തകളിൽ പദങ്ങൾ സ്വച്ഛന്ദമായി പ്രവഹിക്കുന്നു. അവയിൽ കവിത്വമുണ്ട്. കവി സൗന്ദര്യാരാധകനാണ്. ആ സൗന്ദര്യത്തെ വാഴ്ത്തുന്ന നാലുവരി ക്കവിത ഇവിടെ ഉദ്ധരിക്കുന്നു. ഈലോകം തന്നെ ഒരു സൗന്ദര്യമാണെന്ന് കവി തുറന്നെഴുതുന്നു. ഇങ്ങനെ പുകഴ്ത്തിയിട്ട് പിന്നെയും അദ്ദേഹം ജീവിതത്തെ സ്നേഹിക്കുന്നു. എല്ലാവരും തമ്മിൽ മമതയോടു കഴിയു ന്നതുതന്നെ ഈ അഴകല്ലേ? അഴകിന്റെ പൊന്നരുവികൾ!

"അഖിലചരാചരമിണയായ്ക്കരുതും
ഉലകൊന്നുണ്ടതു സൗന്ദര്യം
അവിടെ സ്ഥലകാലങ്ങളെ വെൽവൂ
മമതകളഴകിൻ നിർഝരികൾ"

ചങ്ങമ്പുഴയുടെ *സൗന്ദര്യപൂജ* എന്ന കവിത വായനക്കാർക്ക് അറി യാമല്ലോ.

ജീവിതത്തിന്റെ നശ്വരതയെക്കുറിച്ചും ജീവിതത്തിന്റെ ദുരിതങ്ങളെ കുറിച്ചും വിഷാദം കൊള്ളാത്തവരായി സാഹിത്യകാരന്മാരിൽ ചുരുക്കം പേരേ കാണൂ. തത്ത്വചിന്തകരുടെ അനവധി പ്രസ്താവനകൾ അതിനെ ക്കുറിച്ച് നമുക്കറിയാം.

"നളിനീദള ഗതജലമതിതരളാ
തദ്വത് ജീവിത മതിശയ ചപലം
ആദി വ്യാധ്യഭിമാനഗ്രസ്തം"

ശ്രീ ശങ്കരാചാര്യരുടെ പരാമർശമാണിത്. കുമാരനാശാന്റെ *വീണ പൂവ്, കരുണ, പ്രരോദനം* തുടങ്ങിയ കൃതികളും അവയിലെ ചിന്തകളും ജീവിതനശ്വരതയെയും ക്ലേശങ്ങളെയും ചിന്തിക്കുന്നവയാണ്. "ലോക ത്തിൻ ഗതി നാഗയാന കുടിലം, നീർപ്പോളയിജ്ജീവിതം" എന്ന ഒരു കവി എഴുതിയിട്ടുണ്ട്.

"ഒന്നിന്നുമില്ല നിലയുന്നതമായകുന്നും
എന്നല്ലയാഴിയുമൊരിക്കൽ നശിക്കു മോർത്താൽ" എന്നു ആശാൻ *വീണപൂവിലും*

"പുഷ്ട ശക്തിവഹിക്കുമിപ്പളുങ്കു പാത്രം വിരലാൽ
മുട്ടിയാൽ മതി തവിടു പൊടിയാകുവാൻ" എന്നു *കരുണ*യിലും
"കഷ്ടം സ്ഥാനവലിപ്പമോ പ്രഭുതയോ സജ്ജാതിയോ വംശമോ"
ദൃഷ്ടശ്രീതനുധാടിയോ ചെറുതുമിങ്ങോരില്ല ഘോരാനലൻ
സ്പഷ്ടം! മാനുഷ ഗർവ്വമൊക്കെയിവിടെപ്പുക്കസ്തമിക്കുന്നിതി
ങ്ങിഷ്ടന്മാർ പിരിയുന്നു ഹാ! യിവിടമാമദ്ധ്യാത്മ വിദ്യാലയം."

എന്നു *പ്രരോദന*ത്തിലും ആശാന്റെ കരച്ചിൽ കേൾക്കാം. എല്ലാ വിലാപകാവ്യങ്ങളും ശബ്ദമുണ്ടാക്കുന്നത് ജീവിതത്തിലെ പ്രിയപ്പെട്ട തിന്റെ കഷ്ടവും നഷ്ടവും സ്മരിച്ചാണ്.

"പൂന്തിങ്കളിൽ പകമണച്ചധാതാ-
വപൂർണ്ണനുക്കേ വിറയിച്ചു വിശ്വം
വിടർന്ന തജപ്പനിനീർ സുമത്തി-
ന്നതിങ്കൽ നില്പെത്ര നിമേഷമുണ്ടാം?"

നാലപ്പാട്ട് നാരായണമേനോനും അങ്ങനെ തന്നെ വിലപിക്കുന്നു. തന്റെ വിലാപകാവ്യത്തിൽ (*കണ്ണുനീർത്തുള്ളി*) ഒരഴുക്കും ചെന്നുപെ ടാത്തിടത്താണ് ചന്ദ്രൻ നില്ക്കുന്നത്. ഓരോ മാസവും പകുതി നാളുക ളിൽ പാരിടമാകെ വെളിച്ചം ഒഴുകി മിനുക്കുന്നു. ആ നിർദ്ദോഷിയായ ചന്ദ്രനിൽ വിധാതാവ് ചെളികോരിയൊഴിച്ചു. തീർച്ചയായും ആ പ്രപഞ്ചം ഒരു കുറവുമില്ലാത്തതായിരിക്കണം എന്നു നിശ്ചയിച്ചല്ല ഇങ്ങനെയെല്ലാം ചെയ്തത്. ആ നിലയ്ക്ക് വിടർന്നുവന്ന ഒരു തങ്കപ്പനിനീർസുമത്തിന് ഈ വിശ്വത്തിൽ എത്രനാൾ നില്ക്കാൻ കഴിയും. തന്റെ പ്രിയതമ വിധി നിശ്ചയം വിപരീതമാകയാലാണ് ഈ വിപത്തിനെ അഭിമുഖീകരിക്കേ ണ്ടിവന്നത്. നാലപ്പാടന്റെ ദുഃഖം അദ്ദേഹം ഇങ്ങനെ കരഞ്ഞ് തീർക്കുന്നു മറ്റു പല വിധുരന്മാരെയുംപോലെ.

മഹാകവി ജി പ്രപഞ്ചത്തിന്റെ നിലനില്പും വികാസവും ദുർജ്ഞേ യമായ ഒരു അന്തഃചൈതന്യത്തിന്റെ ഫലമാണെന്ന് കരുതുന്നു. ആ വിചാരം പ്രദർശിപ്പിക്കുന്ന കാവ്യഭാഗമാണിത്.

"ബുദ്ധിയായ്, ഹൃദയമായ്, കർണ്ണശക്തിയായ്, നാനാ-
സിദ്ധിയായ് നിങ്ങൾക്കുള്ളിലേതനാദി ചൈതന്യം
സന്തതം വിടരുന്നതിന്റെയിച്ഛയ്ക്കൊത്താ-
ണന്തമറ്റതാ മഹാ പ്രപഞ്ചം വളരുന്നു."

നമ്മുടെ ബുദ്ധിയും, ഹൃദയവും, കർമ്മശക്തിയും നാനാതരത്തി ലുള്ള സിദ്ധിയും ആയി നമുക്കുള്ളിൽ വികസിക്കുന്ന ഒരു അനാദിചൈ തന്യം ഉണ്ട്. എവിടെ തുടങ്ങിയെന്നും എവിടെ അവസാനിക്കുമെന്നും തീരുമാനിക്കാൻ കഴിയാത്ത ആ ചൈതന്യം ശക്തിയുടെ ആഗ്രഹവും നിശ്ചയവും പ്രകാരമാണ് അന്ത്യമില്ലാത്ത ഈ മഹാവിശ്വം വളരുന്നത്. അതില്ലെങ്കിൽ ലോകത്ത് മനുഷ്യന് മേച്ചിൽ സ്ഥലമില്ല.

ഉത്തര ഭാരതത്തിലെ രണ്ടു മഹാനദികളാണ് ഗംഗയും യമുനയും. കൂടാതെ അന്തർവ്വാഹിനിയായി ഒഴുകുന്ന മറ്റൊരു നദിയുണ്ട്- സരസ്വതി.

ബ്രഹ്മാവിന്റെ പുത്രിയായ ഈ സരസ്വതി വാഗ്ദേവതയാണ്. ഭാഷയുൾപ്പെടെയുള്ള സകല വിദ്യകളുടെയും അധിദേവതയാണ്. നമ്മുടെ പ്രപഞ്ചത്തിലുള്ള പുരോഗതിക്കു മുഴുവൻ കാരണക്കാരി. അതിനാൽ ആ സരസ്വതിയെ എന്നും ആരാധിക്കണമെന്ന് വൈലോപ്പിള്ളി ശ്രീധര മേനോൻ എന്ന ഇഷ്ടകവി നമ്മോടു പറയുന്നു.

പ്രാകൃതസ്ഥാനം വിട്ട് അതായത് പ്രപഞ്ചത്തിന്റെ അസംസ്കൃത ജീവിതകാലം ഉപേക്ഷിച്ചു (ഭാരതം ഏറെക്കാലം ഇരുളടഞ്ഞ് അജ്ഞാന ജീവിതം നയിച്ചിട്ടുണ്ട്) കഴിഞ്ഞു മറഞ്ഞിരുന്ന ആ അവസ്ഥാ വൈപരീത്യം വെടിഞ്ഞ് പാവനമായ വാഗ്ദേവി ഭാരതസംസ്കാരത്തിന്റെ ജീവാതു (ജീവാത്മാവ്) ആയതിനുശേഷം ഉള്ള കാലത്തിന്റെ നീരുറവകൾ വറ്റിപ്പോകാതിരിക്കുമെന്നുണ്ടെങ്കിൽ അത്രകാലം മേലിൽ ഈ ദരിദ്രയും ദീനയുമായ ഈ നാടു ജീവിച്ചാലും നിത്യവും സ്വർഗ്ഗത്തോടു പോലും സല്ലപിക്കും. ഭാരതം ഭൗതികമായി ഏതെല്ലാം മട്ടിൽ ദീനയും ദൂനയുമായാലും വിജ്ഞാനപ്രകാശം കൊണ്ട് ഉന്നതിയും വികാസവും പ്രാപിക്കും.

കവികളിൽ അനേകംപേർ (അവർ പല കാലങ്ങളിൽ ജീവിച്ചിരുന്നവരാണെങ്കിലും) ജീവിതത്തെക്കുറിച്ച് ഒരുപോലെ ചിന്തിച്ചിട്ടുണ്ട്. നമ്മുടെ ഈ ശരീരം ദൃഢവും സ്ഥിരവും ആണെന്ന് തെറ്റിദ്ധരിച്ച് നമ്മൾ ലോക ജീവിതനാടകം ആടുന്നു. 'പ്രേമസംഗീതം' എന്ന കവിതയിൽ ഉള്ളൂർ.

"വേഷമെനിക്കെന്തെന്നു വിധിക്കുക വിഭോ! ഭവത്ചിത്തം
വിശ്വപ്രിയമായ് നടനം ചെയ്വതു വിധേയനെൻ കൃത്യം"

ഈ ദുഃഖസത്യം നമുക്ക് പറഞ്ഞു തരുന്നു. "പിരിയേണമരങ്ങിൻ നിന്നുടൻ ശരിയായി കളി തീർന്ന നട്ടുവൻ" എന്ന് കുമാരനാശാൻ സീതയെക്കൊണ്ട് *ചിന്താവിഷ്ടയായ സീതയിൽ* അവളുടെ ശിഥില ചിന്തകളുടെ കൂട്ടത്തിൽ തന്നെ ജീവിതനാടകമാടി കടമകൾ തീർത്ത ഒരുവളായി സ്വയം വിശേഷിപ്പിക്കുന്നുണ്ട്. seven stages of man എന്ന് വിശ്വ നാടകകാരൻ ഷേക്സ്പിയർ മഹാകവിയും ജീവിത നാടകത്തെ ഭംഗിയായി ചിത്രീകരിച്ചിട്ടുണ്ട്.

ഈ ലോകത്തെ അരങ്ങാക്കിക്കൊണ്ട് (Stage) മനുഷ്യർ നടന്മാരും നടികളുമായി വേഷമിട്ട് ജീവിതനാടകം കളിക്കുന്നു എന്നത് ഒരു ഉത്കൃഷ്ട സത്യമാണ് എന്നത് ശരി തന്നെ. പക്ഷേ, മാംസം, മേദസ്സ്, മലം ഇവയോടുകൂടിയ നശ്വരമായ വസ്തുവാണ് മനുഷ്യശരീരം. എപ്പോൾ വേണമെങ്കിലും തകർന്നുതരിപ്പണമാകുന്നതിന് ഒരു മേന്മയും സ്ഥിരതയും ഇല്ല. പിന്നെ എന്ത് നാടകം ആടിയാലും ഇത്തിരിക്കാലത്തേക്കുമാത്രം. വി സി ബാലകൃഷ്ണപ്പണിക്കർ ഒരു വിലാപം എന്ന കവിതയിൽ പരാമർശിക്കുന്നതാണിത്.

പ്രാചീനഭാരതത്തിലെ നാടകകൃത്തുക്കളിൽ ഭാസ കാളിദാസാദികളെപ്പോലെ പ്രതിഭാശാലിയാണ് ഭവഭൂതി. "ഉത്തരേ രാമചരിതേ ഭവഭൂതീർ വിശിഷ്യതേ" എന്നെല്ലാം വിശേഷണം കിട്ടിയ നാടകമാണ് ഭവഭൂ

തിയുടെ *ഉത്തരരാമചരിതം*. (ബാലകാണ്ഡം മുതൽ യുദ്ധകാണ്ഡം വരെയുള്ള രാമായണം പൂർവ്വ രാമയണവും സീതയെ രാമൻ ഉപേക്ഷിച്ചതിനുശേഷം ഉള്ള കഥ ഉത്തരരാമായണവും ആണ്). ഉത്തരരാമചരിതം നാടകത്തിൽ സീതയെത്തേടി നടക്കുന്ന ശ്രീരാമന്റെ കരച്ചിൽ കവിയുടെ ദൃഷ്ടിയിൽ ഒരു പ്രകൃതിചികിത്സയാണ്.

"തെരുതെരെയഴൽതിങ്ങും മാനസത്തിന്നുറക്കെ-
കരയുകിലതുതന്നേതെല്ലൊരാശ്വാസഹേതു
കരകൾ കവിയുമാറായ് വെള്ളമേന്തും കുളത്തി-
ന്നൊരുവഴി പരിരക്ഷയ്ക്കോവു വയ്ക്കുന്നതല്ലോ."

നിറഞ്ഞു തള്ളിക്കലങ്ങി വേദന തിന്നുന്ന ഒരാളിന്റെ ഹൃദയത്തിന് ഇത്തിരിയെങ്കിലും വിങ്ങൽ പോകാൻ ഉറക്കെക്കരയുന്നത് നല്ലതാണ്. അതിന് കവി ഒരു ദൃഷ്ടാന്തവും പറയുന്നു. നാലുകരയും വെള്ളം നിറഞ്ഞ കുളത്തിന് മണ്ണിടിയാതിരിക്കാൻ ഉടൻ തന്നെ ഒരു ഓവും (വെള്ളം ഒഴുകി പുറത്തുപോകാനുള്ള കുഴൽ) വയ്ക്കുന്നത് നല്ലതാണ്.

"കിറുക്കല്ലേ യഥാർത്ഥത്തിൽ ചാതുർവർണ്യവ്യവസ്ഥകൾ
സംസ്കാരാഭാസങ്ങളല്ലീ ഷോഡശക്രിയയത്രയും
എല്ലാ ജന്തുക്കളും ദൈവ സൃഷ്ടിയിൽ തുല്യരല്ലയോ
ഊരിത്തരു പൂണൂലിൽ മത്തി കോർക്കട്ടെയിന്നു ഞാൻ"

ഇരുപതാം നൂറ്റാണ്ടിന്റെ ഇതിഹാസം എന്ന ഖണ്ഡകാവ്യത്തിന്റെ രചനയോടുകൂടി മലയാളസാഹിത്യത്തിൽ ലബ്ധപ്രതിഷ്ഠനായ കവിയാണ് അക്കിത്തം അച്യുതൻ നമ്പൂതിരി. ഇന്ന് അദ്ദേഹം ജീവിച്ചിരിപ്പുണ്ട്. വാർദ്ധക്യത്തിന്റെ അവശതകളും ചുമന്ന് സംതൃപ്തനായി. അദ്ദേഹത്തിന്റെ വിപ്ലവചിന്തയുടെ തീപ്പന്തമാണ് മുകളിൽക്കൊടുത്ത കവിതാഭാഗം.

മനുഷ്യന്റെ ബ്രാഹ്മണൻ, ക്ഷത്രിയൻ, വൈശ്യൻ, ശൂദ്രൻ എന്നുള്ള വിവേചനം തികച്ചും അർത്ഥശൂന്യമാണ്.

ചാതുർവർണ്യം മയാ സൃഷ്ടം എന്ന ഗീതവാക്യം ആളുകൾ തെറ്റായി വ്യാഖ്യാനിച്ചാണ് ഈ ജാതി വിഭജനം ഉണ്ടായത്. എത്ര വേദ ശാസ്ത്രാദി വിചക്ഷണന്മാർ നിരാകരിച്ചതാണിത്. നമ്മുടെ മഹാകവി കുമാരനാശാന്റെ *ചണ്ഡാലഭിക്ഷുകി, ദുരവസ്ഥ* എന്നീ കാവ്യങ്ങൾ രണ്ടും ജാതി വ്യത്യാസത്തിന്റെ നിരർത്ഥകത്വത്തെയും അതിന്റെ ദോഷങ്ങളെയും വിമർശിക്കുന്നതാണ്.

"അജ്ജാതി രക്തത്തിലുണ്ടോ- അസ്ഥി
മജ്ജയിതുകളിലുണ്ടോ?
പുണ്ഡ്രമോ പൂണുനൂൽതാനോ
ശിഖാ ഖണ്ഡമോ ജന്മജമാണോ
അക്ഷരബ്രഹ്മം ദ്വിജന്മാർ സ്വയം
ശിക്ഷകൂടാതറിയുന്നോ?"

എന്നാണ് കവി ചോദിക്കുന്നത്. പ്രസേനജിത്ത് എന്ന രാജാവിനോ

ടാണ് ചണ്ഡാലകന്യകയെ ഭിക്ഷുണീമന്ദിരത്തിൽ പ്രവേശിപ്പിച്ചതിനെ എതിർത്തതിന്റെ പേരിൽ ശ്രീബുദ്ധൻ ഈ വിധം ചോദിക്കുന്നത്.

യഥാർത്ഥത്തിൽ ചാതുർവർണ്ണ വ്യവസ്ഥകൾ ഭ്രാന്തമാനസ്സിന്റെ ദുർഭഗസന്തതികൾ ആണ്. ഷോഡശക്രിയകൾ സംസ്കാരാഭാസങ്ങ ളാണ്. (ബ്രാഹ്മണർക്ക് ചെയ്യേണ്ടിവരുന്ന ആചാരപരമായ ചില കാര്യ ങ്ങൾ) അമർഷം കൊണ്ടമാതിരി കവി ആവശ്യപ്പെടുകയാണ് ബ്രാഹ്മണരോട് ഊരിത്തരൂ നിങ്ങളുടെ പൂണൂനൂൽ ഞാൻ അതിൽ മത്തി കൊരുത്തിടട്ടെ പക്ഷേ, ഇന്നും നമ്മൾ ഈ ശാപത്തിൽനിന്ന് മോചനം നേടിയോ?

"ആയിരം മണിയുടെ നാവടക്കീടാമൊറ്റ-
വായിലെ വാക്കാർക്കാനും കെട്ടുവാൻ കഴിയുമോ?"

സാധാരണക്കാർതൊട്ടു ഒരുപാടുപേർ നാം വാക്കുകൾ ഉപയോഗി ക്കുന്നതിൽ വന്നുപോകുന്ന പിഴവുകളെപ്പറ്റി ഖേദിച്ചിട്ടുണ്ട്. ദേഹത്തു വന്നു കൊണ്ട ഒരു അമ്പ് വലിച്ചൂരി മരുന്നുപുരട്ടി മുറിഞ്ഞ ഇടം സുഖ പ്പെടുത്താം. പക്ഷേ, വായിൽ നിന്നു വീണ ഒരു വാക്ക് ഹൃദയത്തിലു ണ്ടാക്കുന്ന നൊമ്പലം ചികിത്സിച്ചുമാറ്റാൻ കഴിയുകയില്ല. എഴുത്തച്ഛൻ പറയുന്നു: ക്രൂരവാക് ശല്യം എടുക്കും ഭിഷഗ്വരനില്ല. (ശല്യം = അസ്ത്രം ഭിഷഗ്വരൻ = വൈദ്യൻ) ആയിരം മണിയുടെ നാവടക്കാം. എന്നാൽ വായിൽ നിന്നു വീഴുന്ന വാക്കിനെ കെട്ടിനിറുത്താൻ (ആരുടെയും നേർക്ക് പാഞ്ഞുപോയി കൊള്ളാതിരിക്കാൻ) ആർക്കാനും കഴിയുമോ/ ഇല്ലെന്നു തന്നെ മഹാകവി ജിയും വിശ്വസിക്കുന്നു.

പാലിയത്തു കുഞ്ഞുണ്ണിയച്ചൻ കേരളത്തിന്റെ സ്വാതന്ത്ര്യത്തിനും പുരോഗതിക്കും തടസ്സമായിരിക്കുന്നത് എന്നും മതജാതി ഭേദചിന്തകളാ ണെന്ന് വിശ്വസിക്കുന്നു. ആ അപകടങ്ങളെ ഇല്ലാതാക്കണമെന്ന് നമ്മളെ ഉദ്ബോധിപ്പിക്കുകയും ചെയ്യുന്നു.

ഭിന്നവർഗ്ഗങ്ങളായിത്തിരിഞ്ഞു സ്വന്തം സഹോദരനോട് ശത്രുത ഭാവിക്കുന്നത് നിരർത്ഥകമാണ്. എല്ലാവരും ഒരു ചരടിൽ കോർത്തെടുത്ത പൂക്കൾപോലെയാണ്. മയി സർവ്വമിദം പ്രോതംമണിഗണസൂത്രേ ഇവ (*ഭഗവദ്ഗീത*) ഇക്കാണായതെല്ലാം ഒരു ചരടിൽക്കോർത്ത മണിമാല പോലെ ഞാനുമായി ഇണങ്ങിക്കഴിയുന്നു എന്നല്ല എല്ലാം ഞാനാണ്. അതിനാൽ പാലിയത്തു കുഞ്ഞുണ്ണിയച്ചൻ കേരളീയരെ ആഹ്വാനം ചെയ്യു ന്നു. ഒരു ഭേദചിന്തയും വച്ചുപൊറുപ്പിക്കാതെ കേരളത്തിന്റെ നന്മയ്ക്ക് നാട്ടുകാരെല്ലാം ഒന്നുചേർന്നു പരിശ്രമിക്കണം.

ഒറവങ്കര നീലകണ്ഠൻ നമ്പൂതിരിപ്പാടിന്റെ ഒരു ധർമ്മോപദേശത്തിൽ ആവശ്യപ്പെടുന്ന കാര്യങ്ങൾ ഓരോന്നായി ചുവടെ കുറിക്കുന്നു.

1. ശത്രുക്കളോടുപോലും ഒരിക്കലും ദ്രോഹം ചെയ്യാൻ ശ്രമിക്ക രുത്. അങ്ങോട്ടുപദ്രവിച്ചില്ലെങ്കിൽ ഇങ്ങോട്ടും അതുണ്ടാകാതെ തടയാം.

2. ആരെയും വിരുക്ഷവ്യാപാരം ചെയ്തു കൂടാ (അതായത് ആരെയും നിന്ദിക്കുന്ന കൊച്ചാക്കിക്കാണുന്ന സ്വഭാവം) അത് വേണ്ടാ

ത്തതാണ്.

3. നിന്ദിതരും പീഡിതരുമായവർക്ക് എന്തെങ്കിലും സഹായം വേണമെന്നുണ്ടെങ്കിൽ അവരെ ആളുനോക്കാതെ സഹായിക്കാൻ തയ്യാറാകണം.

യഥാർത്ഥ സാഹോദര്യവും സമത്വവും നാട്ടിൽ ഉണ്ടാകാൻ വേണ്ട സംഗതികളാണ് നമ്പൂതിരിപ്പാടു നിർദ്ദേശിക്കുന്നത്. പക്ഷേ, സ്വാർത്ഥ ചിന്താപരനായ ഒരുവൻ ഈ വേദവാക്യം കേൾക്കണമെന്നില്ല. കാരണം കുഞ്ഞുണ്ണിമാസ്റ്റർ പറഞ്ഞിട്ടുണ്ട്.

“എനിക്കുണ്ടൊരു ലോകം
നിനക്കുണ്ടൊരു ലോകം
നമുക്കില്ലൊരു ലോകം”

ചങ്ങമ്പുഴ കൃഷ്ണപിള്ളയെക്കുറിച്ചു കേരളീയരോടു ആരുമൊന്നും പറയേണ്ടതില്ല. *രമണൻ* എന്ന ഒറ്റ പുസ്തകം കൊണ്ടുതന്നെ പ്രകാശം പരത്തുന്ന കവിയായി മാറാൻ അദ്ദേഹത്തിന് കഴിഞ്ഞു. എന്നിട്ടോ? ഈ ലോകത്തിലെ സകലവിഷയത്തെക്കുറിച്ചും, അദ്ദേഹം കാവ്യങ്ങളും, നാടകീയ ഗാനകാവ്യങ്ങളും രചിച്ചു. ഒരിക്കലും ഉപമാനം വയ്ക്കാനില്ലാത്ത ഒരു കാവ്യസപര്യയായിരുന്നു അദ്ദേഹത്തിന്റേത്. കേരളത്തിലെ ഉന്നത ശീർഷരായ പലരും അദ്ദേഹത്തിന്റെ കാവ്യജീവിതത്തെക്കുറിച്ചു അഭിപ്രായങ്ങൾ എഴുതി. മലയാള കവിതയെ ഒരു കാവ്യനർത്തകിയാക്കിക്കൊണ്ടുള്ള ഒരു നൃത്തശില്പം മലയാളത്തിൽ ആരെങ്കിലും ഉണ്ടാക്കിയിരിക്കുമെന്നു തോന്നുന്നില്ല. ഒ എൻ വി കുറുപ്പ് സംഗതിയിൽ ചങ്ങമ്പുഴയുടെ അനുജനാണ്. അദ്ദേഹത്തെക്കുറിച്ചു നമുക്കുള്ള സങ്കടം അദ്ദേഹം കാലം ആകും മുമ്പേ യവനികയ്ക്കുള്ളിൽ മറഞ്ഞതുമാത്രം. എണ്ണത്തിൽ വളരെയുള്ള ആ കവിതകളിൽ ചിലത് ഇവിടെ അവതരിപ്പിച്ചു വിവരിക്കാൻ ശ്രമിക്കുന്നു.

“ചെന്നായ കൂടിയും മറ്റു ചെന്നായിനെ-
ക്കൊന്നുതിന്നിട്ടഹസിപ്പതില്ല.
മർത്ത്യനോ? മർത്ത്യനു രക്തം കുടിക്കണം
മർത്ത്യന്റെ, ബുദ്ധിമാനല്ലീ മർത്ത്യൻ?
എല്ലാമവന്റെ യാണീശ്വരൻ കൂടിയും
പുല്ലാണവനെന്തു കേമൻ!
ആകാശദേശത്തു മാഴിക്കടിയിലും
ആകുമവന്നുപോയ് വേട്ടയാടാൻ
രക്തം കടയ്ക്കലൊഴിച്ചൊഴിച്ചങ്ങനെ
ശക്തിദ്രുമത്തിനു വേരുറച്ചാൽ
ശാന്തിതൻപട്ടു വിരിക്കുവാനാണവൻ
ഏന്തി നില്ക്കുന്നതാ രക്തഖഡ്ഗം
സുന്ദര സ്വപ്നങ്ങൾ കാൺകെയവനോട്
നന്ദിയോതാൻ നീ മറക്കരുത്.

കവി ഇന്നത്തെ മനുഷ്യനെ വിശ്വസിക്കുന്നത് അവനിൽ നന്മയും തിന്മയും ഉണ്ട്. ഒരു ചെന്നായ് മറ്റൊരു ചെന്നായെ കൊന്നാലും തിന്നുകയില്ല. മനുഷ്യൻ മനുഷ്യനെ കൊന്നാൽ തിന്നും അവൻ ചോരകുടിക്കും. അവൻ അസാമാന്യമായ ബുദ്ധിവൈഭവവും ശരീരശക്തിയും ആത്മശക്തിയും ഉള്ളവനാണ്. അവൻ പല സിദ്ധികളും ഉള്ളവനാണ്. അവനെക്കൊണ്ട് ലോകത്തിന് ഉപകാരം ഉണ്ട്. ലോകത്തിന് അവന്റെ പ്രയത്നത്തിന്റെ ഫലമായി ഇതേവരെ കാണാത്ത സ്വപ്നങ്ങൾ പലതും ഇനി കാണാൻ കഴിയും. കാലിന്നടിയിലും അസ്വസ്ഥതയുടെ കോലാഹലം അനുഭവപ്പെടുന്ന ഇന്നത്തെ അശാന്തമായ ലോകത്തെ അവൻ ശാന്തിഭൂമിയാക്കും. അപ്പോൾ ലോകത്തിന് അവനോട് നന്ദി പറയേണ്ടിവരും.

"പ്രണയം സുഖമാണു നേർവഴി
യ്ക്കൊഴുകിപ്പോവുകിലല്ലയെങ്കിലോ
അതുപോലൊരു തീവ്രസങ്കടം
വരുവാനില്ല ജഗത്തിലെങ്ങുമേ"

'തപ്തസന്ദേശം' എന്ന കവിതയിലെ നായിക തന്റെ ഭഗ്നപ്രണയത്തെക്കുറിച്ച് വിമർശനാത്മകമായി ചിന്തിക്കുന്നു. സ്ത്രീ പുരുഷന്മാർ തമ്മിലുള്ള സ്നേഹം നേർവഴിക്കാണെങ്കിൽ കൊള്ളാം അല്ലാത്തപക്ഷം പ്രണയഭംഗം പോലെ ഒരു കടുത്ത ദുഃഖം ആർക്കും വേറെ സംഭവിക്കാനില്ല.

"അറികില്ലനുരാഗമേറെയാൾ
അറിവോർതെറ്റിടും; ഒക്കെയൊക്കുകിൽ
നിറവേറുകയില്ല കാമിതം
കുറയും ഹാ! സഖി ഭാഗ്യശാലികൾ

കുമാരനാശാൻ *ലീല*യെക്കൊണ്ട് തന്റെ പ്രേമോദന്തം വർണ്ണിച്ച് അനുരാഗത്തിന് മിക്കപ്പോഴും സംഭവിക്കാവുന്ന ദുരന്തത്തെപ്പറ്റി വിലപിക്കുന്നു.

"ഈടാർന്നുവായ്ക്കുമനുരാഗനദിക്കു വിഘ്നം
കൂടാതൊഴുക്കനുവദിക്കുകയില്ല ദൈവം"

എന്ന് *ബന്ധനസ്ഥനായ അനിരുദ്ധൻ* എന്ന കാവ്യത്തിൽ വള്ളത്തോൾ പ്രതിപാദിക്കുന്നു. ഒട്ടേറെപ്പേർ പ്രണയബന്ധത്തിന്റെ ഈ വിഷമവൃത്തത്തെ ആസ്പദമാക്കി ഒത്തിരി കവിതകളും കഥകളും എഴുതിയിട്ടുണ്ട്.

"വെള്ളം ചേർക്കാതെടുത്തോരമൃതിനുസമമാം
നല്ലിളം കള്ളു ചില്ലിൻ-
വെള്ള ഗ്ലാസ്സിൽ പകർന്നങ്ങനെരുചികരമാ
മത്സ്യമാംസാദികൂട്ടി
ചെല്ലും മട്ടിൽച്ചെലുത്തിച്ചിരികൾ, കളികൾ
തമാശൊത്തു മേളപ്പതേക്കാൾ
സ്വർല്ലോകത്തും ലഭിക്കില്ലുപരിയൊരു സുഖം

പോകവേദാന്തമേ നീ"

എന്നു ചങ്ങമ്പുഴ മദ്യപാനത്തെ ശ്ലാഘിക്കുന്നു. പല കവിതകളിലും മദ്യം വിഷമാണെങ്കിലും ചങ്ങമ്പുഴ അത് തനിക്ക് പ്രിയമാണെന്ന് സാന്ദർഭികമായി പ്രസ്താവിക്കുന്നു.

"നാരികൾ നാരികൾ വിശ്വവിപത്തിന്റെ
നാരായ വേരുകൾ! നാരികീയാഗ്നികൾ!"

സ്ത്രീ ഹൃദയം ശാന്തമായ നദിയുടെ ആഴം പോലെ നിശ്ചലമാണ്, അത് ലജ്ജാമയമാണ്; ആകാശവും മഴവിൽക്കൊടിയും പച്ചക്കുന്നുകളും ശാന്തമായി ഇഴഞ്ഞിഴഞ്ഞു കയറി നീങ്ങുന്ന മേഘക്കീറുകളും സ്വർല്ലോകശാന്തിയുമൊക്കെ അതിൽ പ്രതിബിംബിക്കും. പക്ഷേ, സ്ത്രീ ഹൃദയമാകുന്ന ആ ജലഹൃദയത്തിലേക്ക് ഇറങ്ങിയാലോ? ആയിരമായിരം വിപത്തുകളുടെ താവളമാണ് സ്ത്രീഹൃദയം. ഇങ്ങനെ സ്ത്രീയെ കുറ്റങ്ങൾ പറഞ്ഞ് അവതരിപ്പിച്ചിട്ടുണ്ട് ഒടുവിൽ പുരുഷന്മാരോട് കവി താക്കീതായിപ്പറയുന്നു.

"മോഹിപ്പതുണ്ടു മനഃശാന്തിയെങ്കിലാ-
മോഹിനി മാറിൽ നിന്നോടിയൊളിക്കുവിൻ
വേണമെങ്കിൽ നിങ്ങൾ തൻസ്നേഹം പകരുവിൻ
ശ്വാന മാർജ്ജാരാദി ഗേഹജന്തുക്കളിൽ"

കടുത്ത ഭാഷയിലാണ് ചങ്ങമ്പുഴ സ്ത്രീയുടെ പുറത്ത് കൊട്ടുന്നത്.

"വെള്ളത്താമരപോൽ വിശുദ്ധി വഴിയും
സ്ത്രീ ചിത്തമേ! ജീവിതം
പൊള്ളുമ്പോളമൃതം തളിച്ചു തടവും
നൽസാന്ത്വനസ്വപ്നമേ
ചൂടേറ്റുള്ള മെരിഞ്ഞുപുകയുമ്പോഴും പുമാ
നുന്മദത്തള്ളിച്ചയ്ക്കു
ചിരിച്ചു കൊണ്ടരുളിടും സഹനതാ-
സങ്കേതമേ! വെൽക! നീ"

ഇതും ചങ്ങമ്പുഴ വരച്ച സ്ത്രീ തന്നെയാണ്. ഇപ്പോൾ മുൻകല്പനയോട് മുഖം തിരിച്ചു നില്ക്കുന്ന സ്ത്രീയെ കവി കാണിച്ചുതരുന്നു. അവൾ വെള്ളത്താമര പോലെ വിശുദ്ധ. സ്വന്തം പുരുഷന് ജീവിതം ഉഷ്ണക്കാറ്റാകുമ്പോൾ അമൃതധാര കോരി അവൾ അയാൾക്ക് സാന്ത്വന സ്വപ്നമാകുന്നു. പുരുഷന്റെ ഉള്ളം എരിഞ്ഞു ആളുമ്പോഴും അയാളെ പ്രബുദ്ധ വീര്യനാക്കിത്തീർക്കാൻ സഹിഷ്ണുതയോടെ പെരുമാറുന്നവളാണ്. അങ്ങനെയുള്ള സ്ത്രീ വെൽവൂതാക!

ഒരു ശാസ്ത്രതത്ത്വത്തെ കവി ഏതാനും ഈരടികളിൽക്കൂടി അനാവൃതമാക്കുന്നു (തുറന്നു കാണിക്കുന്നു).

ഒന്നിനൊന്നായൊക്കെ മാഞ്ഞുപോമെങ്കിലും
ഒന്നും ജഗത്തിൽ നശിക്കില്ലൊരിക്കലും
ഹാ! പരിണാമ വിധിക്കു വിധേയമായ്

രൂപാന്തരങ്ങളെ പ്രാപിപ്പതെന്നിയേ,
എന്തുണ്ടുലകിൽ നശിപ്പതെന്നേക്കുമായ്?
എന്തിനു പിന്നെപ്പരിതപിക്കുന്നു നാം!
കാലസ്രവന്തിതൻ ദുർവ്വാരകല്ലോല
മാലയിൽത്തത്തിത്തളർന്നലഞ്ഞങ്ങനെ
പ്രജ്ഞയ്ക്കിരുട്ടെന്നു തോന്നുന്നതാകുമൊ
രജ്ഞാതരംഗത്തിലെത്തുന്ന തെന്നിയേ
എന്തുണ്ടു നഷ്ടപ്പെടുന്നതെന്നേക്കുമായ്?
എന്തിനു പിന്നെപ്പരിഭ്രമിക്കുന്നു നാം?"

ഇക്കാലത്തെ ഹൈസ്കൂൾ വിദ്യാർത്ഥികൾക്ക് ഡാർവ്വിന്റെ പരിണാമ സിദ്ധാന്തം അറിയാം. ചങ്ങമ്പുഴയുടെ ശാസ്ത്ര ബുദ്ധി അവിടം പിടിച്ച തിന്റെ ഫലമാണ് ഈ പാദങ്ങൾ.

"ആനന്ദാസ്പദമായ, നിന്നനുപമാ-
　　രാമത്തിലേക്കാർത്തനാം
ഞാനും കൂടിവരട്ടെയോ മരണമേ?
നീറുന്നു ഹാ മന്മനം
ഗാനം വേണ്ട ജഗത്തിനാത്മസുഖസം-
　　പ്രാപ്തിക്കു, പൊൻ നാണയ-
സ്ഥാനം പോരുമെനിക്കതിന്നു കഴിവി-
　　ല്ലാവശ്യമില്ലിങ്ങു ഞാൻ"

ചങ്ങമ്പുഴ കൃഷ്ണപിള്ളയിലെ കവി ഇപ്പോൾ ജീവിതം പല കാര ണങ്ങളാൽ ചെടിച്ച വ്യക്തിയാണ്. ഇപ്പോൾ അദ്ദേഹം ആനന്ദം കാണു ന്നത് മരണത്തിന്റെ പൂന്തോപ്പിലാണ്. അവിടെയെത്താൻ ദുഃഖിതനായ അയാൾ വളരെ അഭിലഷിക്കുന്നു. മനംനീറി ഇപ്പോൾ തന്നോട് ലോക ത്തിനുള്ള ഭാവം, തന്റെ പാട്ടൊന്നുംമേലിൽ വേണ്ട. പണം പണം! മതി പക്ഷേ, ആ പണം നേടാൻ അയാൾ ഒരു മാർഗ്ഗവും പഠിച്ചിട്ടില്ല. പണമി ല്ലാത്തവൻ പിണം. അതിനാൽ പിണങ്ങളെ തള്ളുന്ന ശ്മശാനത്തിൽ തന്നെ എത്തിയാൽ മതി.

"ലോകം ശാശ്വതമല്ല, ജീവിതസുഖ-
　　സ്വപ്നങ്ങൾമായും വരും-
ശോകം, മായിക ബുദ്ബുദങ്ങൾ മറയും
　　പായും സരിത്സഞ്ചയം
നാകം കാല്പനികകാങ്കിതലസൽ
　　ക്കാനൽ ജലം! പിന്നെയെ
ന്തേകം, സത്യമനശ്വരം? മൃതി-അതേ
　　മൃത്യോ! ജയിക്കുന്നു നീ

ഈ പദ്യവും ചങ്ങമ്പുഴയുടെ മരണാവബോധം കാണിക്കുന്നു. അതി നുള്ള കാരണങ്ങളും പറയുന്നു.

1. ലോകം സ്ഥിരമല്ല; നശിക്കാത്ത ഒന്നല്ല. ജീവിതത്തിൽ സുഖങ്ങ

ളായി നാം കരുതുന്ന സ്വപ്നങ്ങൾ മാഞ്ഞുപോകും. ആ സ്ഥാനത്തേക്ക് ജീവിതയാതനകൾ കയറിവരും. എന്നാൽ അവ നശിക്കാതിരിക്കുമോ? വെള്ളത്തിൽ പൊങ്ങുന്ന കുമിളകൾ പോലെ പെട്ടെന്നു പൊങ്ങി പെട്ടെന്നു പൊട്ടിത്തകർന്നുമായും... നദി പിന്നെയും ഒഴുകും. ഇങ്ങനൊന്നും സംഭവിച്ചതായി കരുതാതെയാണ് നദി ഒഴുകുന്നത്. എല്ലാവരും മരിച്ചാലെത്താമെന്നു മോഹിക്കുന്ന സ്വർഗ്ഗം കാല്പനികമായി ഒരു ഉത്സവരംഗമാണ്. നമ്മളെ വിഭ്രമിപ്പിക്കുന്ന കാനൽ ജലമാണ്. പിന്നെ അനശ്വരമെന്നു പറയാൻ ആകെയുള്ളത്, ഏകവും, സത്യവും ആയ മരണം- മരണം മാത്രം. ഒന്നും സ്ഥിരമല്ലാത്തിടത്ത് സ്ഥിരമായത് മരണം മാത്രം.

Death is here, death is there
death is every where
behind beneath above is death
And we are all death

തൊഴിലിൻ മണിക്ഷേത്രമണ്ഡപത്തിൽ
തൊഴുകൈയിൽ താമരമൊട്ടുമേന്തി
നിരുപമോൽകർഷങ്ങൾകൊണ്ടു നിത്യം
നിറപറവച്ചു നീ ലാലസിപ്പൂ
വിവിധ പ്രയത്നങ്ങൾ കൺകവർന്നു
വികസിച്ചു നില്ക്കുന്നു നിന്റെ മുമ്പിൽ
വിഭവസമൃദ്ധമാം ജീവിതത്തിൽ
വിളവെടുപ്പിനു നീ വിത്തുപാകി
തവ മൃദുലാംഗുലീ സ്പർശനത്തിൽ

ചങ്ങമ്പുഴ കൃഷ്ണപിള്ള - ജീവിത യാഥാർത്ഥ്യങ്ങളോട് പ്രതികരിച്ച കവി

ചങ്ങമ്പുഴ ആരായിരുന്നു എന്ന ചോദ്യത്തിന് ഒരു വാക്കിലോ ഉത്തരം പറയാൻ ഒരു വാകൃത്തിലോ കഴിയുകയില്ല. കാരണം കവിതകളിൽ ഓരോന്നിലും അദ്ദേഹം വ്യത്യസ്ത മുഖമായിട്ടാണ് പ്രത്യക്ഷപ്പെട്ടത്. പഞ്ചമരാഗം പാടെ സംഗീതവും തത്തമ്മയും നെഞ്ചലിയിക്കുന്ന കാവ്യ വിപഞ്ചികയൂട്ടുന്ന പാടി കേൾപ്പിച്ച മലയാള കാവ്യത്തിൽ വന്നു പിറന്ന, പാടാനായി വന്നു പിറന്ന ഒരു ഗന്ധർവ്വനായി ചങ്ങമ്പുഴ അവതരിപ്പിച്ചു. കവിതകളുടെ സ്വന്തം മുദ്ര തന്നെ ആ ഗാനാത്മകതയാണ്. സംഗീത കലയ്ക്ക് അവയെ പരിഗണിക്കുമെങ്കിൽ അതൊരു മികച്ച സംഭാവനയാണ്. കഥാപ്രസംഗക്കാരും നാടകക്കാരും ചലച്ചിത്ര വേദിയും ചങ്ങമ്പുഴയുടെ ചില കവിതകളേ പാടാൻ ഉപയോഗിച്ചിട്ടുള്ളൂ. പ്രസിദ്ധയായ നിരൂപക ഡോ. ലീലാവതി മലയാളത്തിലെ ഓർഫ്യൂസ് എന്ന മധുരമായ ഒരു മറുപേര് നല്കി അദ്ദേഹത്തെ ആരാധിച്ചത് ആ ഗാന വൈഖരികളുടെ പേരിലാണ്. ആത്മനാശം വരിച്ചും സംഗീതത്തെ സ്നേഹിച്ച ഓർഫ്യൂസ് ചങ്ങമ്പുഴയുടെ ആത്മാവിൽ പുനർജ്ജനിച്ചിരിക്കും. എന്നാലും ചങ്ങമ്പുഴക്കവിതകൾക്ക് ഒരു താവളത്തിൽ നില്ക്കാൻ പറ്റില്ല. അവ ബഹുഭാവതരംഗിതമാണ്.

ഭോഗതൃഷ്ണ മലിനമായ നീർക്കുഴികളിൽ കഴുത്തറ്റം മുങ്ങിയ ചങ്ങമ്പുഴയെ പല കവിതകളിലും കാണാം. സ്ത്രീയുടെ ബാഹ്യ സൗന്ദര്യത്തെ ഇത്രത്തോളം ആരാധിച്ച ഒരു മലയാള കവിയുണ്ടോ? അത് നഷ്ടപ്പെട്ടതു കണ്ടുള്ള വേദനയ്ക്ക് ഒരു കടൽ സൃഷ്ടിച്ചിരിക്കുകയാണ് അദ്ദേഹം. മനസ്വിനി എന്ന കവിതയിലെ ആദ്യഭാഗത്തെ ഏതു വരിയും ഉദ്ധരിക്കാം.

"മഞ്ഞത്തെച്ചിപ്പൂങ്കുലപോലെ-

മഞ്ജിമവിടരും പുലർകാലേ
നിന്നൂ ലളിതേ നീയെൻ മുന്നിൽ
നിർവൃതി തൻ പൊൻ കതിർപോലെ"

എന്നു തുടങ്ങുന്ന നാലുവരികളിൽത്തന്നെ കവി മനസ്വിനിയുടെ മേനിയഴക് കാണുന്നു. എല്ലാവരും ഉദ്ധരിക്കുന്ന ഏതാനും വരികൾ വേറെ എടുത്തു പറയാനുണ്ട്. അത് മനസ്വിനിയുടെ ആ പിന്നിക്കീഴോട്ടിട്ടിരിക്കുന്ന കാർക്കൂന്തലിന്റെ വർണ്ണനയാണ്.

"ഒറ്റപ്പത്തിയോടായിരമുടലുകൾ ചുറ്റുപിണഞ്ഞൊരു മണിനാഗം
ചന്ദനലതയിലധോമുഖശയനം
ചന്തമൊടങ്ങനെ ചെയ്യുമ്പോൾ
വിലസീവിമലേ ചെറിയൊരു പനിനീ-
രലർ ചൂടിയ നിൻ ചികുരഭരം
ഗാനംപോൽ, ഗുണകാവ്യം പോൽ മമ-
മാനസമോർത്തു സഖീ! നിന്നെ"

ഒരു മലയാളം കവിയും ഈ വരികളിലെ ഉപമാനം തേടിപ്പോകാൻ ഓർക്കുകയില്ല. വർണ്ണനയും സംഗീതവും നല്കുന്ന നിർവൃതിയിൽ അയാൾക്ക് ആത്മവിസ്മൃതി സംഭവിച്ചുപോകും.

കവിത്രയവും വി സി ബാലകൃഷ്ണപ്പണിക്കരും നാലപ്പാടനും ജി ശങ്കരക്കുറുപ്പുമെല്ലാം പാകപ്പെടുത്തിയിരിക്കുന്ന കാല്പനികത മലയാളത്തിൽ ചങ്ങമ്പുഴക്കവിതകൾക്കും അസൂയാവഹമായ നിലയിൽ നൂറുമേനി കൊയ്യാൻ കഴിഞ്ഞിട്ടുണ്ട്. മനോഹരമായ അന്തർദർശനം സൗകുമാര്യം, ഹൃദ്യമായ ഭാഷ, പ്രസാദാത്മകത ഇവയെല്ലാം കൈമുതലുണ്ടായിരുന്ന ചങ്ങമ്പുഴയ്ക്ക് കാല്പനിക കവിയെന്ന പേര് നേടാൻ ചുരുക്കം ചില കവിതകൾ മതിയായിരുന്നു. അദ്ദേഹം ആ മണ്ഡലത്തിൽ തനിമ കാണിച്ചിട്ടുണ്ടെന്ന് അദ്ദേഹത്തിന്റെ ഏതാനും കവിതകൾ കൊണ്ടു തന്നെ വ്യക്തമാണ്.

ചങ്ങമ്പുഴയുടെ ഒരു ദോഷമായി ചിലർ കരുതുന്നത് അദ്ദേഹത്തിന് സുസ്ഥിരമായ അഭിപ്രായം ഒന്നിനെക്കുറിച്ചും ഇല്ലായിരുന്നു എന്നാണ്. ഒരിക്കൽ ഒന്നിനെക്കുറിച്ച് ഒരാളിനെക്കുറിച്ച് ഒരു സംസ്കാരത്തെ കുറിച്ച് പറഞ്ഞതിനുപോലും വഴങ്ങാൻ ചങ്ങമ്പുഴയുടെ കാവ്യ മനസ്സിന് ഒരിക്കലും കഴിഞ്ഞില്ല. അത് കാല്പനിക കവികളുടെ ആദർശാത്മകതയ്ക്ക് യോജിക്കാത്തതാണ്. ചങ്ങമ്പുഴ 'ശ്രീ ചിത്രമംഗളം' എന്ന ഒരു കവിതയെഴുതിയിട്ടുണ്ട്. വഞ്ചീശ വംശനൃപനായ ശ്രീ ചിത്തിര തിരുനാൾ മഹാരാജാവിനെ പ്രകീർത്തിക്കുന്നതാണ് ആ കവിത.

"കമലപ്പെൺകൊടിയുടെ കനിമലർച്ചെടിയുടെ
കമനീയ കലികകൾ വിടർന്നപോലെ,
പരശതയശസ്സിന്റെ പരിണത മനസ്സിന്റെ
പരിമൃദുതരംഗങ്ങളുയർന്നപോലെ

പലപല സുകൃതൈക സുലളിത സുഷമകൾ
പരിലസിക്കുമീവഞ്ചീവസുമതിയേ!
പുകളിന്റെ പുളകങ്ങളണിയിച്ചു പുരുമോദം
പുലർന്നീടും ലസൽച്ചിത്രതാരമേ!"

എന്ന് സംബോധന ചെയ്ത് കവി അർഹതയ്ക്ക് അനുസരിച്ച് തിരുവിതാംകൂർ മഹാരാജാവിനെ പ്രശംസിക്കുന്ന പതിനാറുവരിക്കവിതയാണിത്. ഈ വഞ്ചീശസ്തുതി രാജവാഴ്ചയെ കനിഞ്ഞ്, ചങ്ങമ്പുഴ തന്നെ എഴുതിയെന്നു പറയുമ്പോൾ എങ്ങനെ വിശ്വസിക്കും. പല സംഗതികളോടും അദ്ദേഹം ഒരിക്കൽ പ്രതികരിക്കുന്നപോലെയല്ല പിന്നൊരിക്കൽ പ്രതികരിക്കുന്നത്. നേരെ വിപരീതമായിരിക്കും. ചില പ്രസ്താവനകൾ, പല ഉദാഹരണങ്ങൾ അക്കാര്യത്തിൽ കാണിക്കാൻ ഉണ്ട്. ചില കാവ്യപ്രമേയങ്ങൾ ഉദ്ധരിച്ച് ഇത് തെളിയിക്കാൻ കഴിയും. ഈശ്വരനെ പല കാരണങ്ങൾ പറഞ്ഞ് നിഷേധിച്ച കവിയാണ് ചങ്ങമ്പുഴ.

"വിത്തനാഥന്റെ ബേബിക്കു പാലും
നിർദ്ധനയെച്ചെറുക്കന്നുമിനീരും"

"ഈശ്വരേച്ഛയല്ല; ആണെങ്കിൽ കാരണങ്ങൾ പറഞ്ഞ് അങ്ങനുള്ള ഈശ്വരനെ ചവിട്ടുക നമ്മൾ." ഇങ്ങനെ ക്രുദ്ധനായി പ്രസ്താവിച്ച കവിയെ ദൈവവിശ്വാസിയായി കണക്കാക്കാൻ പറ്റുമോ? ആ ഈശ്വരനിഷേധിതന്നെയാണ് ജയദേവരുടെ ഗീതാഗോവിന്ദം വിവർത്തനം ചെയ്തു വായനക്കാരെ അമ്പരപ്പിച്ചത്. ഈ വൈരുദ്ധ്യം മറ്റു ചില കവിതകളിലും ആവർത്തിക്കുന്നു. ശ്രീകൃഷ്ണൻ, ശ്രീരാമൻ, ശ്രീ അയ്യപ്പൻ തുടങ്ങിയ ഭാരതീയരായ പുണ്യ പുരുഷന്മാർ ലോകവിശ്രുതരാണ്. അവരെ ഭക്ത്യുന്മാദത്തിന് വിധേയരായി പ്രകീർത്തിക്കുന്നു. അനേക കോടി ജനങ്ങളുടെ നാടാണ് ഭാരതം. അവർക്കെതിരായി ശബ്ദിച്ചാൽ തീക്കടലാകും ഇന്ത്യയെന്ന ഭീഷണി ഇപ്പോഴും നിലനില്ക്കുന്നു. പക്ഷേ, ചങ്ങമ്പുഴ വർഷങ്ങൾക്ക് മുമ്പേ ഇവരെ തള്ളിപ്പറഞ്ഞു. ശ്രീരാമനിൽ പല ഗുണഗണങ്ങൾ പ്രശംസാർഹമായിട്ടുണ്ടെങ്കിലും

ഒളിയമ്പിനു വിരുതനാം ശ്രീരാമനു വിളയാടാനുള്ളതല്ലിനിയിലോകം

ഇതുവരെയും ഹാ! നമ്മെ വഴിതെറ്റിച്ചഴൽ മുറ്റി-ച്ചിവിടം വരെയെത്തിച്ചു കാവ്യ സംസ്കാരം

എന്നു ചങ്ങമ്പുഴ കുറ്റപത്രം കൊടുത്തു. ഈശ്വരനോട് തന്നെ കവിക്ക് രണ്ടു മനോഭാവം, തീർന്നില്ല, ഈ വരികളും ചങ്ങമ്പുഴ എഴുതിയതാണ്. പരസ്പരം ഏറ്റുമുട്ടുന്ന ആശയങ്ങൾ.

"പാടത്തു പണിചെയ്യും പട്ടിണിക്കാരെപ്പോറ്റും
പാദത്താൽ ചവിട്ടുന്ന പാപിഷ്ഠന്മാരെ ചുറ്റും,
അവർ നിൻ സുതന്മാരാണെങ്കിലെന്താദ്യം ഞങ്ങൾ
ക്കവരെ ക്കുറച്ചിടകണ്ണടച്ചാലും മാതേ!"

എന്ന് നക്സലിസത്തെ അമ്മയായിപ്പോലും കരുതി, പുകഴ്ത്തിയ ചങ്ങമ്പുഴ തന്നെ.

"മഹിതശാന്തി ഭജിക്ക നീ സോദരാ,
മനുജരക്തം കൊതിക്കാതിരിക്ക നീ
നിഹത, നീയുമിഞ്ഞാനുമവനുമീ-
ന്നൊരുപോലെ ഹീനരാം ജീവികൾ"

എന്ന തത്ത്വോപദേശം ചെയ്തതും.

"ഗീത ലയിച്ചൊരീ മണ്ണിൽ മുളയ്ക്കുന്ന-
തേതും പവിത്ര ഫലാഢ്യമാണെന്നുമേ"

എന്ന് *ഭഗവദ്ഗീത*യുടെ മഹത്ത്വം പാടിപ്പുകഴ്ത്തുന്നു കവി.

""കാനന പട്ടാംബരം കൈവിട്ടുകാവി
മുണ്ടുടുക്കുവാൻ ഭാരതം കാട്ടിത്തന്നു."

എന്ന് ആ ഭാരതത്തിന്റെ എളിമയെയും വാഴ്ത്തുന്നു കവി. പക്ഷേ, ഉത്തര ക്ഷണത്തിൽ

"ജടയുടെ സംസ്കാരപ്പനയോലക്കെട്ടൊക്കെ-
പ്പൊടിപറ്റി പുഴുകുത്തിച്ചിതലുമുറ്റി
ചികയുന്നോ? ചിരിവരും ചിലതിനിയുമുണ്ടെന്നോ
ചിതയിലേക്കവയെടുത്തെറിയൂ വേഗം"

എന്ന് അതിനെതിരെ അട്ടഹസിക്കാനും തയ്യാറായി. സ്ത്രീകളോട് ചങ്ങമ്പുഴയ്ക്ക് ഒരു മനോഭാവമായിരുന്നോ?

'നക്ഷത്രം' എന്ന ശീർഷകത്തിൽ ചങ്ങമ്പുഴ എഴുതിയ ഒരു കവിതയുണ്ട്. അതിൽ ഈ അന്ധകാരമയമായ ലോകത്ത് ഉള്ളതെന്ന് പ്രിയതമയെ നോക്കി പ്രശംസിക്കുന്നതാണ് അത്.

"സകലരുമകലട്ടെ, നീരസത്താൽ
അകരണമെന്നെ വെടിഞ്ഞീടട്ടെ മുന്നിൽ,
പകയതിലിവനില്ല, വാടുകില്ലെ-
ന്നകതളിർ നിൻ പ്രണയാമൃതം ലഭിക്കിൽ."

ഇത്രയുംകൊണ്ടും ആത്മരതിയുടെ കാരണക്കാരിയെ അയാൾ പുകഴ്ത്തി അവസാനിപ്പിക്കുന്നില്ല.

"ജീവപ്രേയസി, ജീവിതാശകൾ നശി-
ച്ചത്യുഗ്രനൈരാശ്യമാർ-
ന്നാവൻകാട്ടിലിരുട്ടിൽ, ഞാനവശനായ്-
ത്തപ്പിത്തടഞ്ഞങ്ങനെ
ഭീ വർദ്ധിച്ചലയുമ്പോഴെൻ വഴി തെളി-
ച്ചാശ്വാസമേകീടുവാൻ
പ്പൂവൽപ്പൊൻകതിർ പെയ്തുദിച്ച കനിവിൻ
നക്ഷത്രമാണാർദ്ര നീ."

എന്നുകൂടി പറഞ്ഞു. പെണ്ണിന്റെ മുമ്പിൽ ഒരു പുരുഷന്റെ പ്രേമസാഫല്യത്തിന്റെ കീഴടങ്ങൽ! ചങ്ങമ്പുഴയുടെ മറ്റൊരു സ്ത്രീപ്രശംസ.

അവൾ പുരുഷനു നല്കുന്ന സാന്ത്വന ചികിത്സയെപ്പറ്റിയാണ്.

1. ചൂടേറ്റുള്ള മെരിഞ്ഞെരിഞ്ഞുപം ചൂഴുമ്പോഴും പൂമാ-
2. നുന്മദത്തളിച്ചയ്ക്കു ചിരിച്ചുകൊണ്ടരുളിടും സഹനതാ-

സങ്കേതമേ! വെൽക നീ"

ഈ ചങ്ങമ്പുഴ തന്നെയാണ്

"നാരികൾ, നാരികൾ വിശ്വവിപത്തിന്റെ
നാരായ വേരുകൾ, നാരകീയാഗ്നികൾ!"

എന്ന് അവളെ നിർദ്ദയം തള്ളിപ്പറഞ്ഞതും ഇവയെല്ലാം കവി മന സ്സിന്റെ ചാഞ്ചാട്ടത്തെയാണ് കാണിക്കുന്നത്.

ഈ മനോഭാവം തന്നെ മാറിവരുന്ന പല ദൃശ്യങ്ങൾ ചങ്ങമ്പുഴക്കവിതകളിൽ ഉണ്ട്. അവയിൽ ഇവിടെ പരാമർശിക്കുന്നത് "മനസ്വിനി"യിലേതു തന്നെയാണ്. പിന്നത്തേത് "മോഹിനി"യിലേതും. ഒരിക്കൽ കവി

"മഞ്ഞത്തെച്ചിപ്പൂങ്കുലപോലെ
ഈറൻ തുകിലിൽ മറഞ്ഞൊരു പൊന്നല-
പാറിമിനുങ്ങിയ ഗാത്രമായി" മനസ്വിനിയെ കണ്ടു. (അവൾക്ക് കവി പേര് നല്കിയില്ല. പേരു നല്കി അവളെ ചെറുതാക്കുന്നത് ഇഷ്ടമായിരുന്നില്ല) അങ്ങനെ കവി തന്റെ ജീവിതസഖിയെ കണ്ടിരുന്നു. പക്ഷേ, കാലശനിയാൽ വന്നുചേർന്ന രോഗം മൂലം അധികം താമസിയാതെ തന്നെ അവളുടെ കോലം മാറി ആ മാറ്റവും കവി വരച്ചു.

"കോടിയ വസൂരിയിലുഗ്രവിരൂപത
കോമരമാടി നിന്നുടലിൽ;
കോമള രൂപിണി, ശാലിനി, നീയൊരു
കോലം കെട്ടിയ മട്ടായി;
മുകിലൊളിമാഞ്ഞു; മുടികൾ കൊഴിഞ്ഞു;
മുഖമതിവികൃതകലാവൃതമായി;
നിന്നുടൽ വെറുമൊരു തൊണ്ടായി;
കാണാൻ കഴിയാ, കണ്ണുകൾ പോയീ;
കാതുകൾ പോയീ കേൾക്കാനും
നവനീതത്തിനു നാണമണയ്ക്കും
തവതനുലതതൻ മൃദുലതയെ
കഠിനം-ചിന്തിയെറിഞ്ഞൊരടിമുടി
കടുതലമാകിന വടുനിരകൾ"

മനഃസാക്ഷിയില്ലാത്തവരാരും കളഞ്ഞിട്ടു പോകാവുന്ന വികൃതമായ ആ അസ്ഥിപഞ്ജരം കവിയെ അഗാധമായി വേദനിപ്പിച്ചു. വർണ്ണം, നിഴൽ, വെളിച്ചം, നാദം ഇതൊന്നും അറിയാത്ത ഒരു ലോകമായി മാറി അവളുടേത്. അവൾ ഇരുൾ കട്ടപിടിച്ച ഒരു പാതളത്തിലെത്തിയ അവസ്ഥയിലായി. അപ്പോഴും അവളുടെ കഥയോർത്ത് അയാൾക്ക് കരളുരുകി. അവളുടെ സൗഭാഗ്യത്തിൽ മാത്രം മോഹമാർന്ന സുഹൃത്തായിരുന്നില്ല ആ ഭർത്താവ്. അയാൾക്ക് വന്നത്

"വേദന വേദന ലഹരിപിടിക്കും

വേദന" ആയിരുന്നു. എന്നിട്ടും അയാൾ ആശിച്ചു "ഞാനതിൽ മുഴുകട്ടെ"യെന്ന്. മാത്രവുമല്ല, തന്റെ പിന്നത്തെ ജീവിതത്തെ ഒരു മുരളീരവമാക്കിത്തീർക്കാനാണ് ആഗ്രഹിച്ചത്. ഇതാണ് യഥാർത്ഥ പ്രേമം, പകരം ഒന്നും തിരിച്ചു വേണ്ടാത്ത പ്രേമം- നിരുപാധിക പ്രേമം!

ഇതുപോലെ തന്നെയൊരു ചിത്രം 'മോഹിനി' എന്ന കവിതയിലുണ്ട്. എല്ലാ സാംസ്കാരികലേപനങ്ങളും ചുരണ്ടി നീക്കിയാൽ കാണുന്ന കാമമാണ് ജീവിതത്തിന്റെ ഉത്കൃഷ്ടമായ കാമന എന്ന് ഒരു വിശ്വാസം പലർക്കും ഉണ്ട്. ആ വിശ്വാസം സത്യമാണ്. അതിന്റെ ബഹിർസ്ഫുരണമായ സംഗീതം, സാഹിത്യം, പ്രതിമാശില്പം മുതലായവ കലാരൂപങ്ങളിലെല്ലാം നാനാത്വമാണ് കാണുന്നത്. അല്ലെങ്കിൽ ഭക്ത്യതിശയത്താൽ തന്നെത്തന്നെ മറന്ന് തുറന്നിട്ടിരിക്കുന്ന ശ്രീകോവിലിന്റെ മുന്നിൽ നില്ക്കുന്ന ഭക്തർക്ക് കാണത്തക്കവണ്ണം സോപാനത്തിന് ഇരുപാടും തമ്മിൽത്തള്ളിച്ച മുലകളുമായി നഗ്നമായ ശിലാപ്രതിഷ്ഠകൾ എന്തിന് കൊത്തി വയ്ക്കണം?

"അമൃതകര, കരോടീ, സ്വർദ്ധുനീബദ്ധചൂഡം
തിരളൊളിതിരുനീറാമംഗരാഗാഭിമാമം
കരകലിതകപാലം, മംഗളം പിംഗളാക്ഷം
മലർമകൾമുലപൂണും ദൈവതം വെൽവുതാക!" എന്നു കൂടി ശിവവർണ്ണനയിൽ എന്തിനു ചേർക്കണം? ഈ കാമത്തിന്റെ മനഃശാസ്ത്ര ദൃഷ്ടാന്തം അപഗ്രഥിക്കാവുന്ന ഒരു കഥാപാത്രമാണ് ചങ്ങമ്പുഴ പറയുന്ന സോമശേഖരൻ, എന്ന കഥാപാത്രത്തിന്റേത്. അന്യൻ വേദനിച്ചാലും അതുകണ്ട് നിർവൃതിയടയുന്ന ഈ മനോഭാവമാണ് മസ്സോക്കിസമെന്നു പറയപ്പെടുന്നത്. 'മോഹിനി'യെന്ന കവിതയിലെ സോമശേഖരൻ അത്തരമൊരു വ്യക്തിയാണ്. 'മനസ്വിനി'യിലെ നായികയ്ക്ക് കവി പേര് നല്കാതിരുന്നതുപോലെ സോമശേഖരന്റെ കാമുകിക്കും പേരില്ല. മോഹിനി പേരല്ല, അയാൾ അവളിൽ കണ്ട ഭാവത്തിന്റെ രൂപമാണ്. അവർ പരസ്പരം പ്രാണാധിക പ്രിയരാണ്. അവളുടെ എല്ലാം അയാൾക്കായി സമർപ്പിച്ചു നിർവൃതിയടയാനാണ് അവൾ കാത്തിരിക്കുന്നത്. അവളെ അങ്ങനെ കാണാനാണ് അയാൾക്ക് കമ്പം. വ്യത്യാസമുള്ളത് ഒരു സംഗതിയിൽ മാത്രം. എത്രയും ത്യാഗിനിയായ് അയാളോടൊപ്പം ഒന്ന് ജീവിക്കാൻ അവൾ കാത്തിരുന്നു. അവളെ ആവുന്നത്ര സുന്ദരിയായി വരുന്നത് കണ്ട്, നിർവൃതിപൂണ്ട്, മേലിൽ മറിച്ചൊരു അവസ്ഥയിൽ അവളെ അയാൾ കാണരുതെന്നാഗ്രഹിച്ചു (മനസ്വിനിയിലെ നായികയെ അങ്ങനെയൊരവസ്ഥയിൽ അതിലെ നായകൻ കണ്ടല്ലോ). മോഹിനിയെ മറ്റൊരവസ്ഥയിൽ അവളുടെ ജീവിതം അവസാനിപ്പിച്ച നായകൻ ആണ് സോമശേഖരൻ. മോഹിനിയ്ക്കും സോമശേഖരനും പറഞ്ഞാൽ തീരാത്തത്ര അനുരാഗമാണ്.

അവൾ "കാമിനീയധാമമായെന്നും

കാണണമിന്നെൻ കാമുകൻ
ആ മദനനെയിന്നെനിക്കൊരു രോമഹർഷത്തിൽ മൂടണം
വിസ്മയാധീനചിത്തനായാത്മ
വിസ്തൃതിയാലാക്കോമളൻ
മാമഗാഗഗമ ചിത്രമിന്നോർത്തു
ഒരു പ്രേമഗാനം രചിക്കണം
സാനന്ദമതുസാധിതമാക്കാൻ
ഞാനണിഞ്ഞൊരുങ്ങീടട്ടെ"

കാവ്യമുഖത്തിലെ ഈ വരികളിലെ ഓരോ പദവും കവിയുടെ അന്തർഭാവമറിഞ്ഞ് അക്ഷരങ്ങൾക്ക് സംഭാവന ചെയ്തതാണ്. ഇത്ര പ്രകരണൗചിത്യം ഉള്ള കവിയായിരുന്നോ ചങ്ങമ്പുഴ. ആയിരുന്നെന്ന വിശ്വാസം ഇപ്പോൾ ഉറപ്പിക്കാം.

ഇതിന് അനുരോധമായ ചിന്ത തന്നെയായിരുന്നു അയാൾക്കും. പക്ഷേ, ആ ഏകമനോഭാവം ഒരു നിഷേധത്തിൽ ചെന്നു സന്ധിച്ചു എന്നു മാത്രം. അയാളും അവളും ചിന്തിച്ചതു ഒരു പോലെയായിരുന്നെങ്കിലും പ്രവർത്തിച്ചത് വിരുദ്ധമായിട്ടാണ്. ആ വൈരുദ്ധ്യം നമ്മളെ കാണിക്കാൻ കവി അവളെ അയാളുടെ അടുത്തേക്ക് കൊണ്ടുപോയതും ഒരു വൈരുദ്ധ്യമാണ്. അഭിചരന്തി സർവ്വത്ര എന്നാണ് അഭിചാരിക - അഭിസാരിക എന്ന പദത്തിന്റെ വ്യുത്പത്യാർത്ഥം.

തന്റെ റീടിന്റെ മുകൾ നിലയിലേക്ക് കോവണിപ്പടി ചവുട്ടിക്കയറിയ മോഹിനിയുടെ കാലിലെ ശിഞ്ജിത സ്വനം കേട്ടപ്പോഴേ അയാൾക്ക് രോമഹർഷം ഉണ്ടായി. ആദ്യം പറന്നെത്തിയത് സൗരഭ്യമായിരുന്നു. ആ ദിവ്യ സംഗമം, പ്രതീക്ഷയെപ്പോലെ അവളുടേതായിരുന്നു. താൻ മുമ്പൊരിക്കലും കണ്ടിട്ടില്ലാത്ത വിധം ഒരു സൗന്ദര്യരൂപമാണ് അയാൾ അവളിൽ പിന്നെ കണ്ടത്. അയാൾക്ക് ഈ മണ്ണിൽ സ്വർഗ്ഗനിർവൃതി ലഭിച്ചു. അവളെ നേരിൽ കണ്ടപ്പോഴേക്ക് അയാൾക്ക് തോന്നിയത് കവി വർണ്ണിച്ചിരിക്കുന്നത് വായിക്കാം. സ്തബ്ധനായതാ മാറുന്നു സോമൻ

"അത്ഭുതോദ്വേഗവിഹ്വലൻ
എന്തുകാൺമൂ ഞാൻ മുന്നിലിക്കാൺമ-
തെന്തൊരത്ഭുത സ്വപ്നമോ!
ഓമലാളല്ലോ, മോഹിനിയല്ലേ
ഹ! മമ മുന്നിൽ കാൺമൂ ഞാൻ;
വിശ്വസിക്കാനരുതെനിക്കെന്റെ
വിഹ്വല നയനങ്ങളെ
മുമ്പൊരിക്കലും കണ്ടിട്ടില്ലിത്ര
സുന്ദരിയായിവളെ ഞാൻ
നിർഗ്ഗളിപ്പതെൻ കണ്ണിൽ നിന്നൊരു
സർഗ്ഗചൈതന്യവിസ്മയം.
മുഗ്ദ്ധമാംമുഖമൊന്നു ചുംബിക്കാൻ

എത്ര ദുർബ്ബലനിന്നുഞാൻ!"

ഇത്രയും സൗന്ദര്യവതിയായ മോഹിനിയെ മുന്നിൽ കണ്ടപ്പോൾ അയാൾക്ക് ആ മുഖത്ത് ഒരു ചുംബനമർപ്പിക്കാൻ തോന്നിയില്ല. ഒരു ഷണ്ഡനല്ലാത്ത ആർക്കെങ്കിലും തോന്നുമോ ഈയൊരു വിചാരം? പക്ഷേ, സോമശേഖരൻ ഷണ്ഡനല്ല. ഇവിടെയാണ് അയാൾ മറ്റാരോ ആകുന്നത്. ഇത്ര സുന്ദരിയായി അയാൾക്ക് അവളെ ഇനിയും കാണാനാകുമോ? കാണേണ്ടി വന്നാൽ സൗന്ദര്യത്തിന് അവളിൽ വന്ന അപചയം അയാൾക്ക് സഹിക്കാവുന്നതിലുമപ്പുറമാണ്. ആ ദുർബ്ബലൻ നിശ്ചയിച്ചു. പിന്നെ താമസിച്ചില്ല.

"അത്യനഘമാമീ മുഹൂർത്തത്തിൽ
ഉത്തമേ, നീ മരിക്കണം
മാമകാശയം ക്രൂരമാണെങ്കിൽ
ഓമനേ, നീ പൊറുക്കണം" മായികമായ ആ സൗന്ദര്യം മാഞ്ഞു പോയ നിലയിൽ അവളെ കാണാൻ അയാൾക്ക് കഴിഞ്ഞില്ല. അയാളുടെ ഗാഢാലിംഗനവും ചുംബനവും തലോടലും എല്ലാം പ്രതീക്ഷിക്കുന്ന അവൾക്ക് ആ കാമരൂപനിൽനിന്നും കിട്ടിയത് കഠാരകൊണ്ടുള്ള മരണ മാണ്. അയാൾ അവളുടെ സൗന്ദര്യം സാർത്ഥകവും ശാശ്വതവുമായി കണ്ട് പുകഴ്ത്തി അവളെ കൊന്നു. ഇതാണ് വിദ്രോഹവാസനനായ അദ്ദേ ഹത്തിനെയോ മലയാളത്തിൽ ഇങ്ങനെ ഒരു കവിതയെഴുതിയതിന് അഭി നന്ദിക്കേണ്ടതേയുള്ളൂ. ഈ കവിത അനന്വയമാണ്. മരണം എന്ന ഒരു ഒറ്റപ്പദത്തിൽ മാത്രം.

1. അല്ലാ മാനവനെക്കുറിച്ച് പറയാനാണെങ്കിൽ ആർക്കായിടും

ചൊല്ലീടാൻ, പിഴപറ്റീടാനുലകിലിന്നെന്തേവർതൻ മനം ചൊല്ലാളുന്ന പുരാതനത്വ മെഴുമീ-

2. ഗ്രാമത്തിൽ മാറ്റപ്പെടാ
   തല്ലീ, ചെയ്യുവതിന്നതേ പരിമളം
3. പൂവിട്ട തൈച്ചെമ്പകം...

'മനുഷ്യ മനസ്സ്' എന്ന ഈ കവിത അപൂർണ്ണമാണെന്ന് ബലമായി ആരെങ്കിലും സംശയിച്ചാൽ ആ സംശയത്തിന് അടിസ്ഥാനം മനുഷ്യ നെപ്പറ്റി എഴുതുമ്പോൾ പൊതുവെ വാചാലനായ കവി ഇവിടെ മിതഭാ ഷിയായിരിക്കുന്നു എന്നതാണ്. മനുഷ്യമനസ്സ് അത്യന്തം പരിമളമാണെന്ന് പറഞ്ഞ കവി ഒന്നുകിൽ പറഞ്ഞതിൽ നിർത്തി. അല്ലായെങ്കിൽ ബാക്കി പറഞ്ഞത് പ്രസാധനത്തിനു കിട്ടിയില്ല. എന്നാൽ പറഞ്ഞത് ഈ കവിത യിൽ പൂർണ്ണമാണ്.

"മനുഷ്യൻ എന്ന പേരിട്ട് തന്നെ കവി സാമാന്യം ദീർഘമായ കവിത വേറെയെഴുതിയതിൽ മനുഷ്യനെ മറ്റൊരു നിലയിൽ അവതരിപ്പിച്ചിരി ക്കുന്നു. ഇതിലെ മനുഷ്യന്റെ നേരെ വിരുദ്ധമായ മനുഷ്യനാണ് അതിൽ കാണുന്നത്. "ജന്മജന്മാന്തരം പുണ്യ പൂ വല്ലിതൻ പൊന്മലരും, ഈശ്വ രൻ അത്യന്തം ഇഷ്ടത്തോടെ സൃഷ്ടിച്ച തന്റെ പ്രതിരൂപം തന്നെയാണ്

മനുഷ്യനെന്നും ഉള്ള വിശ്വാസത്തെ കവി 'മനുഷ്യൻ' എന്ന കവിതയിൽ ഇളക്കി പ്രതിഷ്ഠിച്ചു. തന്നെയല്ല, അങ്ങനെ മനുഷ്യനെ സൃഷ്ടിച്ച ദൈവത്തെ, പേരുകേട്ടാൽ തന്നെ പേടിക്കണമെന്നും ആ ദൈവം നിസ്സീമസംഹാര മൂർത്തിയാണെന്നും അങ്ങനെയൊരു സർഗ്ഗശക്തിക്ക് ആ ദൈവത്തെ വിശ്വസിക്കാവുന്നതല്ലെന്നും കവി ആദ്യം തന്നെ പറയുന്നു. ഇനി അത് സ്ഥാപിച്ചാൽ മാത്രം മതി. കവിതയുടെ ശേഷിച്ച ഭാഗമെല്ലാം ചങ്ങമ്പുഴ അതിനായി ചെലവിടുന്നു. കവിയുടെ വാക്കുകളിൽ മനുഷ്യൻ ഇപ്രകാരമാണ്.

1. "പാഷാണമാത്രാത്മസത്വനാം ഭീകര-
പാതകമൂർത്തിയാമീ മനുഷ്യർ
ദൈവ പ്രതിരൂപമാണെങ്കിലത്തരം
ദൈവത്തിനെ പിന്നെയാർക്കുവേണം?
മർത്ത്യനോ മൂഢനാണായിടട്ടെ-
ന്നോർക്കുകിൽ
മർത്ത്യനേക്കാൾ മൂഢനീശ്വരൻ താൻ.

ആ മർക്കടത്തിന്റെ കൈയിലീ ലോകമാം പൂമാലയല്ലെങ്കിലെന്തിനേകി!

ആ വെട്ടു പോത്തിൻ ചെവിയിലോ, ശാന്തിതൻ
പാവന വേദമേ! നിൻ പതനം!"

ഇത്രയും കടുത്ത വാക്കുകളിലെ ദൈവനിന്ദ കഴിഞ്ഞിട്ടാണ് അയാൾ സൃഷ്ടിച്ച മനുഷ്യന്റെ സ്വഭാവം കവി വർണ്ണിക്കുന്നത്.

ദൈവം മണ്ണട തൊട്ട് പലപല ജന്തുക്കളെ ഓരോ കാലത്തും സൃഷ്ടിച്ചു. അവയിലെല്ലാം ഒരു തമോമയാംശം കലർത്തിയിരുന്നു. പിന്നെ ദൈവം മറ്റൊരു കാര്യം ചെയ്തു.

"ജീവജാലങ്ങളിലൊക്കെയും അല്പാല്പമായ്
ത്താവിയിട്ടുള്ളാത്തമോമയാംശം.
ഒന്നിച്ചു കൂട്ടി കലർത്തി കരുപ്പിട്ടി
ച്ചൊന്നാഭൂമീശ്വരൻ വാർത്തു നോക്കി."

അതൊത്തില്ല. പോരെങ്കിൽ അത് ചെകുത്താനായിരുന്നു. അവന് മനുഷ്യന്റെ ഒരു ദോഷം മാത്രം ഉണ്ടായിരുന്നില്ല. മനുഷ്യന്റെ അസൂയ മാത്രം.

"പരപുച്ഛവുമഭ്യസൂയയും
ദുരയും ദുർവൃതിയാനാസക്തിയും"

പരമ്പരയാ ഹൃദയത്തിൽ കുടിയിരുത്തിയവനാണല്ലോ മനുഷ്യൻ. പിശാച് എന്തു നല്ലവൻ! പരപുച്ഛമേ അവനുള്ളൂ. എന്നുതന്നെയല്ല, ദൈവത്തിന് മനുഷ്യനെ സൃഷ്ടിക്കുന്നതിന് മണ്ണ് നനച്ചപ്പോൾ വെള്ളം കൂടിയതുകൊണ്ട് അത് ഇളമ്പതം ആയിപ്പോയി. ദൃഢത വന്നില്ല.

'അക്കുറവെല്ലാം പരിഹരിച്ചു ഹൃത്തിൽ-
ഇക്കാണും മർത്ത്യനെ ദൈവം തീർത്തു

ചെന്നായ, ചീങ്കണ്ണി, പോത്തു ചീറ്റപ്പുലി-
പന്നി, പാമ്പൊന്തൊക്കൊയുണ്ടവനിൽ"

അതാണ് മനുഷ്യൻ! ഒടുവിൽ ദൈവത്തിന് സ്വന്തം ജീവൻ പോകുന്നതിനു മുമ്പേ കടന്നു കളയണമെന്ന് തോന്നി. ഭയം മൂലം വിശ്വം അവന് വിട്ടുകൊടുത്തിട്ട് ദൈവം സ്ഥലം വിട്ടു. ലോകത്തിന്റെ പതനം തന്മൂലം ഉണ്ടായതാണെന്ന് പിന്നെ കവി സമർത്ഥിക്കുന്നു. ആദികവി മനുഷ്യന്റെ ഗംഗാ സ്രോതസ്സായിട്ടാണ് രാമനെയും സീതയെയും സൃഷ്ടിച്ചത്. പക്ഷേ,പിന്നെ ഈ ഭൂമിയിൽ എത്ര സീതാരാമന്മാരുണ്ടായിട്ടും ആ രാമൻ തലമുറകളായിട്ട് മനുഷ്യമനസ്സിലെ ആരാധനാമൂർത്തി മാത്രമാണ്. പുറത്തിറങ്ങി നടക്കുന്നതെല്ലാം രാവണന്മാരാണ്. അവരാണ് വേശ്യകളായി കാണപ്പെടുന്നത്. പാടുന്നത് *ഭഗവദ്ഗീത*യാണ്. ലോകത്തിലെ മഹത് ഗ്രന്ഥങ്ങളിൽ ഒന്ന്. പക്ഷേ, ഒരു നന്മയും മനുഷ്യന് *ഭഗവദ്ഗീത* വായിച്ചിട്ട് ഉണ്ടായിട്ടില്ല.

"ചെന്നായ കൂടിയും മറ്റുചെന്നായ്ക്കളെ
കൊന്നുതിന്നട്ടഹസിപ്പതില്ല;"

മനുഷ്യനോ! അവൻ രക്തദാഹിയാണ്, അവന് അവന്റെ തന്നെ ചോര കുടിക്കണം. അവന് സമ്രാട്ട് പദമല്ല അതിനപ്പുറം വല്ലതുമുണ്ടെങ്കിൽ അത് വേണം. ആശ തീരലില്ല. ഇത്രയും മനുഷ്യന്റെ അധാർമ്മികതയെ പുച്ഛിച്ചു പറഞ്ഞ കവി തന്നെ കവിത ഉപസംഹരിക്കും. മുമ്പേ നിന്നിടത്ത് നിന്ന് വഴുതിമാറി. ലോകത്തെച്ചൊല്ലി ചങ്ങമ്പുഴ വഴിമാറി സ്നേഹിച്ചു.

1. "എന്തിത്ര വെമ്പൽ നിനക്കായിലോകമേ"
2. "സുന്ദര സ്വപ്നങ്ങൾ കാത്തുനില്പൂ
   അല്പവും കൂടി ക്ഷമിക്കുകുൽകർഷത്തിൽ"
4. തല്പമവനിപ്പോൾ സജ്ജമാക്കും
   ശാന്തിതൻ പട്ടു വിരിക്കുവാനാണവ-
   നേന്തിനില്ക്കുന്നതാരക്തഖണ്ഡം;
   സുന്ദര സ്വപ്നങ്ങൾ കാൺകെ, യവനോടു-
   നന്ദിയോതാൻ നീ മറക്കരുതേ."

മനുഷ്യൻ ഇത്രയും ക്രൂരനായത് അവനു എതിർക്കാൻ അവനേക്കാൾ ക്രൂരരായ പ്രതിലോമശക്തികളുണ്ടെന്നു വരെ വാദിക്കാൻ ഉള്ള മനസ്സ് സമ്പാദിക്കാനാണ് അങ്ങനെ ചെയ്തെന്നു പറഞ്ഞ് കവി വിപ്ലവത്തിന്റെ പാതയിൽ നമ്മളെ അണിനിരത്തി, കവിത അവസാനിപ്പിച്ചു, ഇപ്പോൾ ആലോചിക്കൂ, ഈ കവിയെ കുറ്റപ്പെടുത്താമോ? ഈ 'മനുഷ്യൻ' തെറ്റുകാരനാണോ?

ചങ്ങമ്പുഴക്കവിതയിലെ കവി, ഒരു നിഷേധിയുടെ മട്ടിലാണ്, പലപ്പോഴും സംസാരിക്കുന്നതെന്ന് തോന്നും. അതു കുടിലിന്റെ മുറ്റം മുതൽ പാടുന്ന പിശാചു വരെ നീളുന്നു. *തൊഴിലാളി* എന്ന പേരിൽ ചങ്ങമ്പുഴ ഒരു കവിതയെഴുതിയിട്ടുണ്ട്. കവിയുടെ സാമൂഹ്യദിരതി പ്രകടമായി അനു

ഭവപ്പെടുന്ന ആദ്യകാല കവിതകളിൽ ഒന്നാണത്. അതിൽ വളരെ ശാന്തനായാണ് കവി ആദ്യമെല്ലാം സംസാരിച്ചത്. തൊഴിലാളിയെ അവൻ ചെയ്യുന്ന അദ്ധ്വാനത്തിന്റെ സ്വഭാവമറിഞ്ഞ് പ്രശംസിക്കുന്നു. തൊഴിലാളി കർഷകത്തൊഴിലാളി മാത്രമാണ്. ക്ഷേത്രത്തിന് വയൽ എന്നും അർത്ഥം ഉണ്ട്. തൊഴിലാളി അവിടെ കൈക്കൂപ്പി നില്ക്കുന്നു. അവിടെ നിറപറവച്ചു തൊഴുന്നതാണ് നാടിന് ഉത്കർഷം ഉണ്ടാക്കുന്നത്. തൊഴിലായാണ് വിഭവ സമൃദ്ധമാന സാമൂഹ്യ ജീവിതത്തിന്റെ വിളവെടുപ്പിന് വിത്തു പാകുന്നത്. അവന്റെ നെറ്റിത്തടത്തിൽ നിന്ന് ഉതിർന്നു വീണ സ്വേദബിന്ദുക്കളാണ് വിലയേറിയ നെന്മണികളായി മാറിയത്. ഇത്രയും പ്രശംസിച്ചിട്ട് കവി തൊഴിലാളിക്ക് ഒരു മുന്നറിയിപ്പു നല്കുന്നു. കാരണം അവന്റെ അദ്ധ്വാനഫലം പിടുങ്ങാൻ അവകാശവാദവുമായി പല കരിയിലകളും പരമപ്രതാപം നടിച്ച് അനങ്ങിത്തുടങ്ങിയിരുന്നു. അതിനാൽ തൊഴിലാളി സമരോത്സുകനാകണമെന്നും കവചം ധരിക്കണമെന്നും സുദർശനം കൈയിലെടുക്കണമെന്നും ഒന്നും അദ്ധ്വാനിക്കാതെ അന്യരെ ചൂഷണം ചെയ്തു ഉപദേശിച്ചിട്ട് അലസരായി കിടക്കുന്നവരെ ഉണർത്തുന്നു. അസമത്വാവസ്ഥയോടുള്ള ശാന്തമായ പ്രതിഷേധം.

'തീപ്പൊരി' എന്ന ഒരു കവിത ചങ്ങമ്പുഴ എഴുതിയിട്ടുണ്ട്. അതുഒട്ടെല്ലാം പ്രതീകാത്മക സ്വഭാവമുള്ള ഒരു വിപ്ലവ കവിതയാണ്. വഴിതെറ്റിപ്പോകുന്ന സമരോത്സുകരെ നേർവഴിക്കു തിരിക്കാൻ ആഹ്വാനം ചെയ്യുന്ന ആ കവിതയിൽ കവി ഭംഗ്യന്തരേണ പറയുന്നത്.

1. "പ്രപഞ്ചമെന്തെന്നറിയാതുഴറ്റോ-"
2. "ടഗ്നിസ്ഫുലിംഗംചിതറിക്കുതിപ്പൂ"

എന്നാൽ ആ അഗ്നി സ്ഫുലിംഗം വിഴേണ്ടിടത്തു വീണാലോ

1. "അണഞ്ഞുപോകാതതിനടുത്തുണക്ക-
ത്തൃണത്തിൽ വീണോ, കഥയൊക്കെ മാറി.
ചെന്തിപ്പൊരിത്തെല്ലൊരു കാട്ടുതീയായ്
പ്രപഞ്ചമൊട്ടുക്കു നടുക്കമായി."

അതിൽ നിന്ന് അധഃസ്ഥിത സമൂഹം പാലിക്കേണ്ട ഒരു പാഠമുണ്ട്. വിപ്ലവവീര്യം പ്രകടിപ്പിക്കേണ്ടത്, അത് വേണ്ടിടത്താണ്.

"കണ്ണൊന്നടച്ചിട്ട് തുറന്നിടുമ്പോൾ
നാം കണ്ട ലോകം നവലോകമായി,
കുന്നായി; ഗർത്തങ്ങളുയർന്നു പൊങ്ങി."

ഇതറിയാതെ മാറ്റം ആഗ്രഹിക്കുന്നവർ നോക്കിനിന്നാൽ അത് ജളത്വമാണ്.

എന്നാൽ *വാഴക്കുല* എന്ന കവിത മുതൽ ചങ്ങമ്പുഴ തൂലികയിലെ മഷി മാറ്റിത്തുടങ്ങി. പഴുക്കാറായ ഒരു വാഴക്കുലയെയും അത് പഴുത്തു, തിന്നാൻ കൊതിച്ച് അതിന്റെ മൂട്ടിൽ നിന്നു മാറാതെ കഴിഞ്ഞ ചില കിടാങ്ങളെയും, അവരുടെ ഹൃദയം കൊടുത്തിട്ട് അതു നട്ടു വെള്ളം കോരിയവന്റെ കൈകൊണ്ടുതന്നെ വെട്ടിച്ചു കൊണ്ടുപോയ ദൂരമൂത്തപുരയിട

മുടമയുടെയും കഥയിൽ നിന്നു അതാണ് അനുമാനിക്കേണ്ടത്. സുപ്രസിദ്ധമായ ആ കഥ ഇവിടെ പകർത്തുന്നില്ല. എന്നാൽ ചങ്ങമ്പുഴ വിപ്ലവത്തിന്റെ പാതയിൽ വളരെ മുന്നോട്ടുപോയി എന്നു കാണിക്കാൻ അതു പോരായിരുന്നു എന്നു കുറ്റപ്പെടുത്തുന്നവർക്ക് വേണ്ടി ചില വരികൾ ഇവിടെ പകർത്തുന്നു.

"അഴിമതി അക്രമം, അത്യന്തരൂക്ഷമാം
അപരാധം, നിശിതമാമശനിപാതം;
കളവെന്തന്നറിയാത്ത പാവങ്ങൾ പൈതങ്ങൾ!
കനിവറ്റ ലോകം കപട ലോകം!
നിസ്വാർത്ഥ സേവനം, നിർദ്ദയമർദ്ദനം!
നിഹത നിരാശാതിമിരം ഭയങ്കരം!
നിരുപാധികോഗ്ര നിയമഭാരം!
ഇതിനൊക്കെ പ്രതികാരം ചെയ്യാതടങ്ങുമോ
പതിതരേ നിങ്ങൾ തൻ പിന്മുറക്കാർ?"

കൊടിതോരണങ്ങൾ കെട്ടി, പൂക്കുലകൾ കൊണ്ട് അലങ്കൃതമല്ല ഈ വരികൾ. ഇവയിൽ വിപ്ലവാവേശമേയുള്ളൂ.

ഈ വിപ്ലവാവേശം ഒന്നുകൂടി തീ പിടിപ്പിച്ചു ജ്വലിപ്പിച്ച കവിതയാണ്. ദാരിദ്ര്യത്തിന്റെ മുമ്പിൽ എന്നത് ആ കവിതയിലും കവി കാണുന്നത് കർഷകത്തൊഴിലാളിയെ ആണ്. പരന്ന നെല്പാടങ്ങളെ ഉച്ച വെയിൽ കൊണ്ട് വാടിയപ്പോഴും കർഷകൻ പച്ചപിടിപ്പിച്ചു. യത്നിച്ചുണ്ടാക്കിയതെല്ലാം അർഹതയില്ലാത്ത അന്യരുടെ നെല്ലറനിറയ്ക്കാൻ അവർ കൊണ്ടുപോയി. (വാഴക്കുല തമ്പുരാൻ കൊണ്ടുപോയതുപോലെ കർഷകന്റെ അസ്ഥികൂടം കൊണ്ടാണ് വെൺമാളികകൾ സൃഷ്ടിച്ചത്. ഒടുവിൽ തേഞ്ഞിളകിയ മെതിയടി (മെയ്തിടി) പോലെ തന്നെ വലിച്ചെറിയുകയും ചെയ്തിരുന്നു. ഇതാണ് ഇപ്പോൾ ലോകനീതി - ഒരുത്തൻ അദ്ധ്വാനിക്കുക, ചുമ്മാതിരുന്നു സുഖിക്കുന്നവൻ അതിന്റെ ഫലം കൊണ്ട് പോകുക. ആ മാളികയിൽ നിന്ന് അയാളെ പിടിച്ചിറക്കി പുറത്തു വിടണം. നീ വേണ്ട, നീ ദുർബ്ബലൻ, നിസ്സഹായൻ, മുന്നോട്ട് പോയാൽ നിന്റെ പുറകേ വേറെയാൾ വരും (ഇതിനൊക്കെ പ്രതികാരം ചെയ്യാതടങ്ങുമോ പതിതരേ നിങ്ങൾ തൻ പിന്മുറക്കാർ എന്ന *വാഴക്കുല*യിലെ വരികളുടെ ആശയാവർത്തനം) അവർ

"വിത്ത പ്രതാപം തടുത്തിടും ഭദ്രമായ്-
കൊട്ടിയടച്ച കവാടങ്ങളൊക്കെയും
വെട്ടിപ്പൊളിക്കാൻ സുശക്തരുമാണവർ
ഒട്ടിയ യൗവനത്തീക്കനൽക്കട്ടകൾ
ഹാ! സമത്വത്തിന്റെ സുപ്രഭാതത്തിൽ
ഭാസുരക്ഷേമമുകുളം വിരിയണം.
സ്വാതന്ത്ര്യമേഖലയിങ്കൽ, സ്വയം മർത്ത്യ-
ചേതന പൊന്നിൻ ചിറകടിച്ചാർക്കണം;

സുന്ദരമാരംഗമാനയച്ചീടുവാൻ-
സന്നദ്ധമാകൂ സധീരം യുവത്വമേ?"

എന്ന് പ്രത്യാശിക്കുന്നിടത്ത് കാവ്യം തീരുന്നു.

ഈ ആഹ്വാനം കർഷകനെയും അവന്റെ പരാധീനതയെയും കണ്ട് കവി നടക്കുന്നതാണ്. അവൻ സഹിക്കുന്ന മേലാളരുടെ ചൂഷണത്തിന്റെ നേർക്ക് ഉള്ള അമർഷവും അതിനെ എതിർക്കാൻ വരുംതലമുറയെ ക്ഷണിക്കുന്നതുമാണ്. ആ ലക്ഷ്യം ചക്രവാളപ്പരപ്പാർന്നതാണ് 'കൊടുങ്കാറ്റ്' എന്ന് ചങ്ങമ്പുഴയെഴുതിയ കവിത. റഷ്യയിലും മറ്റും നടന്ന വിപ്ലവത്തിന്റെ കൊടുങ്കാറ്റ് ഭാരതത്തിലും കേരളത്തിലും ആഞ്ഞുവീശാത്തത് ചരിത്രത്തിന്റെ മുന്നിൽ മൂടിപ്പുതച്ചു കിടന്നുറങ്ങുന്നതു കൊണ്ടാണെന്ന് കവി അന്യഥാ സിദ്ധാന്തിക്കുന്നു. ആദ്യം കവി ഉറങ്ങുന്നവരെ ശരിക്കും കുറ്റപ്പെടുത്തുന്നു. അവർ കാലികളേക്കാൾ കഷ്ടമാണ്. സ്വന്തം കാലിൽ കിടക്കുന്ന ചങ്ങലപോലും കാണുന്നില്ല. അടികൊണ്ട് പുളഞ്ഞിട്ടും അനങ്ങാതെ ഭാരവും ചുമന്നുപോകുന്ന അടിമക്കഴുതകളാണവർ, ആരുടെ മുന്നിലും കുനിഞ്ഞു കൊടുക്കുന്ന തലയാണ് അവരുടേത്. ഏത് അടി വന്നു പുറത്തു വീണാലും നിശ്ശബ്ദമായി സ്പന്ദിക്കുന്ന ഹൃദയവുമായാണ് അവർ ജീവിക്കുന്നത്. മുന്നിൽ നിന്ന് കാൽപൊക്കി തൊഴിക്കുന്നവനെയും തൊഴുന്ന കൈയുകളാണ് അവരുടേത്. എല്ലാം പോകട്ടെ ഞങ്ങൾ സർവ്വജ്ഞരാണെന്ന ഭാവവും!

ഭാരതത്തിലെ പെണ്ണുങ്ങളെയും കവി ആക്രമിക്കുന്നു. അതിങ്ങനെ,

"ഭാവശുദ്ധകളെന്ന കീർത്തി മുദ്രയും ചാർത്തി-
ഭാരതാംഗനകളേ! ഞെളിയുന്നല്ലോ നിങ്ങൾ!
സീതയും സാവിത്രിയും ഭാമയും ഞങ്ങൾക്കുണ്ടെ-
ന്നോതിയാൽ ക്കഴിഞ്ഞെന്നോ ഞങ്ങൾ തന്നഭിമാനം!
അക്കഥയെല്ലാമിരുന്നയവിറക്കിയാൽ(പ്പോലും)
ഉത്കർഷമായെന്നാണോ നിങ്ങൾ തന്നഭിമാനം!"

ഈ പെണ്ണുങ്ങൾ ആണുങ്ങൾക്കൊപ്പം അടിമകളായി ജീവിച്ച് ജീവിതം തീർക്കുകമാത്രമാണോ ചെയ്യുന്നത്!

"അമൃതം തുളുമ്പുമാപ്പോർമുലക്കുടം നിങ്ങൾ-
ക്കടിമപ്പുഴുക്കളെ പാലൂട്ടിപ്പോറ്റാനല്ലേ!
താമരത്താരൊത്തകൈയുകൾ, ദാസന്മാരെ-
ത്താരാട്ടു പാടിപ്പാടി, തൊട്ടിലാട്ടുവാനല്ലേ?"

കവിയുടെ ഉപാലാഭം ചെന്നു നില്ക്കുന്നത് ഭാരതത്തിന്റെ പൂർവ്വ കഥ ഓർമ്മിച്ചുകൊണ്ടാണ്.

"കർമ്മ ധീരരാമേറെ മക്കളെ പ്രസവിച്ച
കർമ്മഭൂവേ! നീ നിരാധാരയാണെന്നോ വീണ്ടും!"

ഇപ്പോൾ അടിമത്തം അനുഭവിക്കുന്നവൻ പിൻ തലമുറയേയും ആ ഭാരം ഏല്പിക്കുന്നതിൽ കവി അതിയായി ധാർമ്മികരോഷം കൊള്ളുന്നു. അതിനുവേണ്ടി വിപ്ലവം കിഴക്കോട്ട് വരണം. ചെന്നിണം പെയ്തെങ്ങും

വിപ്ലവക്കനൽമേഘം-

എന്നെന്നും പടിഞ്ഞാറു നടന്നാൽ മതിയെന്നോ? ഒന്നതിങ്ങോട്ടേ ക്കെത്തി നോക്കുമ്പോഴേക്കും ത്യാഗ-

തുന്ദിലേ, ഭരതാംബേ, നീ മുഖം പൊത്തുന്നെന്തേ?

(പണ്ട് ഭാരതത്തിലെങ്ങും ശാന്തത കളിയാടിയിരുന്നതാണ്. രക്ത ദാഹികൾ അല്ല സമാധാനപ്രിയരും സർവ്വഭൂതഹിതന്മാരും മാത്രമേ ഈ ആർഷ ഭൂവിലുണ്ടായിരുന്നുള്ളൂ എന്നതിനാലാണ്)

ഇന്ന് പണ്ടത്തെ ശിബികളില്ല, രന്തിദേവന്മാരും ഇല്ല. എവിടെയും ഇന്നു കാണാവുന്നത് കടുത്ത വേനലാണ്.

"സ്വന്തം സോദരന്മാർ തൻ ഹൃദ്രക്തമുറ്റിക്കുടി-
ച്ചന്തസ്സിൽ തലപൊക്കുമന്തകന്മാരേയുള്ളൂ.
അവർ നിൻ സുതന്മാരാണെങ്കിലെന്താദ്യം ഞങ്ങൾ-
ക്കവരെ.... കുറച്ചിടകണ്ണടച്ചാലും മാതേ!

രക്തം ചൊരിഞ്ഞാലും ഈ പാരതന്ത്ര്യത്തിനെതിരെ പോരാടണം എന്ന ദൃഢ നിശ്ചയത്തിലാണ് ചങ്ങമ്പുഴ എത്തിച്ചേരുന്നത്. ഒരു കവിക്ക് ചെയ്യാവുന്നതിന്റെ പരമാവധിയല്ലോ ഇത്.

ചങ്ങമ്പുഴ ഒരുപാട് വിഷയങ്ങളെക്കുറിച്ചുള്ള കവിതകൾ എഴുതി യിട്ടുണ്ട്. ഇത്രയും വിശാലമായ മേഖലയിലേക്ക് വ്യാപരിച്ച ഒരു കവിഭാവന ചങ്ങമ്പുഴയ്ക്കേ മലയാളകവിതകളിൽ ഉണ്ടായിട്ടുള്ളൂ. ഉള്ളൂ രിന്റെ പദസമ്പത്തിനെയും വെല്ലുന്ന ഒരു പദശേഖരം ചങ്ങമ്പുഴ പേടകം പൂട്ടിയടയ്ക്കാതെയിട്ടിരുന്നു. അദ്ദേഹത്തിന്റെ കവിതയിൽ അവയുടെ സ്വച്ഛന്ദപ്രവാഹം കാണാം. കേരള പ്രകൃതിയുടെ ഭാവങ്ങളെല്ലാം വസ്തു നിഷ്ഠമായിത്തന്നെ ആ കവിതകളിൽ ഉണ്ട്. ഇത്രയും ഗാനാത്മകത പില്ക്കാലത്ത് ചലച്ചിത്രങ്ങൾക്ക് പാട്ടെഴുതിയ കവികളുടെ കവിത കൾക്കും കാണുകയില്ല. മലയാള സാഹിത്യം അദ്ദേഹത്തിനുമുന്നിൽ സ്വരരാഗ സുധയുമായി ഒരു കാവ്യ നർത്തകിയായി ചിലമ്പുകെട്ടി മഞ്ജീര ശിഞ്ജിതത്തിൽ ആടി.

"നീ മറന്നാലും തിരയടിക്കും.
നീലക്കുയിലേ നിൻ ഗാനമെന്നും."

കളഭവും ചോരയും
വയലാർക്കവിതകളിലൂടെ ഒരു യാത്ര

മഹാകവി ജി ശങ്കരക്കുറുപ്പിനെയും വയലാർ രാമവർമ്മയെയും ഒ എൻ വി കുറുപ്പിനെയും ഒന്നിപ്പിച്ച് ആശാനും ഉള്ളൂരിനും വള്ളത്തോളിനും ശേഷം ഒരു മഹാകവിത്രയം നമുക്കുണ്ടെന്ന് എന്തായാലും അവരുടെ കവിതകൾക്ക് ആസ്വാദനാത്മകനിരൂപണം നടത്തുന്നവർ സമ്മതിക്കേണ്ടതുണ്ട്. മൂന്നുപേരും കാവ്യജീവിതംകൊണ്ട് അടയാളമുണ്ടാക്കിയവരാണ്. ആഴവും പരപ്പുമുള്ള അവരുടെ കവിതകളിൽ മുങ്ങിക്കുളിക്കാത്തവരില്ല. ജനപ്രീതിയിലും ഇവർ ഒപ്പമാണ്. ജിയുടെ കവിതകളിൽ ചിലതിന്റെ പേരിൽ ചിലർ പുച്ഛം നടിച്ചെന്നേയുള്ളൂ. അതിൽ വ്യക്തിപരമായ ഈർഷ്യയും രാഷ്ട്രീയമായ അരുചിയും ഉണ്ടായിട്ടുള്ള സംഗതി അദ്ദേഹത്തിന്റെ കാവ്യലോകചരിത്രം പഠിച്ചവർക്കറിയാം. മാറ്റൊലിക്കവി എന്ന ഒരാക്ഷേപം വയലാറിനെക്കുറിച്ചു ഉണ്ടായെങ്കിലും അതിനെ നേരിടാൻ അദ്ദേഹം ആരോടും അമ്പ് ചോദിച്ചില്ല. ആവനാഴിയിൽ ഉണ്ടായിരുന്നു. ഒ എൻ വിയെ ഒരു അജാതശത്രുവായി ആരും ഗണിക്കും. ചലച്ചിത്രത്തിന് പാട്ടെഴുതുകയെന്ന സേവനം ജി ശങ്കരക്കുറുപ്പും നടത്തിയിട്ടുണ്ട്. പക്ഷേ, അതിൽ നൂറുമേനി കൊയ്തവർ വയലാറും ഒ എൻ വിയും മറ്റും ആണ്. ചങ്ങമ്പുഴ കൃഷ്ണപിള്ളയുടെ കവിതകളിൽ പലതും ചലച്ചിത്ര നിർമ്മാതാക്കൾ ഉപയോഗിച്ചു കൈയടി വാങ്ങിയിട്ടുണ്ട്. ഒ എൻ വിയുടെ കവിതകൾക്ക് നാടകീയ നൃത്തശില്പം ഉണ്ടാക്കി ചാനലുകളിൽ അവതരിപ്പിച്ചത് കണ്ടിട്ടുണ്ട്. ജിയും ഒ എൻ വിയും ആയുഷ്മാന്മാരാണ്. വയലാറിന് സൂര്യൻ മദ്ധ്യാഹ്നം കഴിഞ്ഞപ്പോഴേ അസ്തമിച്ചു. ചലച്ചിത്രഗാനം എഴുതുന്നവരുടെ സല്പേരിന് അവർക്കുമാത്രമല്ല അവകാശം. ഗാനം ചിട്ടപ്പെടുത്തുന്ന ഗായകൻ, പാട്ടുപാടേണ്ട ചലച്ചിത്രത്തിലെ സന്ദർഭം സൃഷ്ടിക്കുന്നത് സിനിമ സംവിധായകൻ, അഭിനേതാക്കൾ എല്ലാം കൂടിയാണ്.

മനുഷ്യന്റെ അജയ്യതയിൽ വിശ്വസിച്ചിരുന്ന ഒരു കവിയായതിനാൽ

മനുഷ്യന്റെ ആ ഭാവത്തെ വയലാർ രാമവർമ്മ നല്ലതുപോലെ വിപുലീ കരിച്ചുവച്ചിട്ടുണ്ട്.

“മരിച്ചോരല്ലേയേറെ
ഇരിപ്പോർ കുറവല്ലേ?” (ആശാൻ *ശ്രീബുദ്ധചരിതം*)

എന്നതാണ് മനുഷ്യന്റെ അനിവാര്യമായ അവസ്ഥയെന്നിരിക്കെ എനിക്ക് മരണമില്ലെന്ന് അവിശ്രമം പറഞ്ഞു പോകുന്ന കാലത്തിന്റെ കുതിരപ്പുറത്തു കയറിയിരുന്ന് ഒരു കവിക്കു പറയാൻ തോന്നുക. ആ അജയ്യതയിൽ ഉള്ള ഉറച്ച വിശ്വാസമാണ് അദ്ദേഹം പ്രഖ്യാപിച്ചിരിക്കുന്നത്.

“പ്രപഞ്ചം മുഴുവനും പണ്ടുപണ്ടൊരു കാലം
പ്രളയാബ്ധിയിൽ മുങ്ങിത്താണടിഞ്ഞിരുന്നപ്പോൾ
വന്നു ഞാനമീബയായ്, ജീവന്റെയൊന്നാമത്തെ
സ്പന്ദനം വിളംബരം ചെയ്തിതെൻ ചലനങ്ങൾ
അന്നന്തരീക്ഷത്തിന്റെയാത്മാവിൽ നിന്നും പ്രാണ-
സ്പന്ദനങ്ങൾക്കുയിരാർജ്ജിച്ചങ്ങനെ വളർന്നു ഞാൻ
ജീവന്റെ പരിണാമ പരിവർത്തനരൂപ-
ഭാവഭേദങ്ങൾക്കുള്ളിൽ വളർന്നയുഗങ്ങളിൽ
ഈ പ്രപഞ്ചത്തെക്കൈയിലമ്മാനമാടിക്കൊണ്ടോ-
രത്ഭുത സർഗ്ഗാത്മക ശക്തിയെക്കണ്ടിട്ടില്ലേ?”

ഞാനാണ് അജയ്യനാം ഞാനാണത്- എന്നുള്ള കവിയുടെ അഹം ഭാവം മനുഷ്യന്റെ ശക്തിയിലും ആധിപത്യത്തിലും ഉള്ള കവിയുടെ തകർക്കാൻ പറ്റാത്ത വിശ്വാസമാണ് പ്രകടീകൃതമാകുന്നത്. കാലദേശങ്ങളെ കടന്നുകയറുന്ന മാനുഷ പ്രഭാവത്തിൽ ഇത്രയും വിശ്വാസം ഉള്ള മറ്റ് എത്ര കവികൾ നമുക്കുണ്ടാകും? ഈ കവിത വയലാറിന്റെ ആത്മാവ് കൈയൊപ്പു ചാർത്തിയതാണ് എന്ന ഒ എൻ വിയുടെ അഭിപ്രായം കൃത്യമായ സത്യപ്രസ്താവനയാണ്.

മാനുഷ പ്രഭാവത്തെ സാഹസികതയോടെ അവതരിപ്പിച്ച ഈ കവിതയുടെ ആശയത്തെ തകിടം മറിക്കുന്നതാണ് ‘മനുഷ്യൻ’ എന്ന കവിത (പാദമുദ്രകൾ). ഭാരതത്തിലെ മഹാത്മജിയല്ലാതെ ആരും മനുഷ്യനായി ഇല്ല എന്ന എതിർപ്രസ്താവനയാണ് ഈ കവിതയിൽ കവി പുറപ്പെടുവിക്കുന്നത്. ഇന്ത്യയുടെ സ്വാതന്ത്ര്യം ഏതാണ്ട് ഉറപ്പായ ഘട്ടത്തിൽ ഒരു ആഭ്യന്തരയുദ്ധം ഇവിടെ നടക്കുന്നുണ്ടായിരുന്നു. രാജ്യം വെട്ടിക്കീറിത്തുണ്ടുകളാക്കുന്നതിനുള്ള യുദ്ധമായിരുന്നു അത്. ഗാന്ധിജി ഉറങ്ങിയില്ല. കടുത്ത മനുഷ്യക്കുരുതിയിൽ ചത്തുവീണവരുടെ ചോരപ്പുഴയിലൂടെ കുരുക്ഷേത്രത്തിലെ ഗാന്ധാരിയെപ്പോലെ ആ മനുഷ്യൻ ഇറങ്ങി നടക്കുകയായിരുന്നു. ആ ത്യാഗിയാണ് യഥാർത്ഥ മനുഷ്യൻ.

“അകലെ സ്വാതന്ത്ര്യത്തെ തുണ്ടുതുണ്ടാക്കിക്കീറാൻ
മൃഗരീതികൾ തീർക്കും കുരുതിക്കളങ്ങളിൽ
പ്രേമസാമ്രാജ്യത്തിന്റെ ചരിത്രം രചിക്കുന്നു
രാമരാജ്യോപാസകനുണ്ടൊരാൾ മനുഷ്യനായ്”

ഈ കവിത മനുഷ്യനെ അന്വേഷിച്ചു നടന്ന മറ്റൊരു ജ്ഞാനതപ

സ്വിയുടെ കഥ ഓർമ്മിപ്പിക്കുന്നു. ആ കഥ പലർക്കും പരിചിതമായിരിക്കും രാപകലില്ലാതെ എപ്പോഴും ജനത്തിരക്കുള്ള ഏഥൻസിലെ ഒരു തെരുവ്. സമയം നട്ടുച്ച. ഒരു ശരറാന്തലും കത്തിച്ചുയർത്തിപ്പിടിച്ചുകൊണ്ട് അദ്ദേഹം നടന്നു നീങ്ങി. ആളെ അറിയാവുന്നവർ അമ്പരന്നു. അറിയാത്തവർ പരിഹസിച്ചു. രണ്ടിലും പെടാത്തൊരാൾ അദ്ദേഹത്തോട് അങ്ങ് ആരെയാണ് അന്വേഷിക്കുന്നത്? എന്തിനാണ് ഈ പകൽ നേരത്ത് വിളക്ക്? അദ്ദേഹം ഉൽക്കണ്ഠയോടെ തലതിരിച്ചു നോക്കിക്കൊണ്ട് പ്രതിവചിച്ചു- ഞാൻ ഒരു നല്ല മനുഷ്യനെ അന്വേഷിക്കുകയാണ്. ആരുണ്ട് അങ്ങനെയൊരാൾ? സുഹൃത്ത് മറുപടി പറഞ്ഞു- അങ്ങനെയൊരാൾ ഇല്ല. ഇവിടെയല്ല എങ്ങും. അദ്ദേഹം അതു തലയാട്ടി സമ്മതിച്ചു- അതെ ആരുമില്ല. ആരുമില്ല. ഡയോജനിസ് ആ സംഗതി വിളിച്ചു പറഞ്ഞുകൊണ്ട് നടന്നുനീങ്ങി. രാമരാജ്യം വരണേ എന്നു പ്രാർത്ഥിച്ച ഗാന്ധിജിയും എന്റെ രാജ്യം വരണേ എന്ന് പ്രാർത്ഥിച്ച ജീസസും നബിയും ബുദ്ധനും ഒക്കെയല്ലാതെ. എൻ വി കൃഷ്ണവാരിയർ എഴുതിയ *നീണ്ട കവിതകളേ*റെയും ആഖ്യാനാത്മക കവിതകളാണ്. വയലാറിന്റെ പല കവിതകളും ആഖ്യാനപരമാണ്. എന്നാൽ കൃഷ്ണവാരിയരുടെ കവിതകളോളം ദീർഘമല്ല. ഒരു ഖണ്ഡകാവ്യമേ വയലാർ എഴുതിയിട്ടുള്ളതായി അറിയൂ. അത് ആയിഷ ആണ്. ശ്രീ വി സാംബശിവൻ ഉൾപ്പെടെ പല കാഥികരും കഥ പറയാൻ ഉപയോഗിച്ചതിനാൽ തിരുനല്ലൂരിന്റെ *റാണി*യെപ്പോലെ *ആയിഷയും* ഒരുപാടുപേർക്ക് (മുതിർന്ന തലമുറയിൽപ്പെട്ടവർക്ക്) കഥയറിയാവുന്ന കാവ്യമാണ്.

"ആ നഗരത്തിൻ തലച്ചോറിലെന്നുമാ-
ഗാനമാലയ്ക്കും; പിടയ്ക്കും ഞരമ്പുകൾ"

എന്ന് *ആയിഷ*യിൽ കവി പാടിയതുപോലെ കേരളത്തിലും *ആയിഷ*യുടെ കഥയ്ക്ക് തലച്ചോറിലലപ്പിക്കാനും ഞരമ്പുകൾ പിടപ്പിക്കാനും കഴിയും. ആയിഷയിലൂടെ ഇന്നും നമ്മുടെ സാമൂഹ്യ സാഹചര്യങ്ങളിൽ സംഭവിക്കുന്ന ഒരു ദുരവസ്ഥയാണ് കവി വർണ്ണിക്കുന്നത്. ഇറച്ചിവെട്ടുന്നവർ ആരാച്ചാരന്മാർക്കൊപ്പമാണ്. ഹിതകരമല്ലാത്തവരാരായാലും വൈരം മൂത്താൽ അവർ കശാപ്പു ചെയ്യും. പ്രതിഷേധിക്കാനറിയാത്ത കൗമാരത്തിന്റെയും യൗവനത്തിന്റെയും അംഗലാവണ്യം വഴിയുന്ന നിസ്സഹായകളായ സ്ത്രീകളുടെ നേർക്ക് ആ വ്യാഘ്രങ്ങൾ കൂർത്തപല്ലും നഖവും തീർച്ചയായും ഉപയോഗിക്കും. അങ്ങനെയുള്ളവരും അവരുടെ മോഹങ്ങൾ പൂത്ത പിൻതലമുറയും എങ്ങനെയെല്ലാം അധഃപതിച്ചു വേശ്യത്തെരുവിലെത്തുമെന്ന് കവി നല്ല കടുത്ത നിറത്തിൽത്തന്നെ വരച്ചിട്ടിട്ടുണ്ട്. വയലാർ *ആയിഷ*യിൽ കോരിയിട്ടതെല്ലാം ബീഭത്സരസമാണ്. എന്നാൽ അതിനോട് എന്നും പുറംതിരിഞ്ഞു നില്ക്കുന്ന മറ്റൊരു ഹൃദ്യമായഭാവംകൊണ്ട് ബീഭത്സതയ്ക്ക് ഒരു പൗർണ്ണമിയുടെ ചന്തം കവി നല്കി. ഒരു പാലു വില്പനക്കാരി കൊച്ചു പാവാടയുടുത്ത് തന്റെ വീട്ടിൽ പുലർവേളയിലെത്താറുള്ള ആയിഷയും കവിയും ആയിട്ടുള്ള നർമ്മസല്ലാപം കവിതയിലെ സംഭവങ്ങൾ ഉണ്ടാക്കുന്ന പിരിമുറുക്കത്തിന് നന്നായി അയവു തരുന്നു.

നിന്റെ പേരെന്താണെന്ന് ചോദിക്കും ഞാനാ-
ക്കൊച്ചുചുണ്ടിലെക്കിലുങ്ങുന്ന മണിയൊച്ചകൾ കേൾക്കാൻ
കൊച്ചുപാവാടത്തുമ്പിൽ കൈതെറുത്തവൾ, ചുണ്ടിൽ
പിച്ചിപ്പൂവിതളുമായ്പറയും മറുപടി.
"എപ്പോഴും മറക്കുന്ന ചേട്ടൻ" ഞാൻ കളിയാക്കും
"എപ്പോഴും നാണിക്കുന്ന കൊച്ചു പാവാടക്കാരി."
"പേരു ഞാൻ പറയൂല്ല''മുഖവും വെട്ടിച്ചവൾ
ദൂരേക്കു നോക്കും; "പാത്രം തിരിയെത്തരൂ വേഗം"

ഈ സംഭാഷണത്തിൽ മദ്ധ്യവയസ്സുകഴിഞ്ഞ വയലാറും ആയിഷയും കൊഞ്ചലിൽ ഒന്നിക്കുന്നു. വയലാറിന് ആയിഷയുടെ ഹൃദയത്തിൽത്തൊട്ട അനുഭവം. കാരണമെന്തെന്നറിയില്ല, *ആയിഷ*യല്ലാതെ വയലാർ വേറെ ഖണ്ഡകാവ്യങ്ങൾ എഴുതിയില്ലെന്നു പറയാം. എന്നാൽ അധികം നീളാത്ത കഥാരൂപത്തിലുള്ള കവിതകൾ വയലാർ ഒത്തിരിയെഴുതിയിട്ടുണ്ട്. എല്ലാറ്റിലും ജീവിതമുണ്ട്; കാലം ഉണ്ട്; കാല്പനികതയും യാഥാർത്ഥ്യവും ഉണ്ട്. അരി വെന്തോ എന്നു നോക്കാൻ ചോറിൽ രണ്ടുമൂന്നെണ്ണം ഞെക്കിനോക്കിയാൽ മതിയല്ലോ. ഏതാനും കവിതകൾ മാത്രം തെരഞ്ഞെടുത്ത് അവയിലെ കവിത്വം നിരീക്ഷിക്കാം. ഭാവനയും ഭാഷയും അന്തരീക്ഷവും ശൈലിയും എല്ലാം തീരെ മാറ്റിക്കൊണ്ട്, പുരാണത്തിലേക്കു കടന്ന് വയലാർ എഴുതിയതാണ് *മാ നിഷാദ!* വാല്മീകിക്ക് രാമായണകഥയെഴുതാൻപോലും പ്രേരകമായിത്തീർന്ന ഒരു രംഗത്തിന്റെ ബീജ പരാഗണമാണ് ഈ കവിത. കവിതയുടെ ശീർഷകത്തിനു താഴെ ത്തന്നെ വേണ്ട ഒട്ടെല്ലാ സംസ്കൃത പദങ്ങളെയും കവി കുഴിച്ചുമൂടിയിട്ടേ കവിത ആരംഭിക്കുന്നുള്ളൂ. അങ്ങനെ ഭാഷമാറി. ചെങ്ങാലിദമ്പതിമാരുടെ സംഭാഷണങ്ങൾക്കിടയിൽ കവിവാക്യങ്ങൾ ഒരു നൂലുപോലേയുള്ളൂ അതാണ് ശൈലിമാറി എന്നു പറഞ്ഞത്. വനത്തിലുള്ള ഒരു മരത്തിന്റെ രണ്ടു കൊമ്പുകളിൽ ഇരുന്ന് അവളും അവനും പ്രകടിപ്പിക്കുന്ന സംഭാഷണങ്ങളിലൂടെയാണ് കഥ വികസിക്കുന്നത്. അതുകൊണ്ട് അന്തരീക്ഷം വനമദ്ധ്യത്തേക്കുമാറി. ഇത്തിരീശ്ശെ സൗന്ദര്യപ്പിണക്കമെല്ലാം കഴിഞ്ഞപ്പോൾ ആ അന്തരീക്ഷത്തെയും പ്രേമമധുരമാക്കിക്കൊണ്ട് രണ്ടാത്മാവുകൾ ഒന്നിക്കാൻ തുടങ്ങുന്നു. ആ രംഗം വർണ്ണിക്കാൻ വയലാറിന്റെ വാക്കുകൾ തന്നെവേണം.

"കൊക്കും ചായ്ച്ചിരുന്നോമനകൺകളിൽ
സ്വർഗ്ഗ സ്വപ്നങ്ങൾ കാണുന്നു.
അങ്ങേക്കൊമ്പത്തെക്കാമുകി - ജീവനി-
ലെങ്ങാണ്ടുന്നൊരു രോമാഞ്ചം
ചെന്നൂ കൂട്ടത്തിലൊന്നിച്ചിരിക്കുവാൻ
ചെന്നു കാമുകനന്നേരം
തമ്മിൽകൊക്കും ചിറകുമുരുമ്മി-
ത്തമ്മിൽ സ്വപ്നങ്ങൾ കൈമാറി
മുട്ടിച്ചേർന്നു കരളിൻഞരമ്പുകൾ

ഒട്ടിച്ചങ്ങനെ മേവുമ്പോൾ
ജീവൻ ജീവനിൽ പൂക്കുമാരംഗങ്ങൾ
കണ്ടൂതാഴത്തു നോക്കിനിന്നാക്കവി
കണ്ണിൽത്തൻ കരൾപ്പൂവോടെ."

ഏതോ ദിവ്യാനുഭൂതിയിൽ ആ രണ്ടാത്മാക്കൾ ഒന്നായിത്തീർന്നു. ആ നിമിഷം കാണാൻ ആദിമഹാകവി നോക്കി നിന്നു. അപ്പോൾ അരുതാത്തതും പ്രതീക്ഷിക്കാത്തതും സംഭവിച്ചു. വിശന്നുതളർന്ന് വേട്ടെക്കെത്തിയ ഒരു കാട്ടാളന്റെ അമ്പിന്റെ ഉന്നം പിഴച്ചില്ല. പച്ചപ്രാണനിൽ കൂരമ്പേറ്റ് ഒരു കൊച്ചോമൽക്കിളി നിലംപറ്റി. ആദികവിയുടെ നാവിൽ നിന്ന് അപ്പോൾ ഊർന്ന് വീണ വചസ്സാണ് 'മാ നിഷാദ'. ഇതിൽ ഒരു നിഷേധ ശബ്ദമുണ്ട്. അതിന് പ്രാചീന കാവ്യപണ്ഡിതന്മാർ മുതൽ പലരും പല അർത്ഥങ്ങളും പറഞ്ഞിട്ടുണ്ട്. വയലാർ രാമവർമ്മ അതിനെ മനുഷ്യചരിത്രത്തിന്റെ ആദ്യമദ്ധ്യാന്തങ്ങളെ സ്പർശിക്കുന്ന ഒരർത്ഥതലത്തിലേക്കു മാറ്റുമ്പോൾ ഭാഷയും ഭാവവും എല്ലാം മാറിക്കഴിഞ്ഞിരിക്കുന്നു.

"പ്രേമത്തിന്നെതിരായ നിർദ്ദയ വികാരത്തിൻ
പ്രേരണകളെത്തട്ടി നീക്കാനാണ് ആ മാനിഷാദ"

എന്ന നിഷേധ ശബ്ദം പൊങ്ങിയതെന്ന് അദ്ദേഹം വ്യാഖ്യാനിക്കുന്നു.

വേടന്റെ കൂരമ്പുള്ള കൈയിലും പിടയുന്ന

പേടപൈങ്കിളിയുടെ നെഞ്ചിലും തലോടാൻ ആദികവിക്കു കഴിഞ്ഞില്ലെങ്കിലും ആ സംഭവം ചരിത്രത്തിൽ ആവർത്തിച്ചു കൊണ്ടിരിക്കുന്ന ഒരു വേണ്ടായ്കയാണെന്ന് അദ്ദേഹം സ്ഥാപിക്കുന്നു. രാജ്യപാലകനായ ദുഷ്യന്തൻ പാവമായ ഒരാശ്രമകന്യകയെ വഞ്ചിച്ച ചരിത്രം എഴുതി (*അഭിജ്ഞാന ശാകുന്തളം നാടകം*) കാളിദാസൻ അതുതന്നെ ഉറപ്പിച്ചു. മനുഷ്യസ്നേഹത്തിനെതിരായ ചോദനകളെ എതിർക്കാൻ തന്നെയാണ് ഭാസൻ, ശുദ്രകൻ, ഭവഭൂതി വേദവ്യാസൻ എന്നിവരും നാടകങ്ങളും കാവ്യങ്ങളും എഴുതിയതും. കേരളത്തിലും സംസ്കാരത്തിന്റെ ധീരനു നൂപുരനാദം കേൾപ്പിച്ച കാവ്യാത്മാക്കളും ആവശ്യം ഉണ്ടായപ്പോൾ മാനിഷാദ പാടാൻ മുതിർന്നു

"ദൈവവും, വാളും, ശ്രുതിസ്മൃതിയും വേദാന്തവും
കൈവശം നേടിപ്പോന്ന സംസ്കാരപ്പെരുമാക്കൾ
മാനവസ്നേഹത്തിന്റെ സിംഹഗർജ്ജനം കേട്ടു
'മാനിഷാദ'യിലൂടെ കാലഘട്ടങ്ങൾ തോറും"

അതുതന്നെയാണ് തന്റെയും കാവ്യധർമ്മം എന്നു വയലാർ മനസ്സിലാക്കിക്കൊണ്ടു തന്റെ കവിതയും പ്രതിജ്ഞാബദ്ധ ശബ്ദമാണെന്ന് ശപഥം ചെയ്യുന്നിടത്ത് കവിത അവസാനിക്കുന്നു. പ്രശസ്തമായ വരികൾ അറിയാത്തവരുണ്ടോ?

"സ്നേഹിക്കയില്ല ഞാൻ നോവുമാത്മാവിനെ
സ്നേഹിച്ചിടാത്തൊരു തത്ത്വശാസ്ത്രത്തെയും"

കുചേലൻ കുഞ്ഞൻ നായർ എന്ന കവിതയിലെ കഥകൂടെയേ വയ

ലാറിന്റെ ആഖ്യാനാത്മകകവിതയായി ഈ ലേഖനത്തിൽ പരാമർശിച്ചിട്ടുള്ളൂ. സാഹിത്യം ഉൾപ്പെടെയുള്ള കലകളുടെ സാമ്രാജ്യത്തിൽ നിലനിന്നുപോരുന്ന ഫ്യൂഡൽ വ്യവസ്ഥിതിക്കെതിരെയുള്ള വയലാറിന്റെ പ്രതികരണമാണ് ആ കവിതയുടെ ആഖ്യാനത്തിൽ അദ്ദേഹം പ്രകാശിപ്പിക്കുന്നത്. തെക്കേപ്പുരയ്ക്കലെ ശങ്കുണ്ണിമേനോൻ ഒരു കഥകളിയോഗത്തിന്റെ ഉടമയാണ്. ഒപ്പം ആ കഥകളിയോഗത്തിലെ കൃഷ്ണവേഷം ഇട്ട് കളിക്കുന്ന ഒരു നടനും. കുഞ്ഞൻ നായർ എന്ന ആട്ടക്കാരൻ അതിലെ കുചേലൻ എന്ന കഥാപാത്രമാണ്. ഭാഗവതത്തിലെ കുചേലനെ പല കവികളും അവതരിപ്പിച്ച് നമ്മൾ കണ്ടിട്ടുണ്ട്. കുചേലനെ ചെറുശ്ശേരി ഒരു ജുഗുപ്സാപാത്രമോ ഹാസ്യകഥാപാത്രമോ എല്ലാം ആയിട്ടാണ് അവതരിപ്പിച്ചത്. അനുകമ്പാർഹനായ പരമദരിദ്രനാണ് രാമപുരത്തുവാര്യരുടെ കുചേലൻ. ഉള്ളവനെയും ഇല്ലാത്തവനെയും ഒരാശ്ലേഷത്തിൽ അമർന്ന് ഒന്നാക്കി കാണിക്കുന്നു ഭൂതദയാലുത്വം വാര്യർ.

"മാറാത്തെവിയർപ്പുവെള്ളം കൊണ്ടുനാറും സതീർത്ഥ്യനെ

മാറത്തുൺമയോടു ചേർത്തു ഗാഢം പുണർന്നാൻ" ദ്വാരകയിലെ രാജാവായ ശ്രീകൃഷ്ണന് ഒരു വെറുപ്പും തോന്നിയില്ല. തന്നെയല്ല, ആ സഹപാഠിയുടെ ദൈന്യം കണ്ട് ദുഃഖിച്ചോ അയാളെക്കണ്ട് സന്തോഷിച്ചോ അദ്ദേഹം കണ്ണീരണിയുകയും ചെയ്തു. വയലാർ രാമവർമ്മ ആ കുചേലനെക്കൊണ്ട് അയാളുടെ ദാരിദ്ര്യത്തിന് കാരണക്കാരനായ ശ്രീകൃഷ്ണനെ തല്ലിച്ച് പക തീർത്തു എന്നു തന്നെയല്ല, കുചേലവേഷമിട്ട് ആട്ടക്കളത്തിലാടിയ കേശവൻകുട്ടിയുടെ, എട്ടുകുഞ്ഞുങ്ങളും ഭാര്യയുമുള്ള പട്ടിണിതിന്നുന്ന കേശവൻകുട്ടിയുടെ, അഭിനയതന്മയത്വം ആസ്വദിച്ച കാണികൾക്കും ആ ഫ്യൂഡൽ ദുഷ്ടന്റെ കരണത്ത് ഈരണ്ടിട്ട് കൊടുക്കണമെന്നും തോന്നി.

കമ്യൂണിസത്തിന് കേറിക്കളിക്കുവാനുള്ളതല്ല അമ്പലം എന്ന് മൂരാച്ചികളായ കാണികളെക്കൊണ്ട് വയലാർ പറയിക്കുകയും ചെയ്തു. കേശവൻ കുട്ടി നടിച്ചതും പുരാണത്തിലെ കുചേലൻ നയിച്ചതും ഒരേ ജീവിതം! ഇല്ലായ്മയുടെ, പട്ടിണിയുടെ, ദൈന്യത്തിന്റെ, കൊടിയ ദാരിദ്ര്യത്തിന്റെ ഒരേയൊരു ജീവിതം. ഒരു വ്യത്യാസം ഉള്ളത് പുരാണത്തിലെ കുചേലന് തോന്നാത്തത് വയലാറിന്റെ കുചേലന് തോന്നിയതാണ്. വയലാറിലെ നല്ല രാഷ്ട്രീയക്കാരന്റെ മുഖം ആ പുരാണകഥയുടെ പുനരാവിഷ്കരണത്തിൽ നന്നായിത്തെളിയുന്നു. അത് കലയാണ്. കമ്യൂണിസത്തിന് കേറിക്കളിക്കാനുള്ളതല്ല അമ്പലമെന്ന് ആദ്യം പറഞ്ഞ മൂരാച്ചികളെ വയലാർ രാമവർമ്മ

"പുൽച്ചൂലുപോലാം മുടിക്കെട്ടു തുള്ളിച്ചു
ഗർജ്ജിച്ചു നാട്ടുപ്രമാണിമാരിപ്പോഴും
കള്ളൻ കടന്നുവോ കൃഷ്ണൻ? ഇല്ലെങ്കിലാ-
ച്ചെള്ളയ്ക്കുരണ്ടു കൊടുത്തേനെ ഞങ്ങളും"

എന്ന് മാറിപ്പറയുമാറ് മാറ്റിയെടുക്കുകയും കൂടി ചെയ്തു. ഈ ഇനത്തിൽപ്പെട്ട ചില കവിതകളാണ് രാവണപുത്രി, ഇത്താപ്പിരി, തലമുറക

ളുടെ കഥ, വേശ്യയുടെ കഥ തുടങ്ങിയവ.

തൊണ്ടുതല്ലി, ചകിരിയാക്കി, അത് സ്വർണ്ണ നൂലാക്കുന്ന അദ്ധ്വാനത്തിൽ മുഴുകിയവരും കർഷകരും അവരുടെ അവകാശസമരങ്ങളും കൊണ്ടു കലുഷമായ ഒരു ജീവിതസാഹചര്യം കണ്ടു വളർന്ന വയലാറിന് ആ ജീവിതം ഭാവനയ്ക്ക് പടരാൻ പാകത്തിൽ അനുഭവപുഷ്ടിയുള്ളതായിരുന്നു. വിവിധ രീതികളിൽ അവരെപ്പറ്റി വയലാർ കവിതകളെഴുതിയിട്ടുണ്ട്. "രക്തംപുരണ്ടഗാനം" അവയിൽ ഒന്നാണ്. വിപ്ലവപ്പാട്ടുകളെ സർക്കാർ നിരോധിച്ചിരുന്ന കാലത്ത് നവവധുവുമൊത്തു മധുവിധു ആഘോഷിക്കാൻപോലും നില്ക്കാതെ ഒളിവിൽപോയ ഒരു യുവാവിന്റെ കഥയിലൂടെ ഒരു കർഷകസമരം വയലാർ കവിത ആവിഷ്കരിക്കുന്നു. ആ യുവാവ് കവിതകളും ഗാനങ്ങളും രചിക്കുന്ന ഒരു കവിയായിരുന്നു എന്ന് ആ പുത്തൻപെണ്ണ് അറിഞ്ഞിരുന്നില്ല. കവിത തന്നെ അത് പറയുന്നു.

"രണ്ടാഴ്ചപോലും കണവനോടൊരുമിച്ച്
മിണ്ടിച്ചിരിച്ചു പുണർന്നുറങ്ങീടുവാൻ
ഇല്ല, കഴിഞ്ഞില്ലവൾക്ക്, കിനാവിന്റെ
മുല്ലമൊട്ടൊക്കെ വിരിയിച്ചെടുക്കുവാൻ"

അതിനിടയ്ക്കുതന്നെ അവളറിഞ്ഞു തന്റെ ഭർത്താവ് സർക്കാരിന് കണ്ണിൽ കരടാണെന്ന്. പെണ്ണിനെയും പ്രേമത്തെയും വിശ്വസൗന്ദര്യത്തെയും കുറിച്ച് കവിത രചിച്ചു പാടുമെന്നും അത് കേൾക്കാമെന്നും കൂടെ പാടി രസിച്ചു ഉറങ്ങാമെന്നും എല്ലാം അവൾ മോഹിച്ചിരിക്കാം. പക്ഷേ, ആ പ്രിയൻ എവിടെ?

"നിൻഭർത്താവൊളിവിലാണിപ്പോഴും" എന്ന ഒരു കത്ത് രണ്ടു മാസത്തിലൊരിക്കൽ വന്നാൽ മതി. അത്രതന്നെ. അങ്ങനെ നാൾപോകവെ നാട്ടിൽ ക്ഷാമമായി. പട്ടിണിസമരങ്ങളുടെ ഇരമ്പം. പന്തങ്ങളിലെ തീയും ഉയർന്നു. ഒരു പുതിയ മുദ്രാവാക്യവും ഉച്ചത്തിൽ കേട്ടു.

'കൃഷിഭൂമി കർഷകർക്കെ'ന്ന മുദ്രാവാക്യം. മാത്രമല്ല അതൊരു ആഗോള ഗർജ്ജനവുമായിരുന്നു. കൈകളിൽ അരിവാളും ചുണ്ടുകളിൽ കൃഷിഭൂമി കർഷകന് എന്ന മുദ്രാവാക്യവുമായി കർഷകരും ഭരണകൂടമയച്ച വെടിപ്പട തോക്കുകളുമായി മറുപാടും നിരന്നു. തോക്കുകളിൽ നിന്ന് തീമലയുയർന്നു. അവിടെ

"മാറത്തൊരുവെടിയുണ്ട യേറ്റത്തൊഴിൽ
ക്കാരുടെ പന്തിയിലക്കവി വീണുപോയ്"

വെടിയേറ്റു കീറിപ്പോയ ആ ചെഞ്ചുണ്ടിൽനിന്ന് ചോരചീറിച്ചാടിയിട്ടും ആ കവി ചിരിച്ചതേയുള്ളൂ. ആ സമരരംഗത്തിലേക്ക് ഒരുവൾ ഓടിക്കിതച്ചെത്തുന്നത് അയാൾ ആ കിടപ്പിലും കണ്ടു. അവൾ ആ ചോരയിൽ തന്റെ ചെങ്കൊടി നനച്ചുകൊണ്ട് ഉയർത്തിപ്പിടിച്ചു ഇങ്ങനെ പാടി. അവൾ തന്റെ പാതതന്നെ തെരഞ്ഞെടുത്തിരിക്കുന്നു.

"തൻ പ്രാണനാഥന്റെ ചോരതെറിക്കുന്നു
നെഞ്ചിലമർന്നൊന്നു ചുംബിച്ചു നിന്നവൾ
രക്തംപുരണ്ട കൊടിയുമായ് മുന്നാഞ്ഞു

പുത്തനുയിരിൻ കൊടുങ്കാറ്റു മാതിരി”

വയലാറിന്റെ പുത്രൻ ഇങ്ങനെ എത്ര കവിതകളും പാട്ടുകളുമെഴുതി. ആ മണ്ണിൽ ജനിച്ച ഭാവനാശാലികൾക്കും ഉല്പതിഷ്ണുക്കൾക്കും ഇങ്ങനെയേ എഴുതാനാകൂ. വള്ളത്തോൾ തന്റെ ദേശീയബോധം 'എന്റെ ഗുരുനാഥൻ, ബാപ്പുജി, ഐക്യമേ സേവ്യാൽ സേവ്യം, നിങ്ങൾ തൻ പോക്കു വിപരീതമാകൊലാ' എന്നിങ്ങനെ പല കവിതകളിലൂടെയും പല പ്രവർത്തനങ്ങളിലൂടെയും വെളിപ്പെടുത്തിയ മഹാകവിയാണ്. വയലാർ അദ്ദേഹത്തിന്റെ യഥാർത്ഥ ശിഷ്യൻ തന്നെ. 'ഗ്രാമഗൃഹങ്ങൾ, ഗാന്ധിസ്മാരകം, കർമ്മയോഗി' എന്നീ കവിതകളെല്ലാം ആ ദേശീയത വെളിവാക്കുന്നു. 'ഗാന്ധിസ്മാരകം' അങ്ങനെയുള്ള ഒരു കവിതയാണ്. മതഭ്രാന്തനായ നാഥുറാം വിനായക് ഗോഡ്സേയുടെ തോക്കിലെ വെടിയേറ്റു മരിച്ചുവീണ അഹിംസാ സിദ്ധാന്തക്കാരനായ ഗാന്ധിയുടെ ജഡം സംസ്കരിക്കാൻ ഉദ്ദേശിച്ച സ്ഥലത്ത് സുഹൃത്തുക്കളുമൊത്ത് എത്തിയ വയലാർ ആണ് ഗാന്ധിസ്മാരകം സന്ദർശിക്കുന്നത്.

“നിർദ്ധനർക്കായി മാത്രം പൊരുതിയ
നിത്യസത്യപ്രവാചകൻ ഗാന്ധിജി
മർദ്ദകരുടെ കീഴിൽ നിന്നിന്ത്യയെ
മുക്തയാക്കിയ ധർമ്മ ഭടാഗ്രിമൻ
വിശ്വശാശ്വത പ്രേമമൂല്യങ്ങളെ
വിസ്മരിക്കാത്ത ജീവിത ഗായകൻ”

എന്നിങ്ങനെ അദ്ദേഹം സംരക്ഷിച്ച ജീവിതമൂല്യങ്ങളെ ഓർത്തുകൊണ്ട് സ്മാരക നിർമ്മാതാക്കളോട് ഇപ്രകാരം ഉപദേശിക്കുന്നു. ഗാന്ധിസ്മാരകമുണ്ടാക്കാൻ ആരുടെയും പണം പിരിക്കരുത് പണം ചോദിച്ചാൽ അത് തരുന്നത് മറ്റാരുമായിരിക്കുകയില്ല.

“ഇന്നു നിങ്ങൾക്ക് വൻ പണസഞ്ചികൾ
തന്നവരുടെ ലിസ്റ്റൊന്നെടുക്കാമോ
വന്നതാണവരിന്നലെത്തോക്കുമായ്
കൊന്നു മൂടുവാനാ മഹാത്മാവിനെ”

എന്നിട്ട് ഗാന്ധിജിയെ നിത്യവും ഓർക്കാൻ വേറൊരു പദ്ധതി കവി തന്നെ സമർപ്പിക്കുന്നു.

“ഒത്തുചേർന്നു നമുക്കു സൃഷ്ടിക്കണം
മർത്ത്യതയുടെ മംഗള സ്മാരകം
വർണ്ണവർഗ്ഗരഹിതമാം ജീവിത
സ്വർഗ്ഗം- ആ മഹാത്മാവിന്റെ പേരിലായ്
മുന്നിലേക്കൊന്നിറങ്ങുക സോദരാ
സുന്ദരമാമൊരേക ലോകത്തിനായ്
എങ്കിൽ മാത്രമേ ഗാന്ധിജി സ്മാരക
മംഗളമഹൽകർമ്മം ശരിപ്പെടൂ

വയലാറിനെ ഒരു മാറ്റൊലിക്കവിയായി ചിലർ പരിഹസിച്ചിരുന്നു. അവരെ സാധൂകരിക്കുമാറ് കവിത്വത്തിന്റെ അടയാളം കുറഞ്ഞുപോയ

കവിതയാണ് ഇത്. ആശയപ്രചാരണം മുഖ്യ ഉദ്ദേശ്യമായതിനാൽ അങ്ങനെ സംഭവിച്ചതായിരിക്കാം. പക്ഷേ, അതിനടുത്ത കവിത ആന്യൂതന പരിഹൃതമാക്കുന്നു. കൂടുതൽ ഭാവനാമധുരവുമാക്കുന്നു. 'രാജ്ഘട്ടിൽ' എന്ന കവിത ഗാന്ധിജിയെ ഓർക്കാൻ നല്ല വക തരുന്നു. ആരുടെയൊക്കെയോ ഉപജാപങ്ങൾ കേട്ടാണ് ഗോഡ്സേ ഗാന്ധിജിയെ കൊന്നതെന്ന് സമ്മതിച്ചുകൊണ്ട് അയാൾ രാജ്ഘട്ടിലെത്തി സ്മാരകത്തിന് മുമ്പിൽ വീണു പശ്ചാത്തപിക്കുന്നു. അയാളെ കവി ഏതാണ്ടൊരു ഉന്മാദിയെപ്പോലെയാക്കിയത് വളരെ ഉചിതമായി. അയാൾ അലറി വിളിക്കുന്നു.

"ഒരു കുലദ്രോഹിയാണു ഞാൻ നാടിന്റെ
പെരുമയൊക്കെത്തകർത്തവനാണു ഞാൻ
മഹിതമാനവ സംസ്കാര കേന്ദ്രമേ,
മറിവുകാട്ടി ഞാൻ നിന്നെത്തുലച്ചുവോ
തലമുറകളിൽത്തീവിഷം തേയ്ക്കുവാൻ
തലമുറിച്ചുവോ ഭാരതത്തിന്റെ ഞാൻ
ശരണമില്ലെനിക്കെങ്ങും വലഞ്ഞു ഞാൻ
മരണം- അപ്പുറം നാരകതീക്കളം"

അന്നത്തെ രാഷ്ട്രവിഭജനത്തിന്റെ രാഷ്ട്രീയമറിയാവുന്നവർക്ക് ഈ പശ്ചാത്താപത്തിന്റെ പ്രസക്തി നന്നായി മനസ്സിലാകും. അയാൾക്കിനിയും ജീവിക്കണം എന്നാണ് മോഹം.

"നാഥന്റെ മധുരഗാനങ്ങൾ കേട്ട് നില്ക്കട്ടെ ഞാൻ"

എന്നു ആശ്വസിക്കാനേ പിന്നെ അയാൾക്കായുള്ളൂ

വയലാർക്കവിതകളിൽ ചോരമണക്കുന്നു എന്ന് ആരെങ്കിലും പറഞ്ഞാൽ നിറാകരിക്കേണ്ടതില്ല. 'ഒരു തുള്ളി രക്തം, രക്തം പുരണ്ട ഗാനം, രക്തവും പൂക്കളും. ചോര, രാജേന്ദ്രരക്തം' എന്നിങ്ങനെ അഞ്ചു കവിതകളുടെ തലക്കെട്ടിൽത്തന്നെ ചോരത്തുള്ളികൾ തെറിച്ചുവീണിട്ടുണ്ട്. വയലാർ രാമവർമ്മയുടെ ജീവിത മദ്ധ്യാഹ്നത്തിനു മുമ്പ് കേരളീയ സമൂഹത്തിൽ അനുഭവപ്പെട്ട ഒത്തിരി സംഭവങ്ങൾ അദ്ദേഹത്തിന്റെ കവിമനസ്സിനെ സ്പർശിച്ചിട്ടുണ്ട്. അവ കവിയെന്ന നിലയിൽ കവിതകളായി രൂപപ്പെടുത്തേണ്ടിവന്നപ്പോൾ ഭാവനയെ മാറ്റി നിർത്താതെ തന്നെ അവയെല്ലാം കവിതകളാക്കി. ആ കവിതകളിൽ ആദ്യത്തേത് (കവിതാസമാഹാരത്തിൽ) 'ഒരു തള്ളി രക്തം' ആണ്. ചിരപരിചിതമായ ഒന്നുമായി മനുഷ്യമനസ്സ് ഒടുവിൽ താദാത്മ്യം പ്രാപിക്കുമെന്നും അതിന്റെ അന്തർഭാവം അവൻ പിടിച്ചെടുത്ത് സ്വന്തമാക്കുമെന്നും അപ്പോൾ അതിന്റെ സ്വഭാവം അവനും വന്നു ചേരുമെന്ന ഒരു മാനസികാവസ്ഥയിലാണ് 'ഒരു തുള്ളി രക്തം' എന്ന കവിതയിലെ കവി. അമ്മപോലും കളിയാക്കത്തക്കതരത്തിൽ കുട്ടന് (രാമവർമ്മയ്ക്ക്) ചോര പേടിയായിരുന്നു. ഒരു ദിനം അമ്മ വീട്ടിന്റെ പരിസരത്തേക്കൊന്നിറങ്ങി. കുട്ടൻ നിന്നൊരു കരച്ചിൽ. കിഴക്ക് പ്രഭാതത്തിലെ മാനച്ചെമപ്പ്. അതുകണ്ടാണ് അവൻ കരഞ്ഞത്. പിന്നെപ്പിന്നെ വയലാറിന് ചെന്നിറം ഒരുഹരമായി- അതു വളർന്നു. ചോര തെറിക്കുന്നതു കണ്ടാലും രസം. ആ അനുഭവങ്ങൾ ആണ് പിന്നെ കവി

ക്കുപകരിച്ചത്. കുറച്ചടുത്ത് കശാപ്പുകടയുടെ ഒരൊഴിഞ്ഞകോണിൽ

"കാച്ചിമിനുക്കിയ കത്തിയുമായൊരു
രാക്ഷസൻ ചീറിയണഞ്ഞു-
കാലുകൾ കെട്ടി വലിഞ്ഞൊരുപൊന്നു
പൂവാലിപ്പശു"വിന്റെ കഴുത്ത് ആ കശാപ്പുകാരൻ

വെട്ടിയിട്ടു. ചോര ചാടിത്തെറിച്ചു. അന്നു കവിയുടെ കരൾ പൊട്ടിയിരിക്കണമെന്നു കവി ഊഹിക്കുന്നു. തന്റെ ജീവകാരുണ്യം ആ രക്തപ്രവാഹത്തെ സഹിക്കുമായിരുന്നില്ല. പിന്നെയും കവി ചോരകണ്ടു. അപ്പോൾ അദ്ദേഹത്തിന് ഞെട്ടൽ ഉണ്ടായില്ല. തന്റെ വീടിന്റെ മുന്നിൽ ഒരൊഴിഞ്ഞ കോണിൽ ഉച്ചനേരത്ത് അദ്ദേഹം ഇരിക്കുകയായിരുന്നു. അപ്പോൾ ഓർക്കാപ്പുറത്ത്-

"അട്ടഹസിക്കുന്നു തോക്കുകൾ ചുറ്റിലും
ചുട്ട തീയുണ്ടകൾ തുപ്പി
ഗർജ്ജിച്ചടുക്കുന്ന മർത്ത്യന്റെ ജീവിത
ദിഗ്ജയ വിപ്ലവ വീര്യം
തീക്കനൽ തുപ്പിക്കുരച്ചു നാണംകെടും
തോക്കിന്റെ മുന്നിലേക്കോടി
ചീറ്റിവരും വെടിയുണ്ടകൾ മാർത്തട്ടി-
ലേറ്റു ചിരിച്ചു മനുഷ്യൻ!"

അതെല്ലാം കേട്ടപ്പോൾ അതിനെതിരായി നീങ്ങിയ വിപ്ലവവീര്യമുള്ള ചില മനുഷ്യർ ആ തോക്കിന്റെ മുന്നിൽ ചിരിച്ചുകൊണ്ടു നില്ക്കുന്നതു കവി കണ്ടു. ചോരകണ്ടാൽ പേടിക്കാത്തവർ. അയാൾ കവിക്ക് അന്ത്യ വിപ്ലവാഭിവാദ്യം നേർന്നുകൊണ്ട് തന്റെ മുന്നിൽ പിടഞ്ഞു വീണുമരിച്ചു.

"ആ യുവാവിന്റെ കരളിൽ നിന്നൂറുന്നി-
താവി പറക്കുന്ന രക്തം
കൈകളാൽ മാറിലെ ചോരവടിച്ചയാൾ
കണ്ണുതുറിച്ചു കവിയെനോക്കി

അതുകണ്ടിട്ടു കവി ഞെട്ടിയതുമില്ല. വിറച്ചതുമില്ല. മുമ്പ് കുഞ്ഞായിരിക്കുമ്പോൾ പുലരിത്തുടിപ്പു കണ്ട് നിലവിളിച്ചു അമ്മയെ തിരക്കിയയാൾ ഇപ്പോൾ കട്ടിച്ചോരയ്ക്കു മുമ്പിൽ ധീരനായി നില്ക്കുന്നു. കവി മനുഷ്യന്റെ ജീവിതാനുഭവങ്ങൾ കണ്ടുകണ്ടു അങ്ങനെയായി. കവി അവസാനിപ്പിക്കുന്നു.

"ഇന്നുമതിന്റെ ചൂടെന്നിലുണ്ടുണ്ടാകു
മെന്നു മൊരുതുള്ളിരക്തം"

അത് പുജാപുഷ്പമല്ല; ചോര ചോരയെ മനസ്സിലാക്കുന്ന സംഘചേതന! വയലാർ രാമവർമ്മ കവിതകളിൽ ഏറെ പ്രയോഗിച്ചിരിക്കുന്നത് ചോരയും അതിന്റെ പര്യായപദങ്ങളും ആണെന്നു തോന്നുന്നു. വയലാറിന്റെ കവിതകളെ സംബന്ധിച്ചു പ്രത്യേകം പുകഴ്ത്തിപ്പറയേണ്ട മറ്റൊരു സംഗതിയും ഉണ്ട്. ജീവിതാനുഭവയാഥാർത്ഥ്യങ്ങൾ കവിതയായി വികസിക്കുമ്പോൾ കൂടെ കാല്പനികതയും വികസിക്കുന്നുണ്ടെന്നതാണ്. വാക്കുകളുടെ സമാസങ്ങളിൽ ആശയങ്ങളിൽ ഇവയിലെല്ലാം കല്പനാ

മാധുര്യം നീരിൽ കൽക്കണ്ടം പോലെ ആസ്വാദകന് അനുഭവപ്പെടുന്നു.

"ദേവീ വിഗ്രഹം" എന്ന ഒരു കവിത മതി ഇത് വ്യക്തമാക്കുവാൻ. നാട്ടിലെ ഒരാൾ തനിക്ക് എങ്ങനെയോ നഷ്ടപ്പെട്ട തന്റെ കുഞ്ഞുമോളുടെ ഓർമ്മയ്ക്കായി ഒരു ശില്പം ഉണ്ടാക്കി. അത്യന്തം ചാതുര്യം തുടിക്കുന്ന ഒരു കൊച്ചുസുന്ദരിയുടെ ശില്പം, കലാഭാവനയുടെ മുഴുവൻ ചൈതന്യവും അതിലുണ്ട്. ആ വൃദ്ധൻ എവിടെല്ലാമോ ദേശാടനം കഴിഞ്ഞു കൊച്ചുമകളുടെ വിഗ്രഹംകാണാൻ മടങ്ങിവന്നപ്പോൾ അതിനടുത്തു പിറകിൽ ഒരു ക്ഷേത്രം ഉണ്ടായി കഴിഞ്ഞു. തന്റെ മകളും ഒരു ദേവി വിഗ്രഹവും അവിടെ വരാൻ ഒരു കള്ളക്കഥയും ഉണ്ടായി. അതിന് ഒരു *പ്രതിഷ്ഠ*യും മഹോത്സവവുമുണ്ടായി. അവിടെ കൂടിയവരെല്ലാം ആ ദേവീ വിഗ്രഹം പണിത ശില്പികളുടെ വിരുത് നിരീക്ഷിച്ചു. ആ നിരീക്ഷണം അവർക്ക് വേറെ ചില സംഭാവനകളുടെ ഓർമ്മയുണർത്തി.

"ചോലയിൽ സ്നാനം ചെയ്യും കന്യകമാർതന്നുടു
ചേലകൾ വാരിക്കെട്ടി വന്മരക്കൊമ്പിൽ തൂക്കി
നാഡികൾ തുടിപ്പിച്ചു ചലിക്കും മാംസേച്ഛയിൽ-
ക്കൂടി നിർവൃതികൊള്ളുമുണ്ണികൃഷ്ണനെപ്പറ്റി,
മോഹിനിയുടെ വേഷം കെട്ടിവന്നടുത്തെത്തും
സ്നേഹിതൻതന്നെക്കൊടും കാമഗോഷ്ടികളോടെ
ചെഞ്ചിടക്കെട്ടും നീണ്ട താടിയുമൊതുക്കി, ത്തൻ
നെഞ്ചിലാഞ്ഞടിപ്പിക്കുമൊരു ദൈവത്തെപ്പറ്റി
കവിഭാവനകളിലാർഷ സംസ്കാരങ്ങളിൽ
ഗത ജീവിതകാലസംഭവങ്ങളിൽച്ചുറ്റി-
കരളിൻ കരളിലും വിശ്വസൗന്ദര്യത്തിന്റെ
കനകച്ചിലങ്കകൾ കിലുക്കും കലാശില്പം!"

ആ പുതിയ ക്ഷേത്രത്തിലെ വിഗ്രഹം വൃദ്ധന്റെ ചിന്തയിൽ ആദ്യത്തെ ആറു വരികളിലെ ഇഷ്ടപ്പെടാത്ത ചിത്രങ്ങൾക്കിടയ്ക്കും തന്റെ കരളിൻ കരളായ കൊച്ചുമകളുടെ വിഗ്രഹത്തിന്റെ ശില്പസൗന്ദര്യമാണ് അനുഭൂതിയുണ്ടാക്കിയത്. തന്റെ കൊച്ചുമകൾക്ക് വെളിച്ചപ്പാടായി പൂജാരിയായി അയാൾ അവിടെ കൂടിയവരെ ഭീഷണിപ്പെടുത്തി.

"എന്റെ ഉണ്ണികളെന്നെയാരാധിച്ചില്ലെങ്കിൽ ഞാൻ
രണ്ടു വാവുകൾക്കുള്ളിൽ ചാമ്പലാക്കുമീ ഗ്രാമം"

നിരീശ്വരനായ ഒരു കുസൃതി ദേവിയോടെന്നപോലെ പ്രതിവചിച്ചു. ദേവിക്കന്നു ബോംബുകളുടെ രഹസ്യം കിട്ടിക്കാണും. വെളിച്ചപ്പാട് അവനെ ശപിച്ചു. ഇതെല്ലാം കണ്ടും കേട്ടും നിന്നപ്പോൾ അവിടെ തീർത്ഥവുമായി പൂജാരിയെത്തി. വൃദ്ധൻ അയാളോടു ചോദിച്ചു.

"ആരറിയിച്ചുതന്നെ ദൈവമായ്ത്താഴത്തിക്കെട്ടാ
നെൻ കലാശില്പത്തിനെ?
ദൈവമായ് താഴ്ത്താനുള്ളതല്ലതു, മനുഷ്യനു
കൈവരുത്തേണം കലർപ്പില്ലാത്ത കലാബോധം"

മനുഷ്യന്റെ കലാബോധത്തെ ശവക്കല്ലറകളിലും കന്മതിലുകൾക്കു

ളളിലും തളച്ചിടാനുള്ളതല്ല. പക്ഷേ, എന്താഫലം. അജ്ഞരെ അജ്ഞർ നയിക്കുന്നു. അവിടെ നിന്ന വിവരദോഷികൾ ജല്പിച്ചു.

"നടയിൽ നിന്നാട്ടിയോടിക്കു
ഭ്രാന്തു പുലമ്പും കിഴവനെ"

നമ്മൾ എത്രയോ വൃക്ഷസ്നേഹകവിതകൾ വായിച്ചിരിക്കുന്നു. മരം ഒരു വരം ആണെന്നും അംഗീകരിച്ചു വനസംരക്ഷണ സമിതികൾ ഈയിടെ പ്രവർത്തിക്കുന്നു. പച്ചില വിപ്ലവക്കാർ ആണ് ഏറെപ്പേർ. എന്തെങ്കിലും സമ്മേളനമുണ്ടായാലും വിദ്യാർത്ഥികളുടെ പ്രവൃത്തി പരിചയമേളകളായാലും എല്ലായിടത്തും മരം വച്ചുപിടിപ്പിക്കലും ഒരു പരിപാടിയാണ്. സിനിമാതാരങ്ങളെക്കൊണ്ടാണ് അതു ചെയ്യിക്കുന്നതെങ്കിൽ ആൾക്കൂട്ടം പെരുകും. നമ്മുടെ പരിചിതരായ പല കവികളും മരത്തെക്കുറിച്ച് കവിത എഴുതിയിട്ടുണ്ട്. പക്ഷേ, അത്തരമൊരു കാറ്റ് വീശാത്ത കാലത്താണ് വയലാർ 'വൃക്ഷം' എന്ന കവിത എഴുതിയത്. അതിനാൽ അതിന്റെ ആശയധാര വ്യത്യസ്തമാണ്. അത് 1975 ൽ *ജനയുഗം ഓണം വിശേഷാൽ പ്രതി*യിൽ പ്രസിദ്ധീകരിച്ചു. വയലാറിന്റെ അവസാനത്തെ കവിതയാണിത്. പലപല നന്മകളും തരുന്ന എവിടെയോ നദീതീരത്ത് കിളിച്ചു വളർന്ന ആ വൃക്ഷത്തിന്റെ നേർക്കും മനുഷ്യന്റെ ദ്രോഹിക്കുന്ന കൈകൾ നീളുന്ന തന്റെ ഒരു ചിത്രം; ആ മരത്തിന്റെ ബലിഷ്ഠവും നേർത്തതുമായ ശാഖകൾ ഒരുക്കിയുണ്ടാക്കുന്ന പലപല ശില്പങ്ങളെക്കുറിച്ചു കവി വാങ്മിതയോടെ സംസാരിക്കുന്നു. അതുപോലെ വൃക്ഷത്തിന്റെ കൈകൾ നിർഭയം വെട്ടിമാറ്റി. പിച്ചാത്തിപ്പിടിയുണ്ടാക്കുകയെന്ന ദ്രോഹത്തെപ്പറ്റിയും ഓർത്തു വ്യസനിച്ചു കവി കരയുകയും ചെയ്യുന്നു.

നല്ലൊരു ആക്ഷേപഹാസ്യ കവിതയാണ് 'മദ്യം നിരോധിച്ചു' എന്നത്. ഭാഗികമായ മദ്യ നിരോധനം സാർവ്വത്രികമായ മദ്യം നിരോധനം മദ്യനിരോധനമല്ല മദ്യവർജ്ജനമാണ് വേണ്ടത്. ബാറുകൾ അടയ്ക്കുന്നു. തുറക്കുന്നു, കോടതി ആക്രോശിക്കുന്നു. ആരുടെയോ കീശയിലെല്ലാം അതിന്റെ പേരിൽ കോടികളുടെ കിലുക്കം. നിയമസഭയിൽ നടുത്തളം ഉള്ളതു ഭാഗ്യം. അങ്ങോട്ടിറങ്ങി വെയിലു കൊള്ളാതെ നില്ക്കാൻ പ്രതിപക്ഷത്തിന് സൗകര്യം. ശ്രീനാരായണ ഗുരുവിനെ ഈ കാര്യത്തിൽ വലിച്ചിഴയ്ക്കരുതെന്ന് മഠത്തിലെ മാർപ്പാപ്പാ ആകെ ബഹളം. ഇതൊന്നും കൂടാതെ മദ്യനിരോധനത്തിന്റെ ഉള്ളുകള്ളികൾ വയലാർ വെളിപ്പെടുത്തുന്നു. നമുക്ക് ചിരിക്കാം. കവി ആറുമാസം നഗരത്തിൽ പാർത്തിട്ട് തിരിച്ചു നാട്ടിൽ വന്നു. വീട്ടിലേക്കു പോകാൻ കടവത്തുവള്ളത്തിൽ കയറി. കടത്തുകാരൻ ആറു മാസത്തിനു മുമ്പിലത്തെ ആളല്ല. തികച്ചും നിരുന്മേഷൻ. കവി ചോദിച്ചു. "നിനക്കെന്തു പറ്റി. നീയാകെയങ്ങു ക്ഷീണിച്ചു ചടച്ചുപോയല്ലോ." ഉത്തരം കവിയുടെ നേരെ തുറിച്ചൊരു നോട്ടമായിരുന്നു. കവി ചൂളിപ്പോയി. വള്ളത്തിൽ നിന്ന് കരയ്ക്കിറങ്ങി നില്ക്കെ ക്ഷാമം ബാധിച്ച മട്ടിൽ ശൗര്യവും വീര്യവുമെല്ലാം പോയ ചിലർ അദ്ദേഹത്തിനു ചുറ്റും കൂടി. ഒരാൾ ആരംഭിച്ചു.

"ഇന്നാടശേഷം നശിച്ചു നശിച്ചു സാർ

നിങ്ങളെപ്പോലെ നിറച്ചു ചോറുണ്ണുവാൻ
ഞങ്ങൾക്കുപണ്ടേ വിധിയില്ലൊരിക്കലും
എന്നാൽ തടസ്സമില്ലായിരുന്നു- വേല
നിന്നാലൊരിറ്റു മരനീരു മോന്തുവാൻ
ഇല്ലതുമിപ്പോൾ നടപ്പാക്കിപോൽ മദ്യ
വർജ്ജനം; സാധുസംരക്ഷകരാണവർ
കേറിപ്പറകയാണന്യൻ- ഈ നാട്ടിലെ
ദാരുണസംഭവം സാററിഞ്ഞില്ലയോ?
കാപ്പി വിഷം കലക്കി കുടിച്ചിന്നലെ
തോപ്പിലെ കുണ്ടുണ്ണി ചത്തുമലർന്നതും
ഈ കുടിനിർത്തിയ നാട്ടിൽ പൊറുക്കുവാ
നാഗ്രഹമില്ലെന്നു കമ്പിയടിച്ചതും"

ഇത്രയും കള്ളുകുടി നിരോധിച്ചതിലുള്ള വിരോധം സത്യമായി ആവിഷ്കരിച്ചവരുടെ വാക്കുകൾ. ഇനി അതിന്റെ പിറകിലെ കപടനാടകം കവി വെളിപ്പെടുത്തുന്നു.

"അന്നത്തെ രാത്രിയിലെൻ കൂട്ടുകാരന്റെ
യുന്നതമായ മണിമന്ദിരത്തിൽ ഞാൻ
വിശ്രമം കൊൾകയാണാനഗരത്തിലെ
വിശ്രുതരാഷ്ട്രീയ നായകനാണയാൾ
ആ മധുവർജ്ജന പ്രക്ഷോഭങ്ങൾക്കു
ജീവൻ കൊടുത്ത ജനക്ഷേമതല്പരൻ
എൻ നേർക്കൊരു കുപ്പി നീട്ടിയും കൊണ്ടയാൾ
മന്ദസ്മിതത്തോടെ ചൊല്കയാണിങ്ങനെ
'അത്ഭുതപ്പെട്ടുവോ മിസ്റ്റർ ഞാനീ വിധം
കുപ്പി സൂക്ഷിക്കുന്ന തന്ത്രങ്ങൾ കാൺകയാൽ?
നിങ്ങളെപ്പോലെ ചിലർക്കു വേണ്ടി മാത്രം
നല്ലതു വാങ്ങിക്കരുതിവയ്ക്കുന്നു ഞാൻ"

ഒരു വിശദീകരണവും വേണ്ട. ഇന്നത്തെ മദ്യവർജ്ജനകഥകൾ അറിയാവുന്നവർ ആണല്ലോ നമ്മളെല്ലാവരും. പ്രതിഭയും ഭാവനയും അനുഭവവും ദർശനവും ഉള്ളവർക്കു ജീവിതമേഖലയിൽ യഥേഷ്ടം ചുറ്റിക്കറങ്ങാൻ കഴിയും. കാലം കുറഞ്ഞ ദിനമെങ്കിലും അർത്ഥദീർഘമായിരുന്ന വയലാറിനും അത് സാദ്ധ്യമായിയെന്ന് അദ്ദേഹത്തിന്റെ കവിതകൾ ദൃഢമായി സമ്മതിക്കുന്നു.

തിരുനല്ലൂർക്കവിത ഒരു തിരനോട്ടം

നമ്മുടെ കവികൾ അധികം ഗ്രാമസൗഭാഗ്യത്തെ പ്രകാശിപ്പിക്കുന്ന കവികൾ ആണ്. പട്ടണത്തിരക്കിൽ കഴിഞ്ഞിട്ടും ഗ്രാമസൗന്ദര്യം മിഴിതുറക്കുന്ന സുരഭിലസൂനങ്ങളായിരുന്നു പല കവികളുടെയും കവിതകൾ.

"രാക്കരിക്കിൻ കണ്ണുകുത്തി
ത്തള്ളും വെള്ളം തെറിക്കവേ
ചിരിച്ചുകൊണ്ടൊന്നു കണ്ണു
ചിമ്മിപ്പോയ്ച്ചിങ്ങപൗർണ്ണമി"

എന്ന് ഒരു കവി; ചങ്ങമ്പുഴ-

"എവിടെത്തിരിഞ്ഞൊന്നു നോക്കിയാലെ
ന്നവിടെല്ലാം പൂത്തമരങ്ങൾ മാത്രം
ഒരു കൊച്ചു കാറ്റെങ്ങാൻ വന്നുപോയാൽ
അവിടെല്ലാം പൂമഴയായി പിന്നെ" - എന്നിങ്ങനെ *രമണനിൽ*തന്നെ ആ മയിൽപ്പീലികൊണ്ട് മായിക ഭാവന സൃഷ്ടിക്കുന്നു. കാളയും കലപ്പയും കർഷകൻ ചൂടും തൊപ്പിപ്പാളയും പോയാൽ ഭൂമി സർവ്വവും മരുഭൂമി.

ഗ്രാമത്തിലെ കർഷകനാണ് ഈ ഭൂമിയെ മരുപ്രദേശം ആക്കാതെ ഹരിതഭംഗിയും അന്നവസ്ത്രാധിയും തന്ന് നമ്മെ പോറ്റുന്നതെന്ന് വെണ്ണിക്കുളം എന്ന മൺമറഞ്ഞ കവി പറയുമ്പോഴും ഗ്രാമം മറക്കുന്നില്ല. പ്രകൃതിയുടെ ഉല്പന്നമായ കവിക്ക് മനോമുകുരത്തിൽ പ്രകൃതി എന്നും തെളിഞ്ഞുതന്നെ കാണും. അത് കാളിദാസനായാലും തിരുനല്ലൂരായാലും.

അഷ്ടമുടിക്കായലിന്റെ ഒരു കരയിലെ ഗ്രാമത്തിൽ ജനിച്ചു വളർന്ന

തിരുനല്ലൂരിന്റെ മനസ്സിലെ നിറസാന്നിദ്ധ്യമായിരുന്നു പൗർണ്ണമിരാത്രികളിലും തീക്ഷ്ണമായ വെയിലുള്ള പകലുകളിലും പല അടുക്കുകളുള്ള രജതപാത്രം പോലെയുള്ള കായൽ. നീണ്ടകര അഴിമുഖത്തിലൂടെ കിന്നാരം പറയാൻ പറന്നുവരുന്ന കാറ്റിനോട് അഷ്ടമുടിക്കായലിനൊപ്പം തിരുനല്ലൂരും സല്ലപിച്ചിട്ടുണ്ട്. പ്രകൃതിയുടെ കൊച്ചുകുളിരാണല്ലോ മഞ്ഞുതുള്ളികൾ. തിരുനല്ലൂരിന്റെ സൂക്ഷ്മദൃഷ്ടി അവയുടെ മേലും ചെന്നു പതിച്ചു. പുൽക്കൊടിത്തുമ്പിലെ മഞ്ഞുകണങ്ങളിൽ സൂര്യന്റെ ബാലരശ്മികൾ തട്ടുമ്പോൾ ഉണ്ടാകുന്ന മഴവില്ലഴക് ആ ഹൃദയത്തെയും ഉന്മാദിപ്പിച്ചിട്ടുണ്ട്. അദ്ദേഹത്തിന്റെ ആദ്യത്തെ കാവ്യസമാഹാരം *മഞ്ഞുതുള്ളികൾ* ആണ്. പൂവിനെ സ്നേഹിക്കാത്തവരുണ്ടോ? വണ്ടിന്റെ ഒരു മുത്തം വാങ്ങി, പകരം ഒരു തുള്ളി തേൻ കൊടുത്ത് നിർവൃതികൊള്ളുന്ന പൂക്കളെ കവി കണ്ടു. ശലഭങ്ങളോടു സല്ലപിച്ചു.

പ്രകൃതിയുടെ രൗദ്രബീഭത്സഭാവത്തോടെ നേരെ കയർക്കുന്ന, അതിനെ നിവൃത്തിയില്ലെങ്കിലും വെറുക്കുന്ന ചിത്രവും കവി വരച്ചിട്ടുണ്ട്. അതിനും നിദർശനങ്ങൾ ഉണ്ട്. രാജാവിനെ കാണാൻ പോകുന്ന അടിമപ്പെണ്ണിന്റെ അന്തഃരംഗം കവി ചിത്രീകരിക്കുന്നത് കാണുക. അപ്പോൾ

"കരിമുകിലുകൾ മാനത്തു; ഭൂമിയിൽ
ഇരുളും മുമ്പിലോ സാഗരം!"

എന്നാലും കവിക്ക് പ്രകൃതിയുടെ ശാലീനസുന്ദരങ്ങളായ ദൃശ്യങ്ങളോട് ചേർന്നുകഴിയാനാണ് എന്നും ഇഷ്ടം.

കവിയും സമൂഹവും തമ്മിലുള്ള ബന്ധത്തിന് പലതലങ്ങളുണ്ട്. രാഷ്ട്രീയം, തിന്മകളോടുള്ള അമർഷം, പരസ്പരം സ്നേഹിക്കാനും ഒന്നുചേർന്നു ജീവിക്കാനുമുള്ള സ്ത്രീപുരുഷന്മാരുടെ അവകാശത്തെ സ്ഥാപിക്കൽ; സമൂഹത്തെ കൂട്ടുപിടിച്ചുകൊണ്ട് അവരുടെ സുന്ദരമായ സങ്കല്പങ്ങളുമായി ഒത്തുചേരൽ ഇവയെല്ലാം തിരുനല്ലൂർ കവിതകളിൽ കിലുകിലുക്കം മുതൽ ഇടിമുഴക്കം വരെ ഉണ്ടാക്കുന്നു. രാഷ്ട്രീയം പടർന്നുകയറി കാടാക്കാത്ത ഏതെങ്കിലും ഒരിടവും രാജ്യത്ത് കാണുകയില്ല. ജാതി മതം, സമൂഹം, വിദ്യാഭ്യാസം, സംസ്കാരം തുടങ്ങി എല്ലാ മേഖലകളിലും അതിന്റെ വേരോട്ടം ഉണ്ട്. സ്കൂൾ കുട്ടികളെല്ലാം പച്ചയുടുപ്പിട്ടുകൊണ്ട് സ്കൂളിൽ വരണമെന്ന് ശഠിക്കുന്ന അധികാരി കളിക്കുന്നത് വർഗ്ഗീയ രാഷ്ട്രീയം. പട്ടികജാതി വിഭാഗക്കാർക്കും ഇതര പിന്നോക്കക്കാർക്കും സംവരണം നടപ്പിലാക്കണമെന്ന് വാദിച്ചാൽ അത് ജാതിരാഷ്ട്രീയം. പള്ളിപൊളിച്ച് രാമക്ഷേത്രം പണിയുമെന്ന് ആക്രോശിക്കുന്നത് മതരാഷ്ട്രീയം. ഇതിന്റെയെല്ലാം ഉള്ളറ രഹസ്യങ്ങൾ തിരുനല്ലൂരിലെ കവി അറിഞ്ഞിരുന്നു. ആ കവി രാഷ്ട്രീയത്തിലെ ചതിക്കുഴികൾ കാണിച്ചുകൊടുത്ത് അതിനിരയാകാൻ സാദ്ധ്യതയുള്ളവരെ രക്ഷിക്കാനാണ് ശ്രമിച്ചത്. അത് വിപ്ലവാഭിവാഞ്ഛയോടുകൂടിത്തന്നെയായിരുന്നു. അതിനാൽ ഒരു കാലഘട്ടത്തിനിപ്പുറത്ത് അദ്ദേഹം രചിച്ച കവിതകൾ കുറേ എണ്ണത്തിൽ പുരോഗതിക്ക് എതിരായി നില്ക്കുന്ന പുരോഭാഗിക

ളോട് കവി നിർദ്ദയമായാണ് പെരുമാറിയത്. തട്ടിയുടച്ചും പൊടിച്ചുവാരി യെറിഞ്ഞും നശിപ്പിക്കാനായിരുന്നില്ല തിരുനല്ലൂർ മാർക്സിയൻ സിദ്ധാന്തത്തെ താലോലിച്ചത്. ജന്മിത്തത്തിന്റെ ഊരാക്കുടുക്കിൽനിന്ന് സമസ്യഷ്ടങ്ങളെ രക്ഷിക്കാൻ വേണ്ടി പ്രാർത്ഥനാനിരതമാകാനുള്ള മനസ്സ് അദ്ദേഹത്തിന് ഉണ്ടായിരുന്നു. മഞ്ഞുതുള്ളികളിലെ 'പുൽക്കൊടിയും താരവും' എന്ന കവിതയിൽ വ്യംഗ്യമധുരമായ ഒരു ഉദ്ബോധനം കവി തരുന്നുണ്ട്. എന്തകലങ്ങളിലാണ് പുൽക്കൊടിയുടെയും ആകാശത്തിലെ താരകങ്ങളുടെയും നില! പക്ഷേ, അവയെ തമ്മിൽ അഭംഗുരഭംഗിയോടെ ഇണക്കുന്നിടത്താണ് സ്ഥിതിസമത്വം കാണാവുന്നത് എന്ന് കവി പഠിപ്പിക്കുന്നു. അടുക്കാതെ അകലത്ത് നില്ക്കുന്നവരെ ഒരുമിപ്പിക്കുക ഇതാണ് സമദർശനം.

"ഒരു വർഗ്ഗം മതിയിനി; പരസ്പരം
ഒരു വർഗ്ഗം മതി; മനുഷ്യസംജ്ഞകം
ഒരു രാഷ്ട്രം മതി; ധരാതലം
ഒരു ദൈവം മതി; ഹൃദിസ്ഥിതം ദീപം

ഉള്ളൂരിന്റെ ഈ ഉദ്ബോധനത്തിൽ- ഏകലോകദർശനം സാക്ഷാൽകൃതമായി കാണാൻ അദ്ദേഹം ആഗ്രഹിക്കുന്നു. പല കവിതകളിലും തിരുനല്ലൂരും ഈ ഏകലോകാശയം പ്രകടമാക്കിയിട്ടുണ്ട്. ഈ അഭിലാഷമാണ് മോസ്കോ, താഷ്കെന്റ് മുതലായ റഷ്യൻ പ്രദേശങ്ങൾ സന്ദർശിക്കാൻ അദ്ദേഹത്തെ പ്രേരിപ്പിച്ചത്. ലോകത്തിലെ സാമ്പത്തികമായ അസമത്വത്തിന്റെ ബീഭത്സരൂപവും തൊഴിൽമേഖലകളിലെ ദാരിദ്ര്യവും മുതലാളിത്ത പീഢനങ്ങളുംകൊണ്ട് പൊറുതിമുട്ടിയ കഥകൾ കേട്ടറിഞ്ഞ തിരുനല്ലൂരിന് ആ അനീതികൾക്കെല്ലാം നാട്ടിൽ വന്ന് കവിതകളിലൂടെ പ്രതിഷേധിക്കാൻ നെഞ്ചിൽ ഇന്ധനം പോലെ ഊർജ്ജമേകി. പക്ഷേ, ഇവിടെ മറന്നുകൂടാത്ത ഒരു സംഗതിയുണ്ട്. തിരുനല്ലൂർ മാറ്റങ്ങളുടെയും ചലനങ്ങളുടെയും കവിയായത് ഒറ്റയ്ക്കല്ല. ഉള്ളൂർ, വള്ളത്തോൾ, ചങ്ങമ്പുഴ, വയലാർ, ഒ എൻ വി, ഇടശ്ശേരി എന്നിങ്ങനെ പല കവികളും ആ വഴിയേ നേരത്തെ സഞ്ചരിച്ചു. തിരുനല്ലൂർ പിറകേ വന്നെന്നേയുള്ളൂ. താൻ ആദ്യം വാളെടുത്തു എന്ന് ആരും പറയുകയില്ലല്ലോ.

കവിതകളിലൂടെ തിരുനല്ലൂർ വിപ്ലവത്തിനു വേണ്ടി നല്ലവണ്ണം പ്രചാരവേല ചെയ്തുവെന്നതിന് സാക്ഷ്യമായി പല കവിതകളും ഉണ്ട്. അദ്ദേഹം രചിച്ച പ്രേമകവിതകൾ പോലും വിപ്ലവത്തിന്റെ തീജ്വാല എരിയുന്നതാണ്. ആ കവിതകളും സാമൂഹ്യപരിവർത്തനത്തിന് സഹായകരമാംവിധം കഥാതന്തു സംവിധാനം ചെയ്താണ് അദ്ദേഹം എഴുതുന്നത്. 1955 ൽ എഴുതിയ 'റാണി', 1954 ൽ എഴുതിയ 'സാരിയോ പുടവയോ', 1959 ൽ രചിച്ച 'പ്രേമം മധുരമാണ് ധീരവും ആണ്,' 'മഴവില്ലും കൊള്ളിമീനും', 'ചെറുതേനും കുറുന്തോട്ടിയും', 'ജയിലിൽ നിന്നൊരു ഗാനം' ഇവയെല്ലാം വിപ്ലവവീര്യത്തിന്റെ തീപ്പന്തങ്ങളാണ്. വിപ്ലവങ്ങൾ ഉണ്ടാക്കുന്നതിൽ ഒരു പ്രധാനഘടകം സാമ്പത്തികമായ ഉച്ചനീചത്വം

ആണ്. വിശക്കുന്ന വയറുകൾക്ക് മുമ്പിൽ ഒരു തത്ത്വശാസ്ത്രത്തിനും എഴുന്നേറ്റ് നില്ക്കാൻ കഴിയുകയില്ല. വിശക്കുന്നവൻ അവന്റെ ജഠരാഗ്നിയെ വെള്ളമൊഴിച്ചു ശമിപ്പിക്കാൻ ചിലപ്പോൾ ഗീതമോതും; ചിലപ്പോൾ തോക്കെടുക്കും 'റാണി'യിലെ കാമുകീകാമുകന്മാർക്ക് ധനമായിരുന്നു പ്രശ്നം. അവർ ആർക്കോ വേണ്ടി അദ്ധ്വാനിച്ചുകൊണ്ടിരുന്നിട്ടും രാത്രിയിൽ പട്ടിണി കിടക്കേണ്ടിവരുന്നു. സ്വന്തമായി സ്വല്പം പറമ്പും അതിൽ മറ്റൊരു കവി പാടിയപോലെ നാരായണക്കിളിക്കൂടുപോലുള്ളൊരു വീടും ഉണ്ടാക്കി അവിടെ ദാമ്പത്യം തുടങ്ങണം. അദ്ധ്വാനിക്കുന്നവന് പട്ടിണി. അതിന്റെ ഫലം എല്ലാം അനുഭവിക്കുന്നത് സമ്പന്നൻ. തോക്കിൻ കുഴലിലൂടെയും വിപ്ലവം വരുന്നത് അതുപോലെയുള്ള സാഹചര്യങ്ങളിലാണ്. ഭാസ്കരന്റെ അവസ്ഥയും വ്യതിരിക്തമായിരുന്നില്ല. ('സാരിയോ പുടവയോ' എന്ന കവിത) ഭാസ്കരൻ ഒരു സാമില്ലു തൊഴിലാളിയാണ്. അവന് ലക്ഷ്മിയെ വിവാഹം കഴിക്കണം. സ്വപ്നങ്ങൾ തന്റെ കണ്ണുകളിൽ നിറഞ്ഞിരുന്നതിനാൽ ഈർച്ചവാളിന്റെ കൂർത്തനഖങ്ങൾ അയാൾ ശ്രദ്ധിച്ചില്ല. ആ വലംകൈയ് മുറിഞ്ഞു താഴെ വീണു. ഇത് തിരുനല്ലൂർ സമൂഹം മുഴുവൻ കേൾക്കാൻ എഴുതിവായിച്ച കവിതയാണ്. മുഖ്യമായും സമൂഹത്തിൽ ഉള്ളവരും ഇല്ലാത്തവരും ഉണ്ടാകുന്നത് അദ്ധ്വാനത്തിന്റെ ഫലമായ സമ്പത്ത് അവന്റെ കൈകളിലേക്ക് എന്നതും മുതലാളിയുടെ തലയിലേക്ക് എത്തുന്നില്ല പെയ്തിറങ്ങുന്നു എന്നതുമാണ്. *'പ്രേമം മധുരമാണ്.* ധീരവും ആണ്' എന്ന് കവി പറഞ്ഞതിന്റെ പൊരുൾ ഇതാണ്. വൈലോപ്പിള്ളി പാടിയതുപോലെ

"ചോര തുടിക്കും ചെറുകൈയുകളെ
പേറുക വന്നീ പന്തങ്ങൾ"

എന്നു തിരുനല്ലൂർ പറഞ്ഞില്ലെന്നേയുള്ളൂ. മാറ്റമാണ് ജീവിതത്തിന്റെ നിയമം, ഇതിൽ ഭൂതവും വർത്തമാനവും മാത്രം നോക്കുന്നവർക്കു ഭാവി നഷ്ടപ്പെടും എന്ന് ജോൺ എഫ് കെന്നഡി പറഞ്ഞിട്ടുണ്ട്. തിരുനല്ലൂർ, സമൂഹത്തിന്റെ ഭാവി നഷ്ടപ്പെടാതിരിക്കാനാണ് തൂലികയെടുത്തത്

"ഞങ്ങളുഷസ്സിൻ വിത്തുകൾ
പുതിയ കരുത്തുകൾ
പുതിയ യുഗത്തുടികൊട്ടിപ്പാടി
ഉറക്കമുണർത്തും പാണന്മാർ."

എന്ന് പുനലൂർ ബാലൻ പറഞ്ഞതിലെ ഞങ്ങളിൽ തീർച്ചയായും അഷ്ടമുടിക്കായലിന്റെ കവിയുണ്ട്. കമ്യൂണിസ്റ്റ് പ്രത്യയശാസ്ത്രത്തിൽ വിശ്വസിച്ച് താരതമ്യാത്മഭേദങ്ങൾ വ്യക്തികൾക്കില്ലാത്ത ഒരു സമൂഹത്തെ പുനഃസൃഷ്ടിക്കാനുള്ള യത്നത്തിൽ പങ്കു ചേർന്നതുമാത്രമാണ് തിരുനല്ലൂരിന്റെ മഹത്ത്വമെന്നു കരുതേണ്ടതില്ല. ആ കവിതകൾ വെറും കുറിപ്പടികളോ മുദ്രാവാക്യങ്ങളോ ആയിരുന്നില്ല. അവ വെറും ഭാവഗീതങ്ങളുമായിരുന്നില്ല. അങ്ങനെ ആയിപ്പോകാതിരിക്കാനാണ് കവിതകൾ ചെറുതെങ്കിലും അവ കഴിയുന്നിടത്തോളം ആഖ്യാനാത്മകം (Narrative poems) ആക്കാൻ അദ്ദേഹം ശ്രദ്ധിച്ചത്. അതിന് ദൃഷ്ടാന്തമായി പരാമർശിക്കാവുന്ന ഒന്നാണ് 'ഞാൻ നിന്നെ സ്നേഹിക്കുന്നു' എന്ന കവിത. അതിലെ തരുണ പ്രേമം അങ്കുരിച്ചത് തെരുവിലാണ്. പക്ഷേ, ആ പ്രേമം അവിടെത്തന്നെ വീണു തകർന്നു. പളുങ്കുപാത്രം പോലെയായിപ്പോയി. ആ പ്രേമദുരന്തത്തിന്റെ കാരണം അന്നത്തെ രാഷ്ട്രീയവും സാമൂഹ്യവുമായ സാഹചര്യങ്ങൾ ആയിരുന്നു.

"മുഷ്ടികൾ മുഴക്കങ്ങൾ- അപ്പോഴും മുന്നിൽത്തന്നെ
നില്ക്കുകയായിരുന്നിതാത്തെരുവിൻ പുന്നാരങ്ങൾ;
ഞങ്ങൾക്കും ജീവിക്കണം വേണ്ട, വേണ്ടെന്നു
വെടിയുണ്ടകളലറും - മറുപടി."

തിരുനല്ലൂരിന് പരിതോവസ്ഥകൾ ഒത്തുവന്നാൽ കാല്പനിക കവിയാകാനും സന്തോഷമായിരുന്നു. പ്രേമകവിതകളും ആഖ്യാനാത്മകമാണ് (മിക്കതും). എന്നാൽ കുമാരനാശാനെയും മറ്റുംപോലെ പ്രേമത്തിന് ദിവ്യാവരണം നല്കാനും അതിനെ

"അല്ലെങ്കിലദ്യുതിയെഴുന്നമരർഷിമാർക്ക്
ഫുല്ലപ്രകാശമിയലും ബലിപുഷ്പമായി
സ്വർല്ലോകവും സകലസംഗമവും കടന്നു
ചെല്ലാം നിനക്ക് തമസഃപരമാംപദത്തിൽ"

എന്ന് ആശാനെഴുതിയതുപോലെ തമസഃപരമാംപദത്തിൽ പ്രേമോദയത്തിലെ നായികയെ എത്തിക്കാനും ഒന്നും താല്പര്യം കാണിച്ചില്ല. അവർക്കും ഭൂമിയിലെ പദവിതന്നെ കവി കല്പിച്ചു. പ്രേമം മധുരമാണ്, ധീരവുമാണ് എന്ന് കവി പറയുമ്പോൾ മാധുര്യം കൊണ്ടു പ്രേമത്തിന്റെ കാല്പനികതയും ധീരം കൊണ്ട് അതിനോടുള്ള യഥാർത്ഥത്വവും കവി പ്രകടിപ്പിക്കുന്നു. വിപ്ലവോന്മുഖമായ, യഥാർത്ഥമായ കവിതകളോടായിരുന്നു അദ്ദേഹത്തിന് അധികം മമത. *തേവന്റെ കാമുകിയെന്ന* കവിതയും അതിനൊരു മാതൃകയാണ്. ഒരു ജന്മിയുടെ ധിക്കാരത്തിന്റെ കഥയാണ് അത്. ജന്മി തന്റെ പാടത്തിന്റെ ഒരു ഭാഗത്ത് മണ്ണ് ഒലിച്ചിറങ്ങി വന്നതിനെക്കുറിച്ച് തേവനോട് കയർത്തു. അയാൾ തേവനെയും കൂട്ടാളികളെയും തെങ്ങുകളിൽ ബന്ദികളാക്കാൻ ഉത്തരവിട്ടു. അക്കൂട്ടത്തിൽ തേവന്റെ കാമുകിയും ഉണ്ടായിരുന്നു. ജന്മിയുടെ മുറ്റത്ത് അവർ എത്തി. അതൊരു മാർച്ച് പാസ്റ്റ് ആയിരുന്നു. ഉള്ളാകെ രോഷാഗ്നി, കൈയിൽ തല കോതിക്കളയുന്ന പുന്നാര അരിവാളും, ഒരു ജന്മിയുടെ ധിക്കാരം ആയിരം കർഷകരുടെ ആക്രോശത്തിൽ മുങ്ങിപ്പോയി. ഇത് കാർഷികവിപ്ലവത്തിന്റെ ഒരു സ്റ്റഡി ക്ലാസായിരുന്നു നാലുപേർ നിനയ്ക്കുമ്പോൾ കെട്ടിയിട്ടീടാൻ വെറും നായ്ക്കളോ നാടിന്നഭിമാനമാം ചെറുപ്പക്കാർ?

പുന്നപ്രയിലെയും വയലാറിലെയും വാരിക്കുന്തത്തിന്റെയും മുളകുപൊടി കലക്കിയ വെള്ളത്തിന്റെയും ഓർമ്മ നമുക്ക് ഉണ്ടാകുന്നില്ലേ? കവിത സഫലമായി. കാല്പനിക കവികൾക്ക് പ്രകൃതിദൃശ്യങ്ങൾ വർണ്ണിക്കുന്നതിൽ അമിതമായ താല്പര്യം ഉണ്ടായിരിക്കും. തിരുനല്ലൂർ കവിത

കളിലും പ്രകൃതിയുടെ വർണ്ണചിത്രങ്ങൾ അവിടവിടെ കോറിയിട്ടുണ്ട്. ഒരൊറ്റ സന്ദർഭം മാത്രം പറയാം. 'കാറ്റേ നീ വീശരുതിപ്പോൾ' എന്ന കവിതയിൽ കവിയുടെ കഥാനായിക അഭ്യർത്ഥനാരൂപത്തിൽ പറയുന്നത് ഒരു സംഗതി മാത്രം.

"കാറ്റേ നീ വീശരുതിപ്പോൾ- കാറേ നീ പെയ്യരുതിപ്പോൾ"

ആ രണ്ട് വരിയിലെ ആശയം ഒരു വലിയ പ്രകൃതിക്ഷോഭത്തിന്റെ ചിത്രം പരന്നുപടർന്നു കാർമേഘവും ഇടിമിന്നലും ഘോരമാരിയുമായി വളരുന്നു.

'കന്യാമഠത്തിൽ' എന്ന കവിത കുറേക്കൂടി ചെമന്നതാണ്. വീടുകളിൽ ദാരിദ്ര്യം ഉണ്ടാക്കുന്ന പങ്കപ്പാടുകളും സടകുടഞ്ഞെഴുന്നേറ്റ് അലറുന്ന ജാതിമതാന്ധതയുടെ രൗദ്രതയും ആ കവിത അനാച്ഛാദനം ചെയ്യുന്നു. അതിലെ കഥ കാച്ചിക്കുറുക്കിപ്പറഞ്ഞാൽ അമ്മയില്ലാത്ത മേരി എന്നൊരു ക്രിസ്ത്യാനി യുവതി ഹിന്ദുവായ മാധവൻ എന്ന ഒരു തരുണനെ സ്നേഹിച്ചു എന്ന ഒരു അബദ്ധം കാണിച്ചു. അത് ജാതിമതമദിരാന്ധതയ്ക്ക് സഹിച്ചില്ല. അവർ ഒരു അകളങ്കപ്രേമത്തിന്മേൽ തീപ്പന്തം എറിയുന്ന മട്ടായി. പ്രേമം പരാജയപ്പെട്ടാലും മതം തോല്ക്കരുതല്ലോ. അവളുടെ പിതാവ് അവളെ ഒരു കന്യാസ്ത്രീ മഠമെന്ന ജയിലിൽ അടച്ചു പരിഹാരം കണ്ടു. 'കന്യാമഠ'ത്തിൽ *ഒരു ക്രിസ്ത്യാനി പെണ്ണിന്റെ കഥ* പറഞ്ഞ കവി 'ഇരുണ്ട നട്ടുച്ച' എന്ന കവിതയിൽ മുസ്ലീം വനിതകൾ നേരിടുന്ന അസ്വാതന്ത്ര്യവും ദുരിതങ്ങളും തുറന്നു കാണിക്കാനാണ് മുതിരുന്നത്. ഈ കവിത തിരുനല്ലൂരിന്റെ വളരെ പഴക്കമുള്ള കവിതകളിൽ ഒന്നാണ്. അതിവിടെ ഇപ്പോൾ പറയുന്നത് അന്നത്തെ മുസ്ലീം സമുദായത്തിലെ പാവപ്പെട്ടവർ ദാരിദ്ര്യത്തിന്റെ പേരിൽ ചവിച്ചിറക്കേണ്ടി വന്ന ചില സാമൂഹ്യക്ലേശങ്ങൾ തന്നെ നമ്മുടെ പുതിയ കാലത്തിലും പിന്തുടരുന്നു എന്ന് വ്യക്തമാക്കാനാണ്. ആലിക്കായ്ക്ക് കഷ്ടകാലത്തിന് രണ്ട് പെൺമക്കളാണ് പിറന്നത്. എന്നാൽ അവർ പുരയ്ക്കകത്ത് വളർന്നുവലുതായപ്പോൾ അയാളുടെ ഹൃദയത്തിൽ തീ ആളിക്കത്തി. ഒടുവിൽ ഒരാളെത്തി. മൂത്തവളെ കൊടുക്കാനാണ് ആലിക്കാക്ക തീരുമാനിച്ചത്. പക്ഷേ, തൊലിമിനുപ്പും ചന്തവും ഉള്ളത് ഇളയവൾക്ക്. അയാൾക്കവളെ മതി. കെട്ടുകഴിഞ്ഞു കറേനാൾ ചെന്നിട്ടും അവൾ പ്രസവിച്ചില്ലെന്നു കണ്ടപ്പോൾ മൂത്തവളെക്കൂടി അയാൾ ഭാര്യയാക്കി. ആലിക്കാക്കായ്ക്ക് വേറെ പെൺപിള്ളേരില്ലാത്തത് ഭാഗ്യം. ഈ അവസ്ഥകളെല്ലാം ഇന്നും മുഹമ്മദീയർക്കിടയിൽ പെൺകിടാങ്ങൾ അനുഭവിക്കുന്നില്ലേ? ബാല്യവിവാഹം, ഒന്നിലധികം പുരുഷന്മാരെ ഭർത്താക്കന്മാരായി സ്വീകരിക്കേണ്ടിവരിക, ഇതെല്ലാം ഇക്കാലത്തും ഒഴിയാബാധ പോലെ തുടരുന്നില്ലേ? പ്രബുദ്ധരായ വ്യക്തികൾ മുസ്ലീം സമുദായത്തിൽ ഉണ്ടായിട്ടും.

തിരുനല്ലൂർക്കവിതകളിലെ രാഷ്ട്രീയ വീക്ഷണത്തെക്കുറിച്ച് പ്രത്യേകം പരാമർശിക്കേണ്ടതുണ്ട്. രാഷ്ട്രീയം കവിതയ്ക്ക്, വളർന്നു ഇലവന് പൂ വന്ന് കായ് വന്നു പ്രശോഭിക്കാൻ പറ്റാത്ത ഒന്നെന്ന അഭിപ്രായ

മല്ല, മറിച്ചൊരു വീക്ഷണമാണ് അദ്ദേഹത്തിന് ഉണ്ടായിരുന്നത്. അതിനാലാണ് കവിതകളിൽ ഏറിയകൂറും രാഷ്ട്രീയത്തിന്റെ ആന്ദോളനം നടക്കുമ്പോൾ ഒരു പലായനവാദിയെപ്പോലെ ഒഴിഞ്ഞുമാറാനല്ല തിരുനല്ലൂർ വിചാരിച്ചത്. അതിന്റെ കൂടെ നീന്താനാണ്. കാരണം തിരുനല്ലൂരും യാഥാർത്ഥ്യവാദിയും സാമൂഹ്യാവബോധവും ഉള്ളയാളായിരുന്നുവത്രേ. അന്നത്തെ കാലത്ത് പ്രത്യേകം പരാമർശിക്കണമെന്ന് കവിക്ക് തോന്നിയ ചില രാഷ്ട്രീയസംഭവങ്ങളെയും അവയുമായി ബന്ധപ്പെട്ട ചരിത്രപുരുഷന്മാരെയും തിരുനല്ലൂർ കവിതകളിലൂടെ ഫോക്കസ് (ശ്രദ്ധാകേന്ദ്രം ആക്കുക) ചെയ്ത് കാണിച്ചു. അവശരെയും ആർത്തരെയും സൃഷ്ടിക്കുന്ന വ്യവസ്ഥിതികളെ തിരുനല്ലൂർ വീറോടെ എതിർത്തു. ഭൂരിപക്ഷത്തിന് ദുർഭിക്ഷതയും ദാരിദ്ര്യവും രോഗവും കൊടുത്തുകൊണ്ട് അവരെ കഷ്ടപ്പെടുത്തുന്നവർക്കെതിരായ കൊടുങ്കാറ്റ് എന്നും നമ്മുടെ രാജ്യത്തും രാജ്യാന്തരങ്ങളിലും ഉണ്ടായിട്ടുണ്ട്. കമ്യൂണിസ്റ്റാശയത്തിനും പ്രവർത്തനത്തിനും വഴിമരുന്നിട്ട കവികൾ എത്രയോ ഉണ്ട്.

അദ്ദേഹത്തിന്റെ രാഷ്ട്രീയകവിതകൾ അന്ന് ഒരാവശ്യം ആയിരുന്നു. അതിനാൽ നാട്ടിൽ തിരുനല്ലൂരിന് അനുയായികളും വർദ്ധിച്ചു. മാത്രവുമല്ല തിരുനല്ലൂർ മാർക്സിസത്തിന്റെ സൈദ്ധാന്തികവശങ്ങൾ ശരിയായി പഠിച്ചു കവിതയിലാക്കാൻ അത്യുത്സാഹം കാണിച്ചു. ഇല്ലാത്തവനെ ഉള്ളവനാക്കിത്തീർക്കണം. ഗാന്ധിജിക്കും വളരെ മുമ്പേ സത്യാന്വേഷണത്തിന്റെ പാതയിലാണ് മാർക്സ് സഞ്ചരിച്ചത്. ജനജീവിതത്തിലെ നരകക്കുഴികളിൽ നിന്ന് മാർക്സ് സത്യത്തെ കണ്ടെത്തി. അശക്തരുടെ വക്താവായി അദ്ദേഹം മാറി. കുമാരനാശാൻ വളരെ മുമ്പ് പാടിയ വാക്കുകൾ തന്നെ മാർക്സും ഉപയോഗിച്ചിരിക്കും.

"ഉണരിനുണരിനുള്ളിലാത്മ ശക്തി
പ്രണയമെഴും സഹജാതരെ ത്വരിപ്പിൻ!"

എന്ന് ജർമ്മൻ ഭാഷയിലായിരുന്നു മാർക്സിന്റെ ആഹ്വാനം. തിരുനല്ലൂർ പറഞ്ഞതുതന്നെ കേൾക്കാം. അങ്ങ് ഉണ്ടാക്കിത്തന്ന ഈ പുതിയ അനുഭൂതി ഉൾക്കൊള്ളാൻ വാക്കുകൾക്ക് കരുത്തുണ്ടാകുന്നതുവരെ, പഴുത്ത ലോഹങ്ങളിൽ ശക്തിയോടെ ഞങ്ങൾ അഭിവാദ്യം അർപ്പിക്കുന്നു. ഈ ലോകത്തിലെ ഏറ്റവും ഗംഭീരമായതിലും ഏറ്റവും സുന്ദരമായതിലും ഏറ്റവും ഉന്നതമായതിലും എന്തെല്ലാം ഉണ്ടോ അവയെല്ലാം ഏറ്റവും സ്നേഹാർദ്രമായ ഹൃദയങ്ങളിൽ പ്രതിഷ്ഠിക്കുകയും ചെയ്യും എന്നുകൂടി കവി പറയുന്നു. മാർക്സിന്റെ പ്രമാണം തിരുനല്ലൂരിന് എത്ര ഹൃദയംഗമമായിരുന്നു എന്ന് സ്പഷ്ടമായല്ലോ.

കറുത്തവർഗ്ഗത്തിന്റെ വിമോചനത്തിനുവേണ്ടി അവരുടെ പട നയിച്ചു. ഒടുവിൽ പോരാടി മരിച്ച ആ ധീരസ്വാതന്ത്ര്യസ്നേഹിയായി തീർന്ന ലുംമുംബയുടെ മുന്നിൽ ഇന്ന് പെരിനാട്ടിലിരുന്നുകൊണ്ട് ആ ചരമശയ്യയിൽ സമർപ്പിക്കുന്ന ഒരു ചെന്താമരപ്പൂവിൽ തിരുനല്ലൂരിന്റെ രാഷ്ട്രീയമനസ്സ് ആണ് കാണുന്നത് അത്യന്തം ഹൃദയസ്പൃക്കായിട്ടാണ്. അമേരി

ക്കയിലെ വർണ്ണവെറിയന്മാരോടും മറ്റും പൊരുതിയ മാർട്ടൻ ലൂഥർ കിങ്ങിനോട് തിരുനല്ലൂർ ചോദിക്കുന്നത്. ഇപ്രകാരമാണ്.

"മകനേ! മനുഷ്യനാണെങ്കിൽ നീ പറയണം
പതറാതൊഴിയാതെ നിന്നു നീ പറയണം.
ചോരയാണിത് ചോര! ആരുടെ? ഒരു വെള്ള-
ക്കാരന്റെ? നീഗ്രോവിന്റെ? അഥവാ മനുഷ്യന്റെ?"

അത് മനുഷ്യന്റേതാണെന്ന് കവിയ്ക്ക് സംശയമില്ല. ഇതിനപ്പുറത്തേക്കും ചിലതു കവിക്ക് പറയാനുണ്ട്. നമുക്ക് തിരുനല്ലൂരിനെ ഇനിയും കൂടുതൽ അറിയാനുണ്ട്.

തിരുനല്ലൂർ 'അന്ത്യാഭിവാദനം' എന്ന ഒരു കവിതയിൽ ഭാരതത്തിനുവേണ്ടി മതാന്ധന്റെ തോക്കിൻകുഴലിലൂടെ ചീറ്റിവന്ന മരണത്തെയും ചിരിച്ചുകൊണ്ടുനേരിട്ട മഹാത്മാവിനെ ഓർക്കുന്നു. ആ കവിതയിൽ കവി കരയുകയല്ല. അവിടെയും സമരത്തിന്റെ ശബ്ദമാണ് ജാതിമതാന്ധതയോടുള്ള സമരം. (സമരം എന്ന വാക്കിന് വഴിയറിഞ്ഞുള്ള പോക്ക് എന്ന അർത്ഥമുണ്ട്. മറ്റെല്ലാ വഴികളും പോരായെന്നറിയുമ്പോഴാണല്ലോ അവസാന വഴിയായി സമരത്തെ സ്വീകരിക്കുന്നത്) ഗാന്ധിജി സമരം ചെയ്തത് മൊത്തം ഇന്ത്യയ്ക്കുവേണ്ടിയായിരുന്നു. കവി ഒരു കവിതയിലൂടെ ഇന്ത്യയ്ക്കുവേണ്ടി സമരം ചെയ്ത മറ്റു ജവാന്മാരെയും ഓർക്കുന്നു. ചൈനയോട്, മേയ്ദിനം, നവകേരളം, തെക്കൻകാറ്റ്, ഫ്ളോറി എന്നിങ്ങനെ മാനവികതയെ വിവിധ കഥാന്തരീക്ഷത്തിൽ നിർത്തിക്കാണുന്ന തിരുനല്ലൂർ കവിതകൾ ഹൃദ്യമാണ്. 'പെയ്യാത്ത കാറുകൾ' എന്ന കവിത പ്രത്യേകം പരിഗണിക്കേണ്ടതാണ്. കൃഷിയും വ്യവസായവും കൊണ്ടേ രാജ്യത്തിന് യഥാർത്ഥമോചനവും പുരോഗതിയും ഉണ്ടാകൂ എന്ന് ദേശീയ നേതാക്കന്മാരെല്ലാം വിശ്വസിച്ചിരുന്ന കാലമായിരുന്നു അത് (വ്യവസായവല്ക്കരിക്കുക, അല്ലെങ്കിൽ നശിക്കുക എന്നത് അന്നത്തെ മുദ്രാവാക്യം ആയിരുന്നു) 1968 ൽ കായംകുളം കായലിന്റെ ഒക്കുന്ന ഭാഗത്തെല്ലാം ജനകീയ കൃഷിയെന്ന സ്വപ്നപദ്ധതി യാഥാർത്ഥ്യമാക്കാൻ ജനങ്ങൾ സംഘടിച്ചു. അപ്പോൾ അവരുടെ ആവേശാഗ്നിക്ക് നെയ് പകരാൻ കവിയും കൂടെച്ചേർന്നു.

"കരിനിലമുഴുമക്കർഷകരോടും വർഷം മുഴുവൻ വഴിനന്നാക്കാൻ
പെരിയ കരിങ്കൽപ്പാറനുറുക്കിനുറുക്കിയൊരുക്കും
പണിയാളരോടും ചേർന്നമരുന്നു ദൈവം"

എന്ന ടാഗോർ വചനം തിരുനല്ലൂരിന്റെ കവിതകളിൽ പലതിലും ശബ്ദം ഉണ്ടാക്കുന്നു എന്നും ദരിദ്രരുടെയും അടിമകളുടെയും കൂടെ നിന്ന് എല്ലാത്തരം തിന്മകൾക്കും എതിരെ പൊരുതിയ കവിയാണ് തിരുനല്ലൂർ. അദ്ദേഹത്തിന്റെ 'റാണി'യെന്ന കവിത പുതിയ തലമുറയുടെ മുന്നിൽ പരിചയപ്പെടുത്തേണ്ടതില്ലാത്ത വിധം മധുരോദാരമായ ഒരു കാവ്യമാണ്. ഓണത്തെക്കുറിച്ച് അദ്ദേഹം പല പേരുകളിൽ കവിതകൾ എഴുതിയിട്ടുണ്ട്. ആ കവിതകളിലും അസമത്വം, ദാരിദ്ര്യം, ചൂഷണം എന്നിങ്ങനെ

യുള്ള തിന്മകൾക്കെതിരെയുള്ള പ്രതിഷേധത്തിന്റെ ഘനധ്വനി കേൾക്കാം.

തിരുനല്ലൂരിന്റെ കവിയെന്ന നിലയിലുള്ള ചില ഇഷ്ടങ്ങളെക്കുറിച്ചു കൂടി നമ്മൾ അറിയേണ്ടതുണ്ട്. അദ്ദേഹം ആരാദ്ധ്യനായി കണ്ടത് കാളിദാസമഹാകവിയെയാണ്. കാളിദാസകവിതകളെല്ലാം കമ്പോടുകമ്പു പഠിച്ച സംസ്കാരം അദ്ദേഹത്തിനുണ്ട്. *മേഘസന്ദേശം*, മലയാളത്തിൽ ചില കവികളെല്ലാം പരിഭാഷപ്പെടുത്തിയിട്ടുണ്ട്. അവയിൽ ശ്രദ്ധിക്കപ്പെടുന്ന ചിലതിൽ തിരുനല്ലൂരിന്റെ കൃതിയും ഉണ്ട്. എന്നാൽ കാളിദാസനെ അനുകരിക്കാൻ അദ്ദേഹം പോയില്ല. അദ്ദേഹത്തിന്റെ കൃതികളിൽ ഹാസ്യം കയറിവന്നിട്ടില്ല. കാരുണ്യം, സ്നേഹം, ഭൂതദയ, സഹാനുഭൂതി ഇവയുടെ മധുരം ആ കവിതകളിൽനിന്ന് നുകരാം. ആസ്വാദകനെ മടുപ്പിക്കാനല്ല. അടുപ്പിക്കാനാണ് അദ്ദേഹം കവിതയെഴുതിയത്. കവിയും ആസ്വാദകനും അനുരഞ്ജിക്കുന്നിടത്ത് ആ കവിത സാഫല്യം അടയുന്നു. പ്രകൃതി, അതിലെ ഏറ്റവും മൃദുമസൃണ ഭാവമായ പ്രേമം ഇവയെക്കുറിച്ചും പല കവിതകൾ എഴുതി, താൻ സാമൂഹിക വൈരുദ്ധ്യങ്ങളെക്കുറിച്ചു മാത്രം എഴുതുന്നയാൾ എന്ന പരാതിക്ക് ഇടം ഏകാതെ നോക്കി.

തിരുനല്ലൂർ അഷ്ടമുടിക്കായലിന്റെ കവിയായിരുന്നെന്ന് മുമ്പേ പറഞ്ഞല്ലോ. ആ കായലും കാറ്റും തീരത്തെ തെങ്ങും പാടങ്ങളും എല്ലാം ആ കവിയെ രൂപപ്പെടുത്തുന്നതിൽ തീർച്ചയായും ഭാഗഭാഗിത്വം വഹിച്ചിട്ടുണ്ട്. അവിടുത്തെ മീൻപിടുത്തക്കാരും കർഷകരും കയർ തൊഴിലാളികളുമെല്ലാം തിരുനല്ലൂർക്കവിതയ്ക്ക് വളമായിരുന്നിട്ടുണ്ട്. ആ പരിസരത്തെ പലതും കണ്ട് കവി വാങ്മയചിത്രങ്ങൾ വരച്ചിട്ടുണ്ട്. അദ്ദേഹം ഗദ്യകൃതികൾ രചിച്ച കവിയാണ്. ഭാഷാശാസ്ത്രകൃതികളെഴുതിയ ആളാണ്. *സീത* എന്നൊരു ഖണ്ഡകാവ്യത്തിന്റെ രചന നടക്കുമ്പോഴാണ് ആ ജീവിതത്തിന് തിരശ്ശീല വീണത്. എം ഗോവിന്ദന്റെ ഒരു കാവ്യശകലം എടുത്തെഴുതി ഈ ചിന്ത ഉപസംഹരിക്കുന്നു.

“വേലിക്കൽ തത്തമ്മപോലെ മൃത്യു-
വേദനവന്നേവം വേദമോതി.
പുഞ്ചിരി ചുണ്ടിന്റെ പുണ്യമെങ്കിൽ
പുന്നെല്ലിൻ നെല്ലിലുണ്ടോണമെങ്കിൽ
പൂവിന്റെ മോക്ഷം വികാസമെന്നേ;
തൂവലിൻ ലക്ഷ്യം പറക്കലല്ലോ?”

എൻ വി കൃഷ്ണവാരിയർ
ഒരു യുഗപരിവർത്തനത്തിന്റെ കവി

കവിതയെ വെറുമൊരു വിനോദോപാധിയും വാക്കുകൾകൊണ്ടുള്ള അഭ്യാസവും എല്ലാമായി താഴ്ത്തിക്കെട്ടിയിരുന്ന പല നിയോ ക്ലാസിക് പ്രവണതകളിൽ നിന്നുള്ള മോചനം, കാല്പനികതയുടെ അതിഭാവുകത്വത്തിൽ നിന്നുള്ള സൗന്ദര്യബോധത്തിന്റെ സ്വാതന്ത്ര്യം ഇവ രണ്ടും ആസ്വാദകന്മാർ ആഗ്രഹിച്ച ഒരു സുപ്രഭാതത്തിന്റെ സൂര്യനാകാൻ ചില കവികൾ ആഗ്രഹിച്ച ഒരു കാലമാണ് ജി ശങ്കരക്കുറുപ്പിനും മറ്റും ശേഷം മലയാള കവിതയിലുണ്ടായത്. അവരിൽ വയലാറിന്റെ നില ഏകാഗ്രമായിരുന്നില്ല. ജീവിതയാഥാർത്ഥ്യങ്ങളോട് പ്രതികരിക്കാൻ എടുത്ത തൂലികയിൽനിന്ന് മിക്കപ്പോഴും കടലാസിലേക്കു വീണ വാക്കുകൾക്ക് കാല്പനികതയുടെ നിറവും കലർന്നിരുന്നു. എന്നാൽ ഇടശ്ശേരി, അക്കിത്തം, പി ഭാസ്കരൻ, എൻ വി കൃഷ്ണ വാരിയർ ഇവർക്ക് പ്രത്യേകം ഒരു ചേരിയുണ്ടായിരുന്നു എന്നത് നിർവ്വിവാദമാണ്. ഹനുമാനിലും വിഭീഷണനിലും പുരണ്ടിരുന്ന ഇതിഹാസനിറവും അതിനെ ഒന്നുകൂടി കടുത്ത നിറമാക്കിയ കാല്പനികതയും അവർ അറിഞ്ഞുകൊണ്ടുതന്നെ തള്ളിക്കളയഞ്ഞവരാണ്. വാസ്തവത്തിൽ കവിതയ്ക്ക് ഒരു പുതിയ വഴിവെട്ടിയത് അവരാണ്. ഒ എൻ വി അതിനെ നന്നായി അനുകൂലിക്കുന്ന ചില കവിതകൾ എഴുതുകയും കൂടിയായപ്പോൾ രാജപാതയായി ആ രീതി വികസിച്ചു.

ഈ മാറ്റം മുന്നിൽകണ്ടുകൊണ്ട് എൻ വി കൃഷ്ണവാരിയരുടെ ഏതാനും കവിതകൾ പഠിച്ച് അപഗ്രഥിച്ച് അദ്ദേഹം എവിടെ നില്ക്കുന്നു എന്ന് പരിശോധിക്കുകയാണ് ഈ ലേഖനത്തിന്റെ ലക്ഷ്യം. ഒന്നാമത് നല്ല പച്ചപ്പുള്ള ജീവിതം ആണ് ഓരോരുത്തരും അനുഭവിക്കുന്നത്. അതിനെ കാച്ചിക്കുറുക്കാതെ കഥാഖ്യാനമായി അവതരിപ്പിക്കണം എന്ന

അവബോധത്തിൽ എൻ വി കവിതകളെഴുതി. കവിതയ്ക്ക് വിഷയ ദാരിദ്ര്യം ഉണ്ടെന്നു നിലവിളിക്കുന്നവർക്ക് അദ്ദേഹം കൊടുത്ത ചുട്ട മറുപടിയാണ് 'വിദ്യാപതി' എന്ന കവിത. ക്രിയാശബ്ദങ്ങൾ വർത്തമാനകാല പ്രത്യയം ചേർന്നതാണെങ്കിലും അവയെല്ലാം വിധായക പ്രകാര പ്രത്യയം ചേർന്ന വിധികളാണ്. മദ്ധ്യകാലത്ത് ഉത്തരഭാരതത്തിലെ വൈഷ്ണവ കവികളിൽ പ്രമുഖനായിരുന്ന മിഥിലക്കാരനായ വിദ്യാപതിയുടെ കവിതയിലെ പരാമർശമാണ് കൃഷ്ണ വാരിയർ തന്റെ വാദത്തിന് അനുകൂലമായി കേകാ വൃത്തത്തിലെ ശീലുകളിൽ അവതരിപ്പിക്കുന്നത്.

"............................... ശുദ്ധ
മുഗ്ദ്ധമാം താരുണ്യത്തിൻ സ്പന്ദനങ്ങളെപ്പറ്റി,
മധുരാസവത്തുടുപ്പാർന്ന ഗണ്ഡത്തെപ്പറ്റി,
സ്മിതസൗഭഗം ചോരും ചോരിവായ്കളെപ്പറ്റി,
നീരിൽ മുങ്ങവേ പട്ടുറൗക്കമേനിയിലൊട്ടി-
ക്കോരകം പോലെകാണും പോർമുലകളെപ്പറ്റി,
ഊഞ്ഞാലിൽ, കാറ്റിലടിപ്പാവാട നീങ്ങുന്നേരം
കിഞ്ചന വെളിപ്പെടും വെൺതുടകളെപ്പറ്റി
കണ്ണടച്ചടുപ്പിലെത്തീയതും കൃശാംഗിതൻ
സ്വിന്നനെറ്റിയിൽച്ചിന്നും അളകങ്ങളെപ്പറ്റി
കവി പാടുന്നു പോയകാലത്തെപ്പറ്റി, ത്തോട്ടിൻ-
കരയിൽത്തഴച്ചെഴും കാട്ടുപൂക്കളെപ്പറ്റി,
നന്മയെ കുളിർമ്മയെ, വാസന്ത സൗഗന്ധ്യത്തെ
കമ്രമാം പുലർകാല സൂര്യരശ്മിയെപ്പറ്റി,
അറിയാതടുത്തെത്തി ഹൃദയങ്ങളിൽമുറ്റി-
നിറയും മാധ്വിസമപ്രേമധാരയെപ്പറ്റി,
പൂവിനെ,പ്പുഴുവിനെ, ഹൃത്തിലെയസൂയയെ
യൗവനം തുരുമ്പിക്കും വാർദ്ധക്യത്തിനെപ്പറ്റി
തന്നുടേതെല്ലാമന്യന്നനപേക്ഷമായ് നല്കി-
ധന്യതനേടുംരാഗത്യാഗയോഗത്തെപ്പറ്റി..."

കവി പാടുന്നു. കവിതയ്ക്ക് വിഷയ ദാരിദ്ര്യം ഒരിക്കലും ഉണ്ടാക്കാത്തതാണ് ഒരു മനുഷ്യകഥാനുഗായിക്ക് ലോകവും ജീവിതവുമെന്ന കവിയായ വാരിയർ തെളിയിച്ചു. സ്വന്തം കവിതകളെ അതിന് മാതൃകയാക്കുകയും ചെയ്തു. അങ്ങനെയായപ്പോൾ ലോകത്തിലെവിടെയുമുള്ള ഏതുസമൂഹത്തിന്റെയും ഏതുവ്യക്തിയുടെയും സന്തോഷം തുടങ്ങിയ ജീവിതാവസ്ഥകൾ കവി തന്റെ ഭാവനയ്ക്കു കൊടുത്ത് കവിതകളാക്കി. 'ആഫ്രിക്ക'യെന്ന കവിതയിൽ കവിഹൃദയം കാണാം.

"എങ്ങും മനുഷ്യനു ചങ്ങലകൈകളിൽ
അങ്ങെൻ കൈയുകൾ നൊന്തീടുകയാ-
ണെങ്ങോമർദ്ദനമവിടെ പ്രഹരം

വീഴുവതെന്റെ പുറത്താകുന്നു
എങ്ങെഴുന്നേല്ക്കാൻ പിടയും മാനുഷൻ
അവിടെജ്ജീവിച്ചീടുന്നു ഞാൻ
ഇന്നാഫ്രിക്കയിതെൻ നാടവളുടെ"

ദുഃഖത്താലേ ഞാൻ കരയുന്നു." 'ഇതാണ് യഥാർത്ഥ മനുഷ്യകഥാനുഗാനം. ഈ മാനവിക സ്നേഹമാണ് എൻ വി കവിതകളുടെ അടിവേര്. പുതിയ ആശയ പ്രതീകങ്ങളിലൂടെ അവതരിപ്പിച്ചും അധിക കല്പനകൾകൊണ്ട് യാഥാർത്ഥ്യങ്ങളെ മറയ്ക്കാതിരുന്നതുമാണ് ഇത്തരം കഥാവതരണം ഹൃദ്യമാക്കിയതിന് കാരണം. എൻ വി കൃഷ്ണവാരിയരുടെ കവിതകളുടെ അകം പുറങ്ങൾ കാണാൻ ഇവിടെ ചില കവിതകൾ മാത്രം ദൃഷ്ടാന്തമായെടുക്കുന്നു. അവയിലൊന്നു 'ബാക്കി വല്ലതുമുണ്ടോ?' എന്ന കവിതയാണ്. മരിച്ചിട്ട് 25 കൊല്ലത്തോളം കടന്ന എൻ വി അതിനു മുമ്പെന്നോ എഴുതിയ കവിതയാണത്. അന്നത്തെ കേരളത്തിന്റെയോ ഭാരതത്തിന്റെയോ അവസ്ഥയുടെ നേർക്കണ്ണാടിയാണ് 'ബാക്കി വല്ലതുമുണ്ടോ' എന്ന കവിത. ആ കവിത എനിക്കു പഠിക്കണമെന്ന ശക്തമായ പ്രേരണ എന്നിലുണ്ടാക്കിയത് അതിന് മുമ്പ് 'കവിയും കാലവും' എന്ന പേരിൽ ഏഴുവരിയിലുള്ള ലഘു കവിതയാണ്.

"ഇമ്മട്ടിലുള്ള കാലത്തിൽ
ചുമ്മാതെ വായയും പൂട്ടി
ഒന്നും മിണ്ടാതിരിക്കണം
തെറ്റു ചെയ്യുന്ന രാഷ്ട്രീയം
നേർവഴിക്കു വരുത്തുവാൻ
തനിഥു കഴിവില്ലെന്ന
കാര്യം കവി മറക്കൊലാ"

ഇതിനെ "ഒരായുസ്സു നീണ്ട കർമ്മയോഗത്തെ അവസാനം ബാധിച്ച നൈരാശ്യത്തിന്റെ കറുപ്പായിത്തന്നെ അർത്ഥശങ്കയ്ക്കിടമില്ലാത്തവിധം ധരിക്കാമെങ്കിൽ 'ബാക്കി വല്ലതുമുണ്ടോ' എന്ന കവിത- അതിലെ പരിദേവനം അല്പം നീണ്ടുപോയെങ്കിലും അർത്ഥവത്തായും അവസരോചിതമായും തന്നെ തോന്നുന്നു." കവി കണ്ട ജീവിത പരിസരം വെളിപ്പെടുന്നത് ഇങ്ങനെ.

"വാതിലൊക്കെയും പൂട്ടിത്തഴുതിട്ടിരിക്കുന്നു
നാലയൽപക്കത്തന്യജനത്തിൻ നിസ്സംഗത്വം
നമ്മൾക്കു നാമേ തീർത്ത ചങ്ങലക്കാലിൽ,കൈയിൽ
നെഞ്ചത്തിൽ മർമ്മങ്ങളിൽക്കുരുങ്ങിക്കിടക്കുന്നു
ബാക്കിവല്ലതുമുണ്ടോ? പുഞ്ചിരിമാഞ്ഞു, കണ്ണീർ
വറ്റി; ഹൃൽസ്പന്ദനം മന്ദം; ബാക്കി വല്ലതുമുണ്ടോ?"

ഓരോ കുടുംബത്തിനും നഷ്ടപ്പെട്ടുപോയ അയൽപക്കബന്ധത്തെക്കുറിച്ചാണ് ഈ വിലാപം. നാട്ടിലെ അക്രമരാഷ്ട്രീയം സൃഷ്ടിച്ച അന്തരീക്ഷ ഭീകരത കവിയിൽ സൃഷ്ടിച്ച ഭയത്തിന്റെ ചിത്രമാണ് അടുത്തത്.

"കെട്ടിരിക്കുന്നു വഴിവക്കിലെ വിളക്കുകൾ
പെട്ടെന്ന് പൊലീസ് വാനിൻ സൈറണോ മുഴങ്ങുന്നു?
വാതിൽമുട്ടുവതേതുവീട്ടിൽ? ആർ പിരാകുന്നു?
വീഴുന്നു തോക്കിൻപാത്തിയേതെല്ലിൽ? ആർ പായുന്നു?
ബാക്കി വല്ലതുമുണ്ടോ? ശബ്ദം പോയ്, വെളിച്ചം പോയ്
സ്വാസ്ഥ്യം പോയുറക്കം പോയ്, ബാക്കി വല്ലതുമുണ്ടോ?"

പ്രകൃതിക്കും കാലാവസ്ഥയ്ക്കും വന്നുപോയ പരിസ്ഥിതി മാറ്റത്തെക്കുറിച്ചുള്ള കവിമനസ്സിന്റെ വേദനയുടെ ദൃശ്യമാണ് ഇനി നാം കാണുന്നത്.

"ബാക്കിവല്ലതുമുണ്ടോ പൂവ് പോയ്, പൂക്കാലം പോയ്
പക്കിപോയ്, പറവ പോയ്, ബാക്കി വല്ലതുമുണ്ടോ?
മംഗളപ്രതീക്ഷപോൽകൂമ്പടയുന്നു വാഴ,
തെങ്ങോല വിശ്വാസംപോൽച്ചുരുണ്ടു കരിയുന്നു
കട്ട വിള്ളുന്നു നിലം, അണതൂരുന്നുതോട്ടിൽ
ഒക്കെയും മണൽ, വരമ്പിടിഞ്ഞു നിരക്കുന്നു
വായുവിൽ നീറ്റം വാനിൽക്കത്തൽ, പമ്പിലില്ലൂർജ്ജം
പാഴടഞ്ഞുപോയ്പ്പാടം ബാക്കി വല്ലതുമുണ്ടോ?"

രാജ്യത്തിന്റെ വികസനത്തിനും ക്ഷേമത്തിനും ചുമതലപ്പെട്ട തൊഴിലാളികൾ അക്കാര്യം മറന്ന് സ്വാർത്ഥത പൂരിപ്പിക്കാൻ ചെയ്യുന്ന കപട തൊഴിൽ തന്ത്രങ്ങളെ ആക്ഷേപിക്കുന്ന കവിയെ ഇനി വായിക്കാം.

"കട്ടു വില്ക്കുവാനത്രേ കമ്പനിക്കുള്ളിൽ പണി
മുഷ്ടിപൊക്കുവാനത്രേ വിരൽസംഘടിക്കുന്നു
കൂട്ടുകൂടുവാനത്രേ വിജ്ഞാനമാർജ്ജിപ്പൂ നാം
ബാക്കി വല്ലതുമുണ്ടോ നെറ്റിവേർപ്പിനാൽ നേടും"

'അപ്പത്തിൻ സ്വാദറ്റുപോയ്' എന്ന പ്രയോഗത്തിൽ കവി നല്ലതുപോലെ അദ്ധ്വാനിച്ചു നേടിത്തിന്നാത്ത ഭിക്ഷകന്റെ ചിത്രം മനോഹരമായി മിഴിവേറ്റി വരച്ചിരിക്കുന്നു.

മനുഷ്യർക്ക് വന്നു ചേർന്ന ക്രോധം, ദ്വേഷം, മദം, മാത്സര്യം ഇവയെ ആക്ഷേപിക്കാനും കവി മറന്നില്ല.

"ചിരിയില്ലല്ലോ ചുണ്ടിൽ; ഉള്ളതു മുദ്രാവാക്യം
നനവറ്റതാം കണ്ണിൽ കത്തിനില്ക്കുന്നു ക്രോധം
ഹൃത്തിലാളുന്നു മരുഭൂമിതൻ തീരാദാഹം
എത്രമേൽ ഭക്ഷിച്ചാലെന്തുൾപ്പശിയാറുന്നില്ല
ബാക്കി വല്ലതുമുണ്ടോ? തൃപ്തിപോയ് നിറവു പോയ്
യുക്തിപോയ്, വിവേകം പോയ് ബാക്കി വല്ലതുമുണ്ടോ?"

മനുഷ്യൻ എല്ലാ നിലയിലും മൃഗമായി മാറിയിരിക്കുന്നതിൽ കവിക്കുള്ള ഉൽക്കണ്ഠയുടെ ബഹിർസ്ഫുരണം ഈ വരികളിൽ കാണാനാകും.

സാഹിത്യകാരന്മാർക്കും ഇതര കലാകാരന്മാർക്കും ഉണ്ടായ മൂല്യ

ച്യുതിയും സംസ്കാരലോപവും കണ്ട് ഹൃദയപൂർവ്വം അവരിൽ ഒരാളായ കവിയും കരയുന്നതാണ് ഇനിയത്തെ ചിത്രം.

"ചാരായമത്രേ ഞങ്ങൾ പേനയിൽ നിറയ്ക്കുന്നു
ചാരത്തിലത്രേ ഞങ്ങൾ ചിത്രങ്ങൾ വരയ്ക്കുന്നു
കർത്താവില്ലാക്രിയയും; ഉള്ളതു കർമ്മം മാത്രം
ചീർത്ത ദുഷ്കർമ്മം വായിൽ ചീർത്ത ദുസ്സ്വാദം മാത്രം
ബാക്കിവല്ലതുമുണ്ടോ? സത്യം പോയ് സാംഗത്യം പോയ്
സ്വത്വം പോയ്, സംബന്ധം പോയ്; ബാക്കി വല്ലതുമുണ്ടോ?"

സമൂഹത്തിലെ ചിന്താ കാപട്യം, ക്രിയാ കാപട്യം ഇവയ്ക്കു നേരെയുള്ള അദമ്യമായ അമർഷം ഒതുക്കാൻ കവി നന്നായി പ്രയാസപ്പെടുന്നു എന്നു പിന്നെ പറയുന്നു.

"കത്തിലോ പൊട്ടിത്തെറി ചന്തയിൽ ഡൈനാമിറ്റോ
കത്തിയോ കുടിൽ? ആരെ ആർ കുത്തി? ആർ വീഴുന്നു?
പൈപ്പിലുള്ളതു വിഷദ്രവമോ? മരുന്നുകൾ
ഒക്കെമായയോ? തിന്നു ചത്തതു മർത്ത്യത്വമോ?
ബാക്കി വല്ലതുമുണ്ടോ? കള്ളനോട്ടോ ഞാൻ തന്നു?
മാറ്റാമോ? ഡിസ്കൗണ്ടുണ്ടോ? ബാക്കി വല്ലതുമുണ്ടോ?"

സമൂഹ മനസ്സാക്ഷിയുടെ മലീമസമായ ചിത്രങ്ങൾ എല്ലാം കടുത്ത ചായക്കൂട്ടിൽ വരച്ചുകാണിച്ചിട്ട് അദ്ദേഹം അന്തർമ്മുഖനാകാനും വല്മീകത്തിൽ ഒതുങ്ങാനുമല്ല മുതിർന്നത്.

"അന്തികൾ വാനിൽ ചാരം തുടിപ്പിക്കുമോ വീണ്ടും
വെന്തവേനലിൻ വിണ്ടൽ മാറ്റുമോ മഞ്ഞിൻതുള്ളി?
കരളിന്നടിയിലെച്ചേറ്റിൽ നിന്നൊരു വെള്ള-
ക്കമലം വിടർന്നതിൻ ഗന്ധം നാം ശ്വസിക്കുമോ?"

മുകളിൽ വരച്ച കറുത്ത രാത്രികളുടെ ചിത്രം മായുമെന്നും നൂതനമായ ഒരു സാമൂഹ്യാവസ്ഥയുടെ പുലർവേളയുണ്ടാകുമെന്നും കവി പ്രതീക്ഷിച്ചതായി ആസ്വാദകരിൽ ചിലർക്കെങ്കിലും തോന്നിയിരിക്കും. "നഷ്ടത്തിന്റെ പട്ടിക നിരത്തി നിരത്തി ഒടുക്കത്തെ ഖണ്ഡത്തിലെത്തുമ്പോൾ നനുത്ത ഒരു പ്രതീക്ഷയുടെ നാമ്പ് നിവരുന്നുണ്ടോ? അന്തികൾ വാനിൽ ചാരം തുടിപ്പിക്കുമോ വീണ്ടും? ഇതെല്ലാം പ്രതീക്ഷയുടെ ഭാവബന്ധം ഉണർത്തുന്നു" എന്ന് അവർ ആശ്വാസം കൊണ്ടത് അക്കാരണത്താലാകം. പക്ഷേ, ആ പ്രതീക്ഷ തെറ്റിപ്പോയി എന്നാണ് എന്റെ വിനീതമായ അഭിപ്രായം. കവി കവിത ഉപസംഹരിച്ചിരിക്കുന്ന വരികളിൽ ഒന്നു തറപ്പിച്ചു നോക്കൂ.

ബാക്കി വല്ലതുമുണ്ടോ? സ്വാതന്ത്ര്യം? സത്യം? ധർമ്മം? മൈത്രി? കാരുണ്യം? ശാന്തി? വല്ലതുമുണ്ടോ ബാക്കി?

വർഷങ്ങൾ കഴിഞ്ഞൊരു കാലത്തല്ലേ നമ്മൾ ജീവിക്കുന്നത്? സ്വാർത്ഥ താല്പര്യങ്ങളുടെ കണ്ണടമാറ്റി പച്ചയായ ആധുനിക സമൂഹ ചിത്രം ഒന്നു കണ്ടുനോക്കൂ.

എന്നെ ആകർഷിച്ച എൻ വിയുടെ അടുത്ത കവിത 'ഒരു പഴയ പാട്ട്' ആണ്. അത് അദ്ദേഹത്തിന്റെ ഒരു ധാർമ്മികരോഷത്തിന്റെ കവിതയാണ്. കേരളീയഗ്രാമങ്ങളിൽ ഉൾപ്പെടെ ഇന്ത്യൻ ഗ്രാമങ്ങളിൽ നിലവിലിരുന്ന ഇപ്പോഴും ചിലേടങ്ങളിൽ നിലനില്ക്കുന്ന നീചമായ ആചാരാനുഷ്ഠാനങ്ങളോടുള്ള ഒടുങ്ങാത്ത പകയുടെ തീക്കുടുക്കയായി കവി ആ കവിതയിൽ മാറുന്നു. ദിഗംബരന്മാരും കോണാംബരന്മാരുമായി ഒരുകാലത്ത് ഇന്ത്യൻ ഗ്രാമങ്ങളിൽ നടന്നിരുന്നവർ വിതച്ച വിഷവിത്തുകൾ മുളച്ച കള്ള വിശ്വാസങ്ങൾക്കെതിരെ വാളുയർത്തുന്ന കവി പക്ഷേ, ഒരു പഴയ പാട്ടിന്റെ നിശ്ശബ്ദ അവതാരകൻ മാത്രമാണ്. ഗർജ്ജിക്കുന്നത് ഒരു വേടത്തരുണിയുടെ ഹൃദ്രമനായ കണവനത്രേ.

ഒരിക്കൽ കവിയും സംഘവും മലയാറ്റൂരും കടന്ന് അങ്ങ് അകലെ മുകളിൽ ഉള്ള ഒരു ഗ്രാമത്തിന്റെ നെറുകയിൽ, കടത്തുവഞ്ചിയിൽ കയറി സഞ്ചരിച്ച് എത്തിച്ചേർന്ന സമയം നട്ടുച്ച. കവി തന്നെ ആ സംഭവം ഇങ്ങനെ കവിതയുടെ ഉപക്രമമായി പറഞ്ഞു നിർത്തുന്നു. പിന്നെ കൂട്ടുകാരും ഇല്ല.

"കുളി തീർന്നു നാം വിശ്രമിക്കുമ്പോൾ മരത്തിന്റെ
നിഴലിൽക്കരിയില വിരിപ്പിൻകിടക്കയായ്
ചുറ്റിലും കിളികളും നദിയും പാടീടവേ
നെറ്റിയിലുറക്കം വന്നുമ്മവയ്ക്കയായ് മെല്ലെ
വഞ്ചികുത്തുവതേതൊരു വേട്ടുവൻ,. മുൻകാലത്തിൽ
വൻകാട്ടിൽ വാണോരുടെ വംശത്തിൽ പിറന്നവൻ
ആഹാരം കഴിച്ചല്പമകലത്തിരുന്നാത്മ-
ജാതിതൻ പൂർവ്വസ്വത്താം ഗാനമൊന്നാരംഭിച്ചു
നിർജ്ജനവനത്തിലാനട്ടുച്ചക്കേതോ മായാ-
ശക്തിയെപ്പരത്തിയപ്പാട്ടെങ്ങും വ്യാപിക്കയായ്"

ഈ വഞ്ചിക്കാരൻ വേട്ടുവനായി മാറിക്കൊണ്ട് ഏതാണ്ടൊരു ബോധധാരാ സമ്പ്രദായത്തിൽ കവി പഴയ പാട്ട് പാടുന്നു. വലിയ അക്ഷരബോധവും ഭാഷാപരിചയവും ഇല്ലാത്തതിനാൽ അയാൾ മിതവാക്കല്ല. ചിന്ത ഭാഷയിലേക്ക് പകർന്ന ആഖ്യാനമായി മാറുന്നതിൽ ഏകാഗ്രതയുമില്ല. ഇതെല്ലാം മനഃപൂർവ്വം കവി ഉപയോഗിച്ച രചനാതന്ത്രം ആണ്. യഥാതഥത്വത്തിന്റെ ഭംഗി അതിനാൽ കവിതയ്ക്ക് നഷ്ടപ്പെട്ടില്ല.

"ഏഴുമലകടെ മുകളിലല്ലോ
ഭദ്രകാളി ദേവി കുടികൊള്ളുന്നു;
ഏഴുകാട്ടാനകൾ കാവൽ നില്പൂ;
ഏഴു സിംഹങ്ങളും കാവൽ നില്പൂ;
ഇലകളനങ്ങാത്തൊരാലുണ്ടല്ലോ
പഴുതറ്റു പാമ്പുകൾ തൂങ്ങുമാല്."

ആ ആലാണ് ഭദ്രകാളി ദേവിയായ ഭഗവതിക്ക് പിടിച്ചിരിക്കുന്ന കുട, കരടികളും സിംഹങ്ങളും ദേവിക്ക് കാവൽ നില്ക്കുന്നു. ഇനിയാണ്

യഥാർത്ഥ സംഭവവിവരണം. ഒരു അമാവാസി രാവ്, സമയം അർദ്ധരാത്രി കഴിഞ്ഞു. എങ്ങും കാർമുകിലുകൾ മുടിക്കെട്ടി. ആകാശത്ത് ഇടിമുഴങ്ങി, നീളെ മിന്നൽപ്പിണറുകൾ വീശി മിന്നി. പാതിരായോരിപോലും ഇളകിയില്ല. കാറ്റിളകി ഇലകളെ ചലിപ്പിച്ചില്ല.

"മഴപോൽ പെയ്യും പാമ്പുകളും
കരടിസിംഹങ്ങളും നോക്കിനില്ക്കെ
ഭയമേറ്റ മേകുമപ്പാതിരാവിൽ
മലയിൽ ഭഗവതി തന്റെ മുമ്പിൽ"

ചുടലപ്രേതങ്ങളെപ്പോലെ പന്തവും കത്തിച്ചു പിടിച്ചു മുടി ചിന്നിപ്പാറുന്ന വേടന്മാരും മലയന്മാരുടെ രാജാവും മുലകളിൽ ചെങ്കുന്നിക്കുരുമാല ചാർത്തിയ മല വേടക്കോടക്കിടാത്തിമാരും മലവാകപ്പൂക്കുലമാറിലണിഞ്ഞു.

"മയിൽപ്പീലിച്ചാർത്ത് മുടിമടഞ്ഞ്
അരയിൽ മരവുരി ഞാത്തിക്കെട്ടി
അരചന്റെയക്കൊച്ചുപൊന്മകളും
രക്തത്തിൽമുക്കിയുണക്കിവച്ച
ചെത്തിപ്പൂ മാലകൾ ചാർത്തിക്കൊണ്ടും
ഭഗവതി മുമ്പിൽ മലയരെല്ലാം
വരിവരിയായി നമസ്കരിച്ചു"

ദേ, കേട്ടു, ഇടിവെട്ടുംപോലെ ഒരു ഗർജ്ജനം. അരചൻ ഭഗവതിയോട് ഇങ്ങനെ അരുളിച്ചെയ്തു. രണ്ടു വിശ്വാസങ്ങളുടെ സംഘട്ടനമാണ് ഇനി കാണുകയും കേൾക്കുകയും ചെയ്യുന്നത്.

"കാളി, മഹാകാളി തമ്പുരാട്ടീ
വേടരെക്കാക്കുന്ന തമ്പുരാട്ടി
കാട്ടിൽ വറുതിവരുത്തിടായ് വാൻ
കേടുപാടില്ലാതെ കാത്തിടുവാൻ
പതിവുപോൽ പൂജ കഴിക്കുവാനായ്
അടിയനു മടിയാരും വന്നിരിപ്പൂ
ഇതിലിഷ്ടമുള്ളോരുരുവെയമ്മ
കനിവാർന്നു നോക്കിയെടുത്തുകൊൾക"
ദേവിക്ക് കൊടുക്കേണ്ട ഇര മാത്രം മുന്നോട്ടുവന്നു
കരിനീലക്കണ്ണു ചുകന്നുകൊണ്ടും
മയിൽപ്പീലിക്കൂന്തലഴിഞ്ഞുകൊണ്ടും
മലവാകപ്പൂമാലയാട്ടിക്കൊണ്ടും
മുലമൊട്ടു മാറിൽത്തുളുമ്പിക്കൊണ്ടും
അരയന്റെ മകൾ മാത്രം നൃത്തമാടി."

പതിനാറു പൂക്കണിപോലും കാണാത്ത ആ പെണ്ണിന്റെ പുതുചോര കുടിക്കാൻ മനസ്സില്ലാ മനസ്സോടെ ദേവിക്ക് സമർപ്പിക്കുന്നതിന് നിമിഷങ്ങൾ ശേഷിച്ചില്ല. മലയരചന്റെ മഴു അവളുടെ കഴുത്തിനു നേരെ

ആഞ്ഞു. പെട്ടെന്ന് ആ രംഗത്തിന് മറ്റൊരു രുദ്രഭാവം സംഭവിച്ചു.

“അരചന്റെ പത്തു പൂശാരിമാരിൽ-
ത്തലവന്റെയോമൽക്കിടാവൊരുത്തൻ
ഇരുപതു വേനലിൽ വേട്ടയാടാൻ
ഇടവരാതുള്ള കിടാത്തനിപ്പോൾ
മുമ്പോട്ടു ചാടിവീണ്
ഭഗവതിക്കായാലുമാർക്കായാലും
അരചന്റെയോമനപ്പൊന്മകളെ
പതിനാറു പൂക്കണിക്കാണാത്തോരീ
പുതുവീട്ടിപ്പാവയെ, പ്പൂമെയ്യാളെ
തൊടുവാനൊരുവൻ തുടങ്ങുകിലീ-
യുടവാളിനൂണവൻ. ഇല്ല തർക്കം”

പിന്നെ സംഭവിച്ചതെല്ലാം ഒരു കടുത്ത അന്ധവിശ്വാസം സൃഷ്ടിച്ച പാപക്കറയെ കഴുക്കിക്കളഞ്ഞു. “എല്ലാ അന്ധവിശ്വാസത്തെയും പാതാളത്തിലേക്ക് ചവുട്ടിത്താഴ്ത്തുന്ന സമഗ്ര വിപ്ലവത്തിലൂടെ മാത്രമേ സമൂഹം കുന്നും മലയുമിടിഞ്ഞ് സമനിരപ്പാവുകയും സമസ്ത സമ ജീവിതത്തിന്റെ കാട്ടാറൊഴുകുകയും ചെയ്യുകയുള്ളൂ.” ഇതാണ് പഴയ പാട്ടിന്റെ സന്ദേശം.

ഇതിലെ ഭാഷാ രീതി, മാധുര്യഗുണം, ഓജോ ഗുണം ഇവ ശ്രദ്ധിക്കാതെ പോകരുത്. മലയാള ഭാഷ ഏതുവിഷയവും കൈകാര്യം ചെയ്യത്തക്കവണ്ണം എൻ വിക്ക് വഴങ്ങുമായിരുന്നുവെന്ന് ആ ഭാഷ ഉദാഹരിക്കുന്നു. എൻ വിയുടെ ശൈലി മിക്ക കവിതകളിലും ഇങ്ങനെ തന്നെ. പല സംസ്കൃത കൃതികൾ എഴുതിയതും എൻ വി ആണെന്നതോർക്കുമ്പോൾ ഇക്കാര്യം വിസ്മയാവഹമാണ്.

മഹാകവികൾ പലതും തങ്ങളുടെ കാവ്യങ്ങൾക്ക് ഇതിവൃത്തം ആയി സ്വന്തം ഭാഷകളിലും ഇതര ഭാഷകളിലും ഉള്ള സംഭവങ്ങൾ ഉപജീവിക്കാറുണ്ട്. അതിനാവശ്യമായ ബീജം അവർക്കെവിടെ നിന്നെങ്കിലും കിട്ടിക്കൊള്ളും. നമ്മുടെ *ഭാരതവും രാമായണവും ഭാഗവതവും* മറ്റും ഉപേക്ഷിച്ച് മലയാള കാവ്യ സാഹിത്യം വളരെക്കാലം നിന്നുപോന്നു. ഇന്നും ആ ആദാനം അവസാനിച്ചിട്ടില്ല. *ദുരവസ്ഥയും വീണപൂവും* കുമാരനാശാന്റെ ഖണ്ഡകാവ്യങ്ങളും വള്ളത്തോളിന്റെ *മഗ്ദലനമറിയം* തുടങ്ങിയ കൃതികളും ഉള്ളൂരിന്റെ *കർണ്ണഭൂഷണം, പിംഗള* തുടങ്ങിയ കാവ്യങ്ങളും പുരാണങ്ങളെ ഉപജീവിച്ച് രചിക്കപ്പെട്ടവയാണ്. എൻ വി കൃഷ്ണവാരിയരുടെ പല നീണ്ട കവിതകളുടെയും ഉറവിടം അത്തരം കാവ്യങ്ങളാണ്. *ബുദ്ധചരിതം ചിത്രാംഗദ* മുതലായവയും ആ മാതിരിയിൽ ഉള്ളവയാണ്. അത്തരം കവിതകളിലൊന്നാണ് ‘അലക്സിസ് പുണ്യവാളൻ’. ഈ ഗ്രന്ഥകാരൻ കോളേജ് ക്ലാസുകളിൽ മനം നിറഞ്ഞു പഠിപ്പിച്ച ചുരുക്കം കവിതകളിൽ അലെക്സിസ് പുണ്യവാളനും ഉണ്ട്. അതുകൊണ്ടാണ് അതിനെ ഈ ലേഖനത്തിൽ ആസ്വാദന വിധേയമാക്കുന്നത്. Leack history of European Morals Vol II P 322 എന്ന് അദ്ദേഹം തന്നെ രേഖപ്പെടുത്തിയിരിക്കുന്നതു പ്രകാരം ആണ് ഈ കവിതയുടെ ഇതിവൃത്തം എന്ന് വിചാരിക്കാം. ഒരു യുവാവ് അയാളുടെ വിവാഹാനന്തരമുള്ള ഒന്നാമത്തെ രാത്രിയിൽ തന്നെ കെട്ടിയ യുവതിയെ ഉപേക്ഷിച്ചു കടന്നു കളഞ്ഞ സംഭവം അപൂർവ്വത്തിൽ അപൂർവ്വമാണ്. അതും ഒരാൾ കഴിഞ്ഞ് മറ്റൊരാൾ. അയാളും പുണ്യവാളൻ. അലെക്സിസ് പുണ്യവാളനും ആ പ്രവൃത്തി തന്നെ ചെയ്തു. പക്ഷേ, ഒരു വ്യത്യാസം. വളരെ കൊല്ലങ്ങൾക്ക് ശേഷം ജറുസലേമിൽ നിന്ന് തന്റെ പിതൃഗൃഹത്തിലേക്ക് പുണ്യവാളൻ മടങ്ങിവന്നു. അവിടെ അദ്ദേഹത്തിന്റെ പരിത്യക്തയായ പത്നി അപ്പോഴും ദുഃഖിച്ച് ജീവിച്ചിരുന്നു. അലെക്സിസ് അവിടെ പാർപ്പിടം യാചിച്ചു വാങ്ങുകയും തിരിച്ചറിയപ്പെടാതെ മരണംവരെ പാർക്കുകയും ചെയ്തു. ലെക്സി ഹിസ്റ്ററി ഓഫ് യൂറോപ്യൻ മോറൽസിലെ രണ്ടാം ഭാഗം 322 -ാം പേജിലെ ഈ സംക്ഷിപ്ത കഥ വികസിപ്പിച്ചു ഒരു കാവ്യമാക്കാൻ എൻ വി കൃഷ്ണവാരിയർ സന്നദ്ധനായത് ഇതിന്റെ വൈകാരികത പരിഗണിച്ചുകൊണ്ടാണെന്ന് കവി പറയുന്ന കഥ വായിച്ചാൽ മനസ്സിലാകും. കവി മിക്കവാറും കൈവെടിഞ്ഞ കാല്പനിക ശൈലി തിരിച്ചെടുത്താണ് കഥ പറയുന്നത്. വർണ്ണനയിൽ ആദ്യന്തം ഉപമയും ഉൽപ്രേക്ഷയും നിറഞ്ഞ വരികളാണ് ഉള്ളത്.

എന്താണ് അലെക്സിസ് പുണ്യവാളന്റെ കഥയെന്ന് നോക്കാം. ക്രിസ്തുവിന് മൂന്ന് ശതകം കഴിഞ്ഞതിന് ശേഷം ക്രിസ്തുമതത്തിൽ ബ്രഹ്മചര്യത്തിന് വലിയ പ്രാധാന്യം സിദ്ധിച്ചു. ബ്രഹ്മചര്യം സ്വർഗ്ഗത്തിലേക്കുള്ള വഴിയായിപ്പോലും പരിഗണിക്കപ്പെട്ടു. അതിസുന്ദരിയും കുബേരപുത്രിയുമായ ഒരുവളെ വിവാഹം കഴിച്ചിട്ട് അവളുടെ മനസ്സറിയാതെ അന്നുതന്നെ സ്ത്രീ വിദ്വേഷിയായി ആരുടെയോ ഉപദേശം കേട്ട് അലെക്സിസ് ഭക്തിമാർഗ്ഗത്തിലെത്തി. എന്നാൽ വാര്യർ അതിന് മറ്റൊരു മനശാസ്ത്രമാണ് വ്യാഖ്യാനിക്കുന്നത്.

> ഭക്തിയും കാമാസക്തിയും ഒരേ വികാരം തന്നെയാണ്. രണ്ടാമത്തേതിന്റെ സബ്ലിമേറ്റഡ് രൂപം തന്നെ (ഉദാത്തീകരിക്കപ്പെട്ട)യാണ് ഒന്നാമത്തേത്. രണ്ടു ശക്തികൾ ഒരു മനസ്സിനെ കീഴ്പ്പെടുത്താൻ ശ്രമിക്കുമ്പോൾ അവ തമ്മിൽ ഒരു മാത്സര്യം നടക്കുന്നു. അതിശക്തമായ കാമാസക്തിയുള്ള പുരുഷനും സ്ത്രീയും ഒന്നുകിൽ ഇണയെ വെറുത്ത് മതത്തിലെത്തും. അല്ലെങ്കിൽ സർവ്വവും മറന്ന് ഭോഗേച്ഛയിൽത്തന്നെ കഴിയും. സ്ത്രീയെ വെറുക്കുന്ന പുണ്യവാളന് ഇഷ്ടദേവത ദുർഗ്ഗയുമെന്നോർക്കണം. അലെക്സിസ് പുണ്യവാളൻ അവസാനമായി ഭാര്യയുടെയടുത്ത് താമസിക്കാൻ ഇഷ്ടപ്പെടുന്നത് സബ്ലിമേറ്റ് ചെയ്ത കാമത്തെയാണ് കാണിക്കുന്നത്.

വാരിയർ ഈ കവിത ഇത്ര ദീർഘിപ്പിക്കേണ്ടിയിരുന്നില്ലെന്നു തോന്നു

ന്നു. മഹാകാവ്യത്തിലെപ്പോലെ ഉള്ളൂരിനെയും കെ സി കേശവപിള്ളയെയും അനുകരിച്ച് വർണ്ണനയ്ക്ക് നീളം കൂട്ടിയതിനാൽ കവിതയും നീണ്ടു. എത്ര ഉപമകളും ഉൽപ്രേക്ഷകളും ആണ് കവിതയിൽ മുന്തിരിക്കുലപോലെ തൂങ്ങിക്കിടക്കുന്നത്! എന്നാലും വായിക്കുന്നവർക്ക് മുഷിപ്പനുഭവപ്പെടാത്ത ഒരു കാവ്യമാണ് അലെക്സിസ് പുണ്യവാളൻ എന്നത് നിസ്സന്ദേഹം ആണ്.

ഒരു യുദ്ധകാലത്തെഴുതിയ കവിതയാണ് 'തീവണ്ടിയിലെ പാട്ട്' എന്നത് എൻ വി പാട്ടിൽ പ്രയോഗിച്ച ഒരു പദം കൊണ്ട് ആർക്കും ഗ്രഹിക്കാം. ബ്ലാക്കൗട്ട്. യുദ്ധം നടക്കുന്ന കാലത്ത് ശത്രുരാജ്യക്കാർ നഗരം മനസ്സിലാക്കി ബോംബുകൾ വർഷിക്കാതിരിക്കാനായി ഭരണകൂടം പ്രഖ്യാപിക്കുന്ന ദീപ നിരോധനമാണ് ബ്ലാക്കൗട്ട്. കവി ഒരു തീവണ്ടിയിൽ രാമേശ്വരത്തേക്കാണ് യാത്രചെയ്തത്. അതിനാൽ ഓടുന്ന തീവണ്ടിയിലെ അന്തരീക്ഷ കല്പനയോടു കൂടിയാണ് കാവ്യം തുടങ്ങുന്നത്. ആ ചലിക്കുന്ന അന്തരീക്ഷത്തിന്റെ ചിത്രീകരണം മനോഹരമാണ്. കവിയുൾപ്പെടെ ആ തീവണ്ടിയിലെ യാത്രക്കാർ പാതിയുറക്കത്തിലാണ്. അതിനിടയ്ക്ക് കവി ഒരു വൃദ്ധനെ അകത്ത് അടുത്തുകണ്ടു. അയാളുടെ വേഷം.

"ചപ്രകുടുമയും തോർത്തു പുതപ്പുമ-
ക്കക്ഷത്തിൽ വെറ്റിലത്തമ്പായിയും"

ഇതാണ്. അയാൾ അടുത്തു വന്നിരുന്ന കവിയോട് "ഞാനൊരു പാട്ട് പാടട്ടെ?" എന്നു ചോദിച്ചു. കവി സമ്മതിച്ചു.

"കാറ്റിൽക്കരിയിലയുണ്ടാക്കും ശബ്ദത്തിൽ
പാട്ടയാൾ പിന്നീട് പാടുകയായ്
ചക്രം റയിലിലുരഞ്ഞീടുമൊച്ചയി-
ലിപ്പാട്ടുക്കൂടിക്കലരുകയായ്"

ആ പാട്ടിലെ ആഖ്യാനം അങ്ങനെ തീവണ്ടിയിലെപ്പാട്ട് ആയി. ആ പാട്ടിലെ പ്രതിപാദ്യം കാച്ചി വറ്റിച്ചു പറഞ്ഞാൽ രാമേശ്വരത്ത് വച്ച് യാദൃച്ഛികമായി കണ്ടുമുട്ടിയ ഒരു തരുണന്റെയും തരുണിയുടെയും പ്രേമബന്ധമാണ്. അത് ഭാവ ഭാവനാമധുരമായി എൻ വി കൃഷ്ണവാരിയർ എന്ന കവി അവതരിപ്പിച്ചു. ആ കഥ വർണ്ണിക്കാൻ കവി തെരഞ്ഞെടുത്ത വൃത്തം നിരണം വൃത്തം എന്നുപ്രസിദ്ധമായ (*കണ്ണശ്ശ വൃത്തം*) ഇരട്ടിച്ചതരംഗിണിയുടെ ഒരു ശ്ലഥരൂപമാണ്.

രാമേശ്വരം കടൽത്തീരത്തെ പല കൂടാരങ്ങളിൽ ഒന്നിലാണ് മകുടിയൂതി, പാട്ടുപാടി, കൂട്ടിൽ ചുരുണ്ടു കിടക്കുന്ന പാമ്പുകളെ പത്തിവിടർത്തിയാടിച്ച്, കാണികളുടെ സമ്മാനം വാങ്ങി അവർ കഴിയുന്നത്. അവിടെ കൂടിയ പുരുഷാരത്തിൽ ഒരു രത്നവ്യാപാരിയും മകളും ഉണ്ടായിരുന്നു. ആ രത്ന വ്യാപാരിയെ കവി വരച്ചിരിക്കുന്നത് ഇവ്വിധമാണ്.

"ആനത്തുമ്പി കണക്കു കറുത്തു തടിച്ചൊരു കൈയിൽ വിരലിൽ
വിളങ്ങും

വൈരക്കൽ മോതിരമച്ചെട്ടികൊടുത്താൻ കളിതീർന്നാരോ
മുല്ലപ്പൂവിൻ മാലികപോലെ മിനുത്തകരത്തിൽത്തള്ളും പൊൻവള-
യൊന്നുടനൂർന്നകന്യകതാനും കുറവയുവാവിന് സമ്മാനിച്ചപ്പോൾ

അതൊരു യദൃച്ഛയാ പ്രണയത്തിന്റെ ആരംഭമായിരുന്നു എന്ന് കവി കണ്ടു.

"നാലുക്കല്ല്ലു പതിച്ചു വിളങ്ങും വളയതുവാങ്ങുന്നളവിൽ ത്തരുണർ-
ക്കാലോലാക്ഷികൾ തമ്മിലിടഞ്ഞു കുറച്ചിടനിലവായിമയിളകാതെ
വിടരുകയായവ കൂമ്പുകയായി, മുഖങ്ങളവർക്കുതുടുക്കുകയായി
പിരിയുകയായി കാഴ്ചക്കാരായ് ചുറ്റും നിന്നജനങ്ങൾ പതുക്കെ"

സംഭോഗശൃംഗാരത്തിന്റെ ആദ്യപടിയായ ചക്ഷുപ്രീതിക്കും, പിന്നത്തെ ഏകാന്ത സാമീപ്യത്തിനും അവിടെ അവസരമൊരുങ്ങി. ചെട്ടിയാരായ വണിക്കിനോടു കൂടി അവൾക്ക് പോയേ തരമുള്ളല്ലോ. അയാൾ അവളെ കണ്ണെടുക്കാതെ നോക്കി.

.... ലജ്ജാമിലീതമവളുടെ യന്തിമ മധുരസ്മേരം കുറവനിലൊരുലകുചമച്ചു. അവളുടെ മൃദുസ്മിതം ആ കുറവന് ഒരു ലോകം കിട്ടിയ സന്തോഷത്തിനും ഇടയാക്കി. അവൻ പിന്നങ്ങോട്ടു സ്വപ്നം കാണലായി. ആ സ്വപ്നത്തിൽ

അവനപ്പോഴും കാണുകയത്രേ വലയം സമ്മാനിക്കും. വനിതാ
മണിയുടെ മഞ്ജുസ്മിത മധുരാഭമുഖത്തിൻ സ്വാർഗ്ഗിക ദൃശ്യം
മാത്രം

മറ്റു പല പ്രേമോദന്തവും പോലെ ഈ പ്രേമകഥയ്ക്കും അന്തരാച്ഛാദിതമായ ഒരു ദുരന്തമുണ്ടായി. കവി അത് തരുണന്റെ വാക്കുകളാക്കി ആവിഷ്കരിക്കുന്നു. രാത്രിയുടെ ആദ്യ പകുതിയിൽ ഒരു ചുടുകാട്ടിലെ തീയണഞ്ഞ ചുടലച്ചാരത്തിൽ, സ്വർണ്ണം കൊണ്ടു പണിഞ്ഞ നീലക്കല്ലു പതിച്ച ഒരു വള കിടക്കുന്നു. അതിനടുത്തേക്ക് ചെന്ന ആ തരുണന്റെ നിഴലടിച്ചപ്പോൾ നാനാവർണ്ണ മരീചികൾ ചേർന്നു ആ വളയെ ശബളാഭമാക്കി. എന്നിട്ട് അവൻ അവിടെയിരുന്ന് മകുടിയെടുത്ത് ഊതി.

"ഉള്ളിലുറഞ്ഞൊരു വേദന വിറയാർന്നൊഴുകുംപോലാമൃദുഗാനം
തള്ളിപ്പടരുമുദഗ്ര വികാരവിമൂർച്ഛിതമായൊരു വിളിയായ് മാറി"

ആ വിളി വരൂ, വരൂ എന്ന ആഹ്വാനമായിരുന്നു. കാറ്റും കടലും സാഗരതീരവും തിരമാലകളും താരകളും അമ്പിളിയും എന്തിന് പറയുന്നു, ഉലകം മുഴുവനും ആ വിളി ഏറ്റു വിളിച്ചു. ഉച്ചത്തിലായപ്പോൾ വരവായ്, വരവായ് എന്ന് ഉറക്കെ വിളിച്ചുകൊണ്ട് അവൾ അവനരികിൽ ഓടിയെത്തി. അവൻ പാടുമ്പോൾ അവൾ ആടും. പാട്ടു നിറുത്തുമ്പോൾ അവൾ തളരും. ഒടുവിൽ ഒന്നും വയ്യാത്ത അവസ്ഥയിൽ അവൾ ഓടി മറഞ്ഞു. അവളെ തിരിച്ചു വിളിച്ചത് കുല മര്യാദയാകാം. അവളില്ലെങ്കിൽ പിന്നെ മകുടിയെന്തിന്, പാട്ടെന്തിന്, പാമ്പെന്തിന്? അവൻ ആ കുഴൽ ചിതയിലേക്കെറിഞ്ഞു. തീവണ്ടിയിലെ വൃദ്ധൻ പറഞ്ഞ കഥ കേട്ട് ആത്മവിസ്മൃതി അണിഞ്ഞിരുന്ന കവി, താൻ അപ്പോഴും സ്വപ്നലോകത്തിൽ

സഞ്ചരിക്കയാണെന്നേ വിചാരിച്ചുള്ളൂ. ഇത് ദുഃഖ പര്യവസായിയായ പ്രേമ കഥയാണ്. ഈ നീണ്ട കവിതയെ ഭാവാർദ്രവും കല്പനാ മിളിതവുമാക്കാൻ കവിക്ക് അനായാസമായി കഴിഞ്ഞു. "വ്യഷ്ടി ദുഃഖങ്ങൾ വിശ്വാത്മാവിൽ തരളത ചേർക്കത്തക്കവിധം ഉദാത്തങ്ങളാവാം. എങ്കിലും അവയെ പട്ടടയിലേക്കെറിയുകയാണ് സമീചീനം. അകർമണ്യതയിൽ മുനിഞ്ഞിരിക്കുന്നത് അവിഹിതമാണ്. സമദൃഷ്ടി ദുഃഖങ്ങളെ നെഞ്ചേറ്റുകയാണ് കവി കർമ്മം." എൻ വി കൃഷ്ണവാരിയർക്ക് സാഫല്യമടയാം.

നീണ്ട കവിതകളുടെ രചയിതാവ് നീണ്ട കവിതകൾ മാത്രമല്ല രചിച്ചത്. ബിക്ക് ഒരു കത്ത്, സ്വാതന്ത്ര്യത്തിൻ സഖിതാവേ! പടയാളികൾ, ദാഹം, ഋഗ്വേദ വില്പന ഇവയെല്ലാം ലഘു കവിതകളാണ്. ചെറു കവിതകളിലൂടെയും കവിക്ക് കഥ പറയാനറിയാം. കുട്ടൻ അക്ഷരം പഠിച്ച കഥ വായനക്കാർക്ക് പിന്തുടരാം. ഈ കവിതയിൽ എൻ വി കൃഷ്ണവാരിയരിലെ കവി ഒരു ബാലസാഹിത്യകാരനാണ്. എഴുതിയത് ബാലകവിത. പ്രൈമറി ക്ലാസിലെ റ്റീച്ചർ കുട്ടൻ ക്ലാസിൽ ഒരുദിനം താമസിച്ചു ചെന്നതിന് ചൂരൽക്കഷായം കൊടുത്തു. താമസിച്ച് ചെന്നതിന് കൈയിൽ അയ്യഞ്ചു കിട്ടിയ അവൻ അതോടെ പഠിത്തം മതിയാക്കി. പിന്നെ അവൻ സ്വതന്ത്രൻ, സ്കൂളിലെ കുട്ടൻ ചന്തക്കവലയിലെ നിത്യവായിനോക്കിയായി മാറി. അണ്ടി കളി, പുകവലി, പലരുമായും മൽപ്പിടത്തം. അങ്ങനെ കവലച്ചട്ടമ്പിയായി അവൻ വളർന്നു. ഇതിനിടയിൽ കണ്ട ചില കാര്യങ്ങൾ അവനെ വിസ്മയിപ്പിച്ചു. അവന്റെ കൊച്ചുക്ലാസുകളിലെ കൂട്ടുകാരെല്ലാം ചെറുതെങ്കിലും മാന്യമായ പല പല തൊഴിലുകൾ നേടി സമൂഹത്തിൽ മാന്യരായി മാറിയിരിക്കുന്നു. ചിലർ പത്താംതരം കഴിഞ്ഞ് കോളേജിൽ പഠിക്കുന്നു. ആ സംഭവങ്ങൾ അവനെ അസ്വസ്ഥനാക്കി. അവന്റെ ഭാഗ്യനക്ഷത്രം ഉദിച്ചു. നിരക്ഷരർക്ക് വായനശാലയിൽ ക്ലാസെടുക്കാൻ ഒരു വ്യക്തി എത്തിയിരിക്കുന്നു. കുട്ടനും അവിടെ കൂടി. അവന്റെ സഹപാഠിയായിരുന്ന പണ്ടത്തെ കേശവനാണ് അദ്ധ്യാപകനായി വന്നത്. കേശവൻ അവനെ സൗഹൃദം ഭാവിച്ച് വീണ്ടും പണ്ടു പഠിച്ചു മറന്നതെല്ലാം പഠിപ്പിച്ചു. അക്ഷരാഭ്യാസവും സാമാന്യ പരിജ്ഞാനവും ലഭിച്ചു കഴിഞ്ഞപ്പോൾ അവൻ പ്രൈവറ്റായി പത്താംതരം എഴുതിജയിച്ചു. അതോടെ നാട്ടിൽ ചെറിയ ഒരു ഉദ്യോഗവും കിട്ടി. ഒഴിവു നേരങ്ങളിൽ അവൻ വായനശാലയിൽ വയോജനങ്ങളെ പഠിപ്പിക്കുന്ന ജോലിയിലും കൂടി ഏർപ്പെട്ടപ്പോൾ കുട്ടൻ സമൂഹത്തിലെ മാന്യരുടെ മാന്യനായി മാറി. അവൻ ദേശസേവനം ചെയ്ത് സമൂഹത്തിന്റെ ആദരവ് പിടിച്ചുപറ്റി.

ലളിതമായ മലയാളത്തിൽ ഗൗരവമേറിയ ഒരുസന്ദേശം നല്കുന്നതാണ് 'ഓണം 1987' എന്ന ലഘുകവിത. ഈ കവിതയെഴുതി രണ്ടു കൊല്ലം കഴിഞ്ഞ് എൻ വി കൃഷ്ണവാരിയർ ദിവംഗതനായിയെന്നതും ശ്രദ്ധേയമാണ്. ഒരു ലഘു കവിതയാകയാൽ കവിത തന്നെ ഉദ്ധരിക്കുന്നു.

"ഒരു ചെടിയും നട്ടു വളർത്തീ

ലോണപ്പൂവെങ്ങനെയുണ്ണാൻ?
ഒരു വയലും പൂട്ടി വിതച്ചീ-
ലോണച്ചോറെങ്ങനെയുണ്ണാൻ?
ഒരു വാഴക്കന്നും നട്ടീ-
ലോണപ്പഴമെങ്ങനെ തിന്നാൻ?
ഒരു കരിനൂൽപോലും നോറ്റീ-
ലോണത്തുണിയെങ്ങനെയണിയാൻ?
ഒരു രാഗം മൂളിപ്പഴകീ-
ലോണപ്പാട്ടെങ്ങനെ പാടാൻ?
ഒരു കരളിൽ സ്നേഹം പാകീ-
ലോണക്കളിയെന്നു കളിക്കാൻ?
ഉള്ളത്തിൽ കള്ളക്കർക്കടകം പോയി
ലെങ്ങനെ പൊന്നോണം പുലരാൻ?"

വീട്ടുമുറ്റത്ത് പൂതരുന്ന ചെടി നട്ടുവളർത്താത്തതിനാൽ അത്തപ്പൂക്കളം ഇടുന്നതിന് മുടക്കം, വയലുകൾ ഉഴുതു മറിച്ച് കൃഷി ചെയ്യാതെ തരിശിട്ടതിനാൽ പുത്തരിയൂണിന് തടസ്സം. വാഴയൊന്നും നട്ട് വെള്ളം കോരിയില്ല. ഓണപ്പഴം കഷ്ടി. ഒരു കഴിനൂൽപോലും നൂറ്റാത്തതിനാൽകോടിയുടുക്കാൻ തരക്കേട്. പാട്ട് പഠിക്കുക പോലും ചെയ്യാതെ സമയം കളയുകയാൽ ഓണപ്പാട്ട് പോക്ക്. ആരെയും ഒരിക്കലും സ്നേഹിച്ചു കൂടെ കൂട്ടാത്തതിനാൽ ഓണക്കളി കളിക്കാൻ ചങ്ങാതി നാസ്തി. മനസ്സ് കള്ളക്കർക്കടകം പോലെ ഇരുണ്ടത്. അതിനാൽ പുലരിയിൽ ഓണ സൂര്യന് ഉദയവുമില്ല. ആകെക്കൂടി ഇന്നത്തെ മലയാളിയുടെ അകർമ്മണ്യതയെ ഭംഗിയായി എൻ വി ഉപഹസിച്ചിരിക്കുന്നു.

ആ കാലഘട്ടത്തിലെ മറ്റ് കവികളെപ്പോലെ വൈവിദ്ധ്യമാർന്ന കഥകളും ഭാവങ്ങളും കൊണ്ട് ധൈഷണികമായി അദ്ധ്വാനിച്ച് സ്വന്തം തട്ടകം ഉണ്ടാക്കിയ ശ്രീ എൻ വി കൃഷ്ണവാരിയരോട് ഒന്ന് രണ്ടു കൊല്ലം ഒരുമിച്ചു പ്രവർത്തിക്കാൻ ഭാഗ്യം ലഭിച്ചയാളാണെന്ന് അഹമ്മതി കൂടാതെ സ്മരിച്ചുകൊണ്ട് ഈ ലേഖനത്തിന് പൂർണ്ണ വിരാമമിടുന്നു.

അയ്യപ്പപ്പണിക്കർ
നിയമലംഘകനായ മലയാള കവി

പ്രസ്ഥാനത്തിന്റെ പേരിൽ കവികളെ പരിഗണിക്കുക സാഹിത്യ നിരൂപകരുടെയും സാഹിത്യ ചരിത്രകാരന്മാരുടെയും ഒരു രീതിയാണ്. ജീവിച്ചിരുന്ന കാലം കണക്കാക്കി കവികളെ തരംതിരിക്കും. കവികൾ അനുവർത്തിച്ചുപോന്ന ഭാഷാക്രമത്തെ അവലംബമാക്കി കവികളെ ഓരോരിടങ്ങളിലേക്ക് കൊണ്ടുപോകാം. പെസിമിസ്റ്റ്, മിസ്റ്റിക്, സിംബലിസ്റ്റ്, ന്യൂമനിസ്റ്റ് എന്നിങ്ങനെയും കവികളെ തിരിച്ചുകാണാം. അയ്യപ്പപ്പണിക്കർ എന്ന ഇംഗ്ലീഷ് പ്രൊഫസറെ എങ്ങോട്ടെങ്കിലും തീർപ്പു കല്പിച്ചു മാറ്റി നിർത്താമോ? പ്രയാസമാണ്. പടിഞ്ഞാറും കിഴക്കും അദ്ദേഹത്തിന്റെ കവിതാസാഹിത്യത്തിലുണ്ട്. റുഡ്യാർഡ് കിപ്ലിങ് എന്ന മഹാൻ പറഞ്ഞതുപോലെ

East is east and
West is West
Never the twin shall meet

എന്ന വിവേചനം പണിക്കർക്ക് ഇല്ല.

ഈ കവിതകൾ പഠിച്ചു നോക്കിയാൽ പല പല പൊരുത്തക്കേടുകളും അവയ്ക്കുണ്ടെന്ന് മനസ്സിലാകും. അയ്യപ്പപ്പണിക്കർക്ക് മലയാള വൃത്തശാസ്ത്രം നന്നായറിയാം. അതുകൊണ്ടുതന്നെ അദ്ദേഹം കവിതകളിൽ വൃത്തനിയമം നോക്കാറില്ലെന്ന് തോന്നുന്നു. ചില പ്രസിദ്ധ വൃത്തങ്ങളെ അദ്ദേഹം മുറിച്ചു പ്രയോഗിക്കുന്നു.

മൂന്നും രണ്ടും രണ്ടും മൂന്നും രണ്ടും രണ്ടെന്നെഴുത്തുകൾ
പതിന്നാലിന്നാറു ഗണം പാദം രണ്ടിലുമൊന്നുപോൽ
ഗുരുവൊന്നെങ്കിലും വേണം മാറാതോരോഗണത്തിലും
നടുക്കുയതി. പാദാദിപ്പൊരുത്തമിതു കേകയാം

ഇതാണ് കേകാനിർവ്വചനം. ഈ കേകയുടെ ഒരു പാദം രണ്ടാക്കിയാൽ അർദ്ധകേകയാകും. അത് ആവശ്യമായിരുന്നില്ലെങ്കിലും പണിക്കർ അർദ്ധകേകയായിട്ടാണ് 'അക്ഷരക്കുയിൽ' എന്ന കവിത എഴുതിയിരിക്കുന്നത്.

നിത്യവും പ്രഭാതത്തിൽ
അഞ്ചര മണിക്കെന്നെ
കൃത്യമാനുണർത്തുവാൻ
എത്തുന്ന കുയിലേ, നീ

ഇവിടെ ഒരു കാര്യം കൂടി ശ്രദ്ധിച്ചുകൊള്ളണം. ഒരു കവിതയിൽത്തന്നെ പണിക്കർ വൃത്തം മാറും. ചിലപ്പോൾ ആ കവിതയിൽത്തന്നെ ചിലേടത്ത് ഗദ്യകവിതയുടെ രൂപം കലരും.

മലയാളത്തിൽ നല്ലതുപോലെ ഗദ്യകവിതകളെഴുതുന്നയാൾ ആരായിരുന്നു എന്നു ചോദിച്ചാൽ അയ്യപ്പപ്പണിക്കരെ ചൂണ്ടിക്കാണിക്കാം. പണിക്കരോടു ചോദിച്ചാൽ ആ കവി സച്ചിദാനന്ദനാകും. രണ്ടുപേരും ഈ വിഷയത്തിൽ കേമന്മാർ. അവർക്കിഷ്ടപ്പെട്ടാലും ഇല്ലെങ്കിലും പണിക്കർ ഗദ്യകവിതയിലും പദ്യകവിതയിലും സവ്യസാചിയായിരുന്നു. ചിലപ്പോൾ ഒരു കവിതയിൽത്തന്നെ രണ്ടും കണ്ടെന്നു വരും. *ഉദയാസ്തമനം* എന്ന കവിതയിൽ.

"ഇക്കനൽക്കട്ടയുരുക്കുന്നതാർ, മലയ്-
ക്കപ്പുറമെന്നു തിരക്കുന്നതിന്നിടയ്-
ക്കെത്ര പൊടുന്നനെ, യെത്ര പതുക്കനെ-
യാർക്കന്നുദിക്കുന്നു, പോയി മറയുന്നു
കത്തി വേഷത്തിൻ തിരനോട്ടമായ്
ക്കരിങ്കട്ടി മേഘക്കേശഭാരവും ചാർത്തി വ-
ന്നെത്തി നോക്കുന്ന കിഴക്കും പടിഞ്ഞാറും
ഒത്തു കാണുന്ന സമുദ്രത്തിരകൾ തൻ
മദ്ദളം, ചേങ്കില, ചെണ്ടതാളം, ചേർന്നു
കൊട്ടിയാർക്കുന്ന പ്രപഞ്ചം നടിക്കുന്നു.
നിത്യവുമോരോ വധവും വരണവും.
ഈ ഭാഗം പദ്യം; എന്നാൽ
വായ പൊളിച്ചു പിടലി പിണച്ചു, കണ്ണുന്തി,
നാവു നീട്ടി, ദിനാന്തങ്ങളെ ചുറ്റിയമറുന്ന
ഭീതിക്ക് താളമുറയ്ക്കാത്ത കാൽച്ചുവട്ടിൻ കീഴിൽ
അണ്ഡകടാഹം നടുക്കിയുലക്കെയദൃശ്യമാം
ദണ്ഡപ്രഹരമേറ്റേങ്ങലടിച്ചു പതറിത്തെറിക്കുന്ന
തള്ളപ്പശുവായലയുമോ നമ്മുടെ
പൃഥ്വിയൊരിക്കൽ? നമുക്കാകെയുള്ളൊരീക്കൊച്ചു വസുന്ധര?

ഈ ഭാഗമോ? വൃത്തമുള്ളതോ? ഏതു വൃത്തം? പണിക്കർക്കു മാത്രമറിയാം. ആർക്കിഷ്ടപ്പെട്ടാലുമില്ലെങ്കിലും പണിക്കർ ഗദ്യപദ്യങ്ങൾ ഒരു

പോലെ സിദ്ധഹസ്തതയോടെ എഴുതുമായിരുന്നു.

പുരാതനവും ആധുനികവും ഉത്തരാധുനികവുമായ കവിതകൾ വായിച്ച് അവയിലെ അന്തരീക്ഷം പരിചയപ്പെട്ടവർക്കും എന്തു മായാജാലത്താലോ പണിക്കരുടെ കവിത കരിമ്പു ചവയ്ക്കുമ്പോലെ പെരുത്തിഷ്ടപ്പെടുമെന്ന് ചില നിരൂപകരും പറയുന്നു. ചിലർ മുഖം തിരിച്ചുകളയും. പണിക്കർക്ക് കവിതയെഴുതാൻ വിഷയ ദാരിദ്ര്യമില്ല. പല്ലുപോയാലും മോണ കീറിയാലും മുറുക്കു തിന്നുന്ന മുത്തശ്ശിയെപ്പോലെ പണിക്കർ എന്തുമെടുത്തു ചവച്ചിറക്കും. കവിതകളുടെ പേരുകൾ തൊട്ടേ പുതുമയുടെ പൂക്കൾ വിടരും. ചിലതുമാത്രം പകർത്തുന്നു. 'ചൊറി', 'കോടാലി സർവ്വമനുഷ്യർ', 'ദൈവത്തൊന്ന്', 'ഇണ്ടൻ', 'ബഹുവ്രീഹി', 'പാസേജ് ടു അമേരിക്ക', 'പഞ്ചതന്ത്രം പരമതന്ത്രം', 'ശവാസനം', 'മോ?' 'സംഹാരസൃഷ്ടി', 'വിപ്ലവപ്ലവം', 'നഗരഗ്രാമം', 'ഗ്രാമനഗരം', 'ജ്ഞാനപ്പാന', 'പുന്നാരദുഃഖം', 'കടുക്ക', 'പാറ്റ കുച്ചുപ്പുഡി', 'കൊതുകിൻതോറ്റം' ഈ കവിതാ നാമങ്ങളുടെ പ്രത്യേകത കവിത വായിച്ചാൽ കുറേക്കൂടി രസകരമായിത്തോന്നും.

കുഞ്ചൻനമ്പ്യാരുടേത് വെളുത്ത ഫലിതമാണെന്ന് പലരും അറിഞ്ഞത് അയ്യപ്പപ്പണിക്കരുടെ കവിതകളിലെ കറുത്ത ഫലിതം വായിച്ച് തുടങ്ങിയതു മുതലാണ്. ചില കവിതാഭാഗങ്ങൾ ഉദ്ധരിച്ചു ഇതിന്റെ സ്വഭാവം നോക്കാം. 'കവിയരങ്ങ്' എന്നൊരു കവിതയുണ്ട് പണിക്കരുടേതായി. കവിയരങ്ങിൽ കവിതയവതരിപ്പിക്കുക ഇന്നു കേരളത്തിലുട നീളം എമ്പോളരോഗം പോലെ പടർന്നു കയറിയിരിക്കുന്നു. ആ കവികളല്ലാത്ത കവികളെയാണ് പണിക്കർ പ്രഹരിക്കുന്നത്. അവരുടെ രൂപഭാവങ്ങൾ പണിക്കർ ഇങ്ങനെ ചിത്രീകരിക്കുന്നു.

"ഈട്ടിത്തടികൊണ്ടുമെനഞ്ഞവർ
കാട്ടിൽ കളിയാടി നടന്നവർ
ചന്ദനവും തേനും ചേർന്നവർ
ചന്ദ്രമുഖം മാത്രം കണ്ടവർ
താമരനൂൽ തൊട്ടിലിലാടി
താരാട്ടും കേട്ടു കിടന്നവർ
തെറിഞ്ഞൊറിയും തേവാരവുമായ്
ചൊറിപാറ്റികൂക്കി വിളിച്ചവർ"

ചില കവികൾ ഇങ്ങനെയാണ്. യഥാർത്ഥത്തിൽ കാവ്യഭാവുകത്വം ഇവരിൽ ആർക്കുണ്ടാകും? പണിക്കർ ഇവരെ വരച്ചെടുത്തതിന്റെ പൊരുൾ വ്യാഖ്യാനിക്കാൻ പണിക്കർക്കേ കഴിയൂ.

അയ്യപ്പപ്പണിക്കർ കാർട്ടൂൺ കവിതകൾ എന്ന പേരിൽ ആറു ലഘു കവിതകൾ എഴുതിയിട്ടുണ്ട്. അവയിലൊന്ന് 'മോഷണം' എന്ന കവിതയാണ്

"വെറുമൊരു മോഷ്ടാവായൊരെന്നെ
കള്ളനെന്നു വിളിച്ചില്ലേ താൻ

കള്ളനെന്നു വിളിച്ചില്ലേ?
തുണി മോഷ്ടിച്ചതു കാണുന്നവരുടെ
നാണം കാക്കാനായിരുന്നല്ലോ - അവരുടെ നാണം കാക്കാനായിരുന്നല്ലോ
കോഴിയെ മോഷ്ടിച്ചെങ്കിലോ - അതു.
പൊരിച്ചതിന്നാനായിരുന്നല്ലോ എനിക്ക്
പൊരിച്ചു തിന്നാനായിരുന്നല്ലോ"

ഈ വിധം മോഷണത്തിനു കാരണം കൂടി കണ്ടിട്ടാണ് കവി മോഷണം നടത്തിയത്. ഇത് കാർട്ടൂൺ കവിത തന്നെയല്ലേ?

"ആദ്യത്തെ ചൊറി വന്നെന്റെ
വലം മുട്ടിൽ മുട്ടിയിരിക്കുന്നു
അവസാനത്തെ ചൊറി വന്നെന്റെ-
യിടം മുട്ടിൽ മുട്ടിയിരിക്കുന്നു
ചൊറിയേണ്ട, ചൊറിയേണ്ട
ചൊറിയേണ്ടേ ഹോ മാളോരേ!
ദൈവമൊന്നു ചൊറിഞ്ഞപ്പോൾ
ഉണ്ടായീ ലോകമെന്നൊരാൾ
ചൊറിയിൽ നിന്നു ദൈവമുണ്ടായെന്നു
വേറൊരാൾ, രണ്ടു തർക്ക ജീവികൾ.
ഞാനറിയും പരമാർത്ഥമൊന്നേ.
ചൊറിയുമ്പോൾ പരമാനന്ദം
മറ്റെല്ലാം മിഥ്യയായേക്കാം.
ഇതു സത്യം സനാതനം"

ഇതിൽ ഫലിതത്തിന്റെ നിറവും തത്ത്വചിന്തയുടെ ഘനവും സന്ധിക്കുന്നു. 'പ്രാർത്ഥന' എന്ന മറ്റൊരു കവിതയിലെ ഫലിതം പുതിയ വേറൊരു കാരണത്തിന്റെ കാര്യമാണ്. പ്രാർത്ഥനയിൽ വിശ്വാസമില്ലാത്ത ഒരാളിന്റെ പ്രാർത്ഥന. പ്രാർത്ഥിക്കാൻ എല്ലാവർക്കും ഒരു കാരണമുണ്ടാകും എന്ന് ഒരു ബ്രാന്റ് ചന്ദനത്തിരിയുടെ പരസ്യത്തിൽ പറയുമ്പോലെ പണിക്കർ ഒരു പ്രാർത്ഥന നടത്തി, കാരണം നോക്കാം.

"ശത്രുക്കൾ പുകഴ്ത്തുന്നു
മിത്രങ്ങൾ ഇകഴ്ത്തുന്നു
വല്ല്യേട്ടന്മാർ;
താൻ തന്നെയും വഞ്ചിക്കുന്നു
ഉണ്ടെന്നും ഇല്ലെന്നും വരാവുന്ന
എന്റെ ദൈവമേ,
നിന്റെ അസ്തിത്വ സങ്കടത്തിൽ
എന്നെ നേരിടാൻ
നിനക്കു സമയം കാണുമോ
ഉടയതേ!

നീയില്ലെങ്കിൽ
ഈ പ്രാർത്ഥന,
ദയവായി ഡെഡ് ലെറ്ററാഫീസിലേക്ക്
അയക്കണമേ."

ഞാൻ മനസ്സിലാക്കിയ ആശയപ്രകാരം കവി ഉടയതമ്പുരാനേക്കാൾ ശക്തനാണ്. ദൈവത്തിനും തന്നെ നേരിടാനാവുകയില്ല.

മനുഷ്യാവസ്ഥകളെ പല വീക്ഷണ കോണുകളിൽ നിന്നുകൊണ്ട് ഒരു നിർമ്മമനെപ്പോലെ പണിക്കർ അപഗ്രഥിക്കുന്നത് വായിക്കാൻ രസകരമാണ്. "വ്യക്തവും വ്യവസ്ഥാപിതവുമായ ജീവിതവീക്ഷണമാണ് പണിക്കർ അവതരിപ്പിച്ചത്. പ്രത്യക്ഷത്തിൽ മതാത്മകമല്ലാത്ത ആത്മീയത കലർന്ന ഒരു അദ്വൈത ദർശനത്തിന്റെ സ്പന്ദനമാണ് പണിക്കർ കവിതകളുടെ പ്രത്യയശാസ്ത്രം" എന്ന നിരൂപകാഭിപ്രായം യാഥാർത്ഥ്യമാണ്.

"കൈനീട്ടി വാങ്ങിയിരിക്കില്ല യാളുടെ
കൈകളത്രയ്ക്കു തളർന്നുവെന്നായ് വരാം
കണ്ണിൽ വിളക്കുമായ് കാത്തിരിക്കുന്നു
വണ്ടി കേറാതയാൾ വീട്ടിലെ
ത്തുമ്പോഴും"

ഈ വരികളിലാണ് കറുത്ത ഫലിതം

ഡോക്ടർ ബഞ്ചമിൻ *ആധുനിക മലയാള സാഹിത്യചരിത്രം പ്രസ്ഥാനങ്ങളിലൂടെ* എന്ന കൃതിയിൽ മലയാള കവിതയുടെ ചരിത്രം നിരൂപിക്കുന്നതിനിടയിൽ പണിക്കരുടെ ഫലിതത്തെക്കുറിച്ചു ഇങ്ങനെ പ്രസ്താവിക്കുന്നു. ഇവിടെ പണിക്കരുടെ കറുത്ത ഹാസ്യത്തിന്റെ സ്വഭാവം കൂടി സ്പഷ്ടമാക്കുന്നു.

> അയ്യപ്പപ്പണിക്കരുടെ കറുത്ത ഹാസ്യത്തെക്കുറിച്ച് ധാരാളം ചർച്ച ചെയ്യപ്പെട്ടിട്ടുണ്ട്. വാസ്തവത്തിൽ അയ്യപ്പപ്പണിക്കരിൽ സദാ ഉന്നിദ്രമായി, ഉന്മിഷിത്തായി നിലനില്ക്കുന്ന സർഗ്ഗവൈഭവം നർമ്മബോധമാണ്. ജീവിതത്തിൽ താൻ കാണുന്ന ഏത് സത്യവും പരിഹാസത്തിന്റെ മേമ്പൊടിയോടെ എടുത്തു വിളമ്പാൻ പണിക്കർക്കു കഴിയും.

ഈ പരിഹാസം കൂടി ശ്രദ്ധിക്കാം. വ്യഭിചാരികളായ പകൽ മാന്യന്മാരെ പണിക്കർ

"സ്തുതിപാടുക നാം മർത്ത്യനു - സ്തുതി പാടുക
നാം തന്നയൽവക്കത്തെരവയർ നിറയാപ്പെണ്ണിനു
പെരുവയർ നല്കും മർത്ത്യനു സ്തുതി പാടുക നാം
എല്ലാം കഴിഞ്ഞു പോകുമ്പോഴയാളുടെ
വല്ലായ്മ കണ്ടു കനിഞ്ഞു പറഞ്ഞവൾ

അമ്പതു പൈസ സാർ കൊണ്ടുപോയാട്ടിന്നു
വണ്ടിയിൽകേറുക കാൽനട വേണ്ടിനി"

ബിംബകല്പനകൾക്കും പണിക്കർ കവിതകളിൽ പുതുമ വരുത്തിയിട്ടുണ്ട്. അമ്പിളിയും സൂര്യനും സൂര്യോദയവും രാത്രിയുമെല്ലാം പഴകിയ ബിംബകല്പനകളല്ല. പണിക്കർ അവയ്ക്ക് അവധി കൊടുത്തിരിക്കുന്നു.

'പകലുകൾ രാത്രികൾ' എന്ന കവിതയിൽ മനസ്സിനെയും ചിന്തയേയും യഥാക്രമം പാഴ്വേലയും തന്ത്രവുമായി അദ്ദേഹം കണ്ടു. രാജവീഥികളിൽ സന്ധ്യകൾ ഒഴുകുകയാണ്. ഇഴയുന്ന അഴുക്കുചാലുകളാണ് രാത്രികൾ. ഇന്ത്യക്കാരെ മുഴുവൻ

"ഇന്നലെ തെരുവിന്റെ മൂലയിൽ, സന്ധ്യാദീപ്തി
മങ്ങിയ കവലയിൽ ചിന്തതൻ വലകളിൽ
കുടുങ്ങിക്കിടപ്പോർ" ആയിട്ടാണ് കണ്ടത്

വെള്ളക്കാർ ചുമന്നവരെ, ചുമന്നത് ഭൂതം വർത്തമാനത്തെ കൊന്നതായി കവി കണ്ടു. ദുർജ്ഞേയമായ ഒരു ബിംബകല്പനയാണിത്.

"തള്ളിയാൾ തുറക്കുമോ, വലിച്ചാൽ തുറക്കുമോ
രണ്ടിലൊന്നറിയാതെ വാതില്ക്കൽ നില്ക്കുന്നേരം
കണ്ടു ഞാൻ നിന്നെ മറുഭാഗത്തു നിഴൽ വീണ-
സന്ധ്യപോൽ; പറയൂ നീ നിഴലോ വെളിച്ചമോ?"

'നിഴൽ വീണ സന്ധ്യ പോൽ' എന്ന ഉപമാ കല്പനയിലെ ഉപമാനം നല്ലൊരു കല്പനയാണ്. നഗരത്തെ ഗ്രാമമായും ഗ്രാമത്തെ നഗരമായും കാണുന്നതിനും പണിക്കർക്ക് ന്യായം പറയാനുണ്ട്. ഗ്രാമനഗരത്തിലെ

"മുറുക്കാൻ തെറിപ്പിച്ച വായും, കാലം
പിടിച്ചു തിരിച്ചിട്ട മൂക്കും
കടുക്കൻ കിടന്നൂർന്നുകാതും കോപം
വെളിച്ചപ്പെട്ടാറിയ കണ്ണും"

എല്ലാം പണിക്കർക്ക് ഓരോ പ്രത്യക്ഷ ബിംബമാണ്. ഇവയെല്ലാം വായനക്കാർക്ക് പിടിക്കുമോ എന്നൊന്നും കവി അന്വേഷിക്കുകയില്ല.

"കാട്ടിൽക്കിടന്ന രണ്ടേലി-
കൂടിക്കടലുഴുതു
കാലത്തിലിളവിത്തു വിതച്ചപ്പോൾ
അടയ്ക്കാ കായ്ച്ചു."

ഇത് മലയാളത്തിൽ വളരെപ്പണ്ട് ആരോ എഴുതിയ ഒരു പാട്ടാണ് ഈ പാട്ടിൽ ലളിതമായി മനസ്സിലാകുന്ന ഒരു അസംബന്ധം ഉണ്ട്. പുത്തൻ കവികളിൽ ഒ എൻ വിയും ഇതു പോലെയുള്ളത് എഴുതിയിട്ടുണ്ട്. പക്ഷേ, കവിതയിൽ ഇരുപ്പൂക്കൃഷി ചെയ്തത് അയ്യപ്പപ്പണിക്കരാണ്. മറ്റൊരു കവിത കൂടി ദൃഷ്ടാന്തമായി ഉദ്ധരിക്കുന്നു. കവിത 'റോസ്‌ലി'.

“മുതുവേലിപ്പാപ്പച്ചന്റെ മകൾ പെറ്റ റോസ്‌ലിക്ക്
മുതുവൻ കുളങ്ങര നിന്നൊരു മണവാളൻ വന്നേയ്
മുടിയേണ്ടും കാലത്തിങ്ങനെ മുടോടെ മുടിയണോ കർത്താവേ, മുഴു
ക്കുടിയനവനാണവൻ; അവനില്ലാ രാവും പകലും”
കവി ഇത് കാർട്ടൂൺ കവിതയെന്ന പേരിലാണ് എഴുതിയിരിക്കുന്നത്
“പണമെന്തിനു പാപ്പച്ചാ
നീയും ഞാനും പതയുമ്പോൾ
പെൺപണമെന്തിനു നമ്മുടെ
ചെറുമകനവനതുനേടും
മരുമകനൊരു ചെറുമകനല്യോ?
പതപതയെട പതയെട
നുരയെട പതനുരയെട
പതയെട നുരയെട
പതനുര പതനുരപത
നുരയെട പതയെട

വായിച്ചു കഴിയുമ്പോൾ തലക്കസുഖം പണിക്കരിലെ കവിക്കോ നിങ്ങൾക്കോ? നിങ്ങൾ പറയും നിങ്ങൾക്കുതന്നെയെന്നും. ഞാൻ പറയും പണിക്കർക്കാണെന്ന്. ഒരു പ്രത്യേക രീതിയിലുള്ള കാവ്യാസ്വാദന വൈഭവം ഉണ്ടെങ്കിലേ ഈ കവിതകളിൽ കവി നിക്ഷേപിച്ചിരിക്കുന്ന ആശയം രസിക്കൂ. ‘കുതിരക്കൊമ്പ്, കിഷ്കിന്ധ’ തുടങ്ങിയ വേറേയും പല കവിതകളുടെ സ്വഭാവം ഇതാണ്.

ലെനിൻ പഠിപ്പിച്ച ഒൻപതു പാഠങ്ങൾ എന്ന ഗദ്യഖണ്ഡവും *ഗാന്ധിജി പഠിപ്പിച്ച മൂന്നു പാഠങ്ങൾ* എന്ന ഗദ്യഖണ്ഡവും അയ്യപ്പപ്പണിക്കരുടെ കവിതകളല്ല കൃതികൾ എന്നേ പറയാവൂ. അവയിലും പണിക്കരുടെ രചനാ സ്വഭാവം ചിലതെല്ലാം കലർന്നിട്ടുണ്ട്.

പണിക്കരുടെ ചില കവിതകളെ പ്രത്യേകം വിലയിരുത്താതെ വയ്യ. അവയിലൊന്ന് *കാള* ആണ്. പരിഹാസം വ്യംഗ്യമോഹനമായി ‘കാള’യിൽ സംഭൂതമായിരിക്കുന്നു. കവി ആ കൊച്ചു കവിതയിൽ തിടം ഉള്ള ഒരാശയമാണ് പ്രശ്നമാക്കുന്നത്.

“ആദിശങ്കര ബ്രഹ്മബീജവും ചുരത്തിത്തൻ
വാലുയർന്ന ദ്വൈത സംസ്കാര രോമങ്ങൾ ചീർത്തും
ഉണ്ടൊരു വിത്തുകാള കുടിലിൽ, അയലത്തെ
പ്പെൺപശുപ്പിറന്നോർക്കങ്ങേരിലില്ലല്ലോ കമ്പം!”
നല്ലൊരു ജേഴ്സി കുട്ടി പിറക്കാൻ കുഴലുമായ്
വന്ന ഡോക്ടറെയോർത്തു വയറും നക്കിത്തോർത്തി
നില്ക്കുന്നു പശുവായ പശുവൊക്കെയും ശിവ-
ശക്തിമാരിപ്പോൾ കാറിലല്ലയോ ദേശാടനം?
ചന്തയിലിന്നലെക്കാളയെ നോക്കാൻ പോലും
രണ്ടുപേർ തികച്ചു വന്നില്ല, പിന്നെ ഞാൻ ചെന്നു-

അറപ്പു കടക്കാരൻതന്നതു വാങ്ങിപ്പോന്നു
അറപ്പോ വെറുപ്പോ കാണിക്കുവാൻ ഞാനാരാണോ!"

മുൻപെല്ലാം പശുക്കൾക്ക് ഇണചേരാൻ കാളകൾ മതിയായിരുന്നു. കവിയുടെ വീട്ടിലെ കാളയെ ഇപ്പോൾ പശുക്കൾക്കൊന്നും പ്രിയമല്ല; ആളുകൾക്ക് വേണ്ടത് നല്ല ജേഴ്സിക്കുട്ടികളെയാണ്. അതിനാൽ കിഴട്ടുകാളകളെ ഉപേക്ഷിച്ചിട്ട് പശുക്കൾ ഇപ്പോൾ കൈകളിൽ കുഴലും ബീജവുമായി വരുന്ന കൃത്രിമ ബീജസങ്കലനത്തിലെത്തുന്ന മൃഗഡോക്ടർമാരെയാണ് ഇഷ്ടപ്പെടുന്നത്. അവർ വരുമ്പോൾ ഭർത്താക്കന്മാരായ കാളകളേക്കാൾ കാമോദ്ദീപ്തമായി പശുക്കൾ വയറും നക്കിത്തോർത്തി നിന്നുകൊടുക്കും. കാളയെ വണ്ടിയിൽക്കെട്ടാനും കൊള്ളാത്തതിനാൽ കവിയുടെ കാളയെ അറവുശാലകൾക്ക് അവർ പറഞ്ഞ വില വാങ്ങി വിറ്റുകളഞ്ഞു. അതിൽ ഒരനുഭവം കഥ തീവ്രതയോടെ പ്രകാശിക്കുന്നു.

അയ്യപ്പപ്പണിക്കരുടെ പ്രസിദ്ധ കൃതികൾ വേറെയും ചിലതുണ്ട്. *കുരുക്ഷേത്രം, ഗോപികാദണ്ഡകം, മൃത്യുപൂജ, നാടെവിടെ മക്കളേ* ഇവിടെ പ്രധാനകൃതികളും നിരൂപകർക്ക് ശബ്ദം നല്കിയവയുമാണ്. അതിനാൽ അവയുടെ അകം പൊരുളിന്റെ കാവ്യചരിത്രം നമ്മൾ അറിയേണ്ടതാണ്. സംക്ഷിപ്തമായെങ്കിലും അവയിലൊന്നു ഒരു പ്രഖ്യാപനം ഏറ്റുപിടിച്ച കവിതയാണ്. അതുകൊണ്ടുതന്നെ ആ കവിതയിൽ പണിക്കരിസം കുറവാണ്. *കൃഷ്ണാ നീയെന്നെ അറിയില്ല* എന്ന ഒരു കവിത സുഗതകുമാരി എഴുതി. അവരുടെ പാവം മാനവഹൃദയം ആണ് അതിന് പ്രേരിപ്പിച്ചത്. ആ കവിതയുടെ പ്രത്യാഖ്യാനമെന്നോണമാണ് പണിക്കർ *ഗോപികാദണ്ഡകം* എഴുതിയത്. *ഭാഗവതം ദശമസ്കന്ധ*ത്തിലെ കൃഷ്ണകഥ മുഴുവൻ മഞ്ഞുതുള്ളിയിൽ കാനനം പോലെ ആ കവിതയിൽ ഞെരുങ്ങിത്തടഞ്ഞ് വീർപ്പുമുട്ടി നില്ക്കുന്നു. നാലുമഞ്ചും അക്ഷരങ്ങളിൽ കാവ്യം ഒതുക്കുന്ന കവി ഇവിടെ ദണ്ഡകത്തോളം പോയിരിക്കുന്നു. ഗോപികാ ദണ്ഡകം എന്ന കവിതയ്ക്ക് പേരു നല്കി. *ഗോപികാദണ്ഡകം* എഴുതിയപ്പോൾ പണിക്കരിലെ കവി ഒട്ടെല്ലാം സ്വന്തഭാവം കളഞ്ഞ് കാല്പനികതയിലേക്ക് കുറേനേരത്തേക്കെങ്കിലും മടങ്ങിപ്പോയ മട്ടാണ് കവിത വായിച്ചാൽ അനുഭവപ്പെടുക. പണിക്കർ കവിതകളിലെ തവളച്ചാട്ടവും മറിച്ചാൻ തിരിച്ചാൻ മട്ടും ഒന്നും ഈ കവിതയിലില്ല. ശ്രീകൃഷ്ണന്റെ ഭാവാർദ്രമായ ഗോപികമാരുമായുള്ള രാസക്രീഡാ രംഗത്തിന്റെ മാധുര്യം ദണ്ഡകത്തിൽ ഒരു സ്വകാര്യദുഃഖത്തോടെ ഒഴുകിയെത്തുന്ന ചടുലതയിൽ ഒന്നുചേരാതിരിക്കാൻ ആസ്വാദകനും ആകുന്നില്ല. പണിക്കർക്ക് ചങ്ങമ്പുഴയുടെ ശയ്യയിലും കവിതയെഴുതാനറിയാമായിരുന്നു. എന്ന് ഗോപികാദണ്ഡകത്തിൽ നിന്ന് വ്യക്തമാകുന്നു. മാതൃകയ്ക്ക് മൂന്നാം ഖണ്ഡം മാത്രം ഉദ്ധരിക്കുന്നു.

"നനയുന്ന നിൻ മിഴിയിലുരുകുന്ന മുറിപാടി-
ലൊഴുകുന്നതെൻ പ്രേമഗീതം ഇടയന്റെയോട-

ക്കുഴലിന്റെയിമ്പത്തിലകലുന്നു നിൻ ജാഡ്യഭാവം
ഇടനെഞ്ചിലിടറുന്ന താളത്തിലാനാദമിയലുന്നമൃതജീവനിത്യം
തഴുതിട്ട വാതിൽ തുറന്നാലു മോമൽ
തളരാതെ കൈയെത്തിനീട്ടിപ്പിടിക്കെ
തഴുകൂതടം തല്ലിയാർക്കുന്ന യമുനതൻ
തിരമാല പുൽകുന്ന തീരമാമിവനെ നീ
തഴുകു തണുപ്പിന്റെ ചൂടും ചൂടിൻ തണുപ്പും
പകരുന്ന ഹേമന്തമായിപ്പടരൂ, പടരുന്ന-
തീനാളമായിപ്പിടയൂ, പിടയുന്ന ചോര-
ക്കുഴലൊത്തൊരോടക്കുഴലായി വന്നെന്റെ
ചുണ്ടിൽത്തുടിക്കൂ, തുടുക്കൂ, ഇടം ചേർന്നൊ
രോമൽപ്പശുവിന്റെ മുലപോലെ മാർദ്ദവം
വിങ്ങിച്ചുരത്തു മധുമാസ മധുവിന്റെ
സമ്മാനമാകുമീ വനമാല പങ്കിട്ടെടുക്കൂ
ചിരിക്കൂ, ചിരിക്കൂ, മൃദുവായി മിഴിനീരിൽ
ഉലയുന്ന മഴവില്ലുപോൽ പുഞ്ചിരിക്കൂ"
ഗോപികാദണ്ഡകം വായിച്ചു നിർത്തിയിട്ട് ഉടൻ തന്നെ

അടുത്തപുറത്തിലെ *സത്യശീലൻ* എന്ന കവിത കൂടെയൊന്ന് വായിച്ചു നോക്കൂ

"ഛക്, ഛക്, ഛക്ഛക് ഛക്ചക
എടോ പോ പോ പോ പോടാ അടുത്ത
കമ്പാർട്ടുമെന്റിൽ പോടോ
ഒരു റിസർവേശൻ
താഴെയിറങ്ങെട
പെട്ടിയെടുക്കെട
ചുറ്റിപ്പിടിച്ചു നിന്റെ
ചവുക്കാള മെടുത്തു കൊ-
ണ്ടടുത്തതിന്റെടുത്തതിന്റടുത്തതിന്റടുത്തൊള്ള
കമ്പാർട്ടുമെന്റിൽ പോടോ
ഛക് ഛക ഛക് ഛക ഛക് ഛക"

പണിക്കരിലെ കവി സമയം കളയാതെ സ്വന്തം തട്ടകത്തിൽത്തന്നെ തിരിച്ചെത്തിയിരിക്കുന്നു.

പരിസ്ഥിതിയും ഹരിതവിപ്ലവവും ഇന്ന് പരക്കെ കവികളെല്ലാം കൈകാര്യം ചെയ്യുന്നുണ്ട്. ഒ എൻ വിയുടെ 'ഭൂമിക്കൊരു ചരമഗീതം' അക്കാര്യത്തിൽ സമൂഹ മനഃസാക്ഷിയെ സ്പർശിച്ച കവിതയാണ്. കട മ്മനിട്ട രാമകൃഷ്ണൻ, സുഗതകുമാരി തുടങ്ങിയവരും സജീവമായി പരി സ്ഥിതിവാദികളോടൊപ്പം കൂടി തങ്ങളുടെ കടമ സ്തുത്യർഹമായി നിർവ്വ ഹിച്ചിട്ടുണ്ട്. 'നാടെവിടെ മക്കളെ' എന്ന കവിതയുടെ പ്രമേയം അതാണ്. ശൈലി പണിക്കരുടെ സ്വത്വത്തിൽ നിന്നുതന്നെയാണ് സ്വീകരിച്ചിരിക്കു

ന്നത്. പക്ഷേ, കവിതയുടെ പ്രമേയം പരിസ്ഥിതി വനവല്ക്കരണങ്ങളിൽ ഒതുങ്ങി നില്ക്കുന്നില്ല. അതൊരു നഷ്ടപ്പെട്ടുപോയ സമഗ്ര കേരളീയ സംസ്കൃതിയെക്കുറിച്ചുള്ള വിലാപമായി മാറുന്നു. ഒരു ഖണ്ഡം ഉദ്ധരിച്ചാൽ മാത്രം മതി ഈ വസ്തുത വെളിപ്പെടും.

"യന്ത്രം കറക്കുന്ന
തന്ത്രം ചവയ്ക്കുന്ന
മന്ത്രം ജപിക്കുന്ന
മന്ത്രിമാരരുളാത്ത
കുടിലും കുലങ്ങളും
ചുടുചാമ്പലാക്കാത്ത
കുടിലിന്റെ പൂക്കളുടെ
മാനം കെടുത്താത്ത
കുലടയുടെ വേദാന്ത-
പട്ടുമൊഴികളോതാത്ത
തളരും മനുഷ്യന്റെ
തലവെട്ടി വില്ക്കാത്ത
കുതറും മനുഷ്യന്റെ
കുടൽമാല കീറാത്ത
കുടിലതകളില്ലാത്ത
കുന്നായ്മയില്ലാത്ത
കുശുകുശുപ്പറിയാത്ത
കൂടോത്രമില്ലാത്ത
കരളുകൾ ഖരയാത്ത
കണ്ണുനീരുറയാത്തൊ
രെന്റെ നാടെന്റെനാ-
ടെവിടെന്റെ മക്കളേ?"

കുരുവികൾ എന്ന കവിതയിലും ഈ പ്രകൃതി നാശത്തിന്റെ ചിത്രം തന്നെയാണ് കവി അവതരിപ്പിക്കുന്നതെന്ന് പറയാം.

മനുഷ്യ മനസ്സിലെ നന്മതിന്മകൾ തമ്മിലുള്ള സമരമാണ് 'കുരുക്ഷേത്രം' എന്ന കവിതയിലെ പ്രതിപാദ്യം. ഭാരതത്തിലെ കുരുക്ഷേത്ര യുദ്ധക്കളത്തിൽ ഏറ്റുമുട്ടിയ ദുര്യോധനാദികളും പാണ്ഡവാദികളും തന്നെയാണ് പണിക്കരുടെ കുരുക്ഷേത്ര യുദ്ധക്കളത്തിൽ പരസ്പരം പൊരുതുന്ന തന്മതിന്മകളും. വിലപേശലും വഴക്കും വക്കാണവും ലാഭചിന്തയും നഷ്ടബോധവും തമ്മിൽപ്പൊരുതി കലുഷമാക്കുന്ന ഒരു കമ്പോളത്തിലെ കലഹങ്ങളിലൂടെ, വിവിധ വൃത്തങ്ങൾ ഉപയോഗിച്ച് കവി അതു നന്നായി ചിത്രീകരിച്ചിരിക്കുന്നു. ഒടുവിൽ *ഭഗവദ്ഗീത*യിലേതുപോലെ

"സർവ്വധർമ്മാൻ പരിത്യജ്യ
മാമേവം ശരണം വ്രജ
അഹം ത്വാം രക്ഷയിഷ്യാമി

ന ത്വം ശോചിതും അർഹസി”

(എല്ലാ ധർമ്മ ചിന്തകളെയും ഉപേക്ഷിച്ചിട്ട് എന്നെ മാത്രം ശരണം പ്രാപിക്കൂ. ഞാൻ നിന്നെ (നിങ്ങളെ) രക്ഷിക്കാം. നീ (നിങ്ങൾ) ദുഃഖിക്കേണ്ടതില്ല) എന്ന് യഥാർത്ഥ മനുഷ്യത്വത്തിന്റെ ആഹ്വാനം ഉണ്ടായപ്പോൾ പുതിയ കുരുക്ഷേത്രം സഫലമായി.

അരുത് എന്ന പേരിൽ ഒരു നാടകം പണിക്കർ എഴുതിയിട്ടുണ്ട്. മൂന്നു രംഗങ്ങളാണ് അതിലുള്ളത്. പക്ഷേ, ഒരു രംഗവും മറ്റേ രംഗത്തോട് ബന്ധപ്പെടുന്നത്. ‘അരുത്’ എന്ന സംഗതിയിൽ ആണ്. കൂടാതെ രംഗങ്ങൾ തമ്മിൽ ബന്ധമില്ലാത്തതുപോലെ പറയുന്ന സംഗതികൾക്കും ബന്ധമില്ല. മൂന്നാം രംഗം ഒരു ഡ്രൈവറും കണ്ടക്ടറും യാത്രക്കാരനും മാത്രം കഥാപാത്രങ്ങളായിട്ടുള്ളതാണ്. യാത്രക്കാരൻ കണ്ടക്ടറോട് “പൈസ തന്നാൽ ടിക്കറ്റ് തരും” എന്നു ചോദിക്കുന്നു. ഡ്രൈവർ അതിന് “ബ്രേക്ക് പൊട്ടി വണ്ടി നിന്നപ്പോൾ (ഓടാൻ ഇനി സാദ്ധ്യതയില്ലാത്ത ബസ്) പുറകേ ഓടിക്കൊണ്ടിരുന്നവന്മാരെല്ലാം ഇതിലേക്കങ്ങ് ചാടിക്കയറി അവന്റെയൊക്കെ സർക്കാരുവകയാ ഈ ട്രാൻസ്പോർട്ടു വണ്ടി. ട്രാൻസ്പോർട്ട് എന്ന പ്രയോഗം കൊണ്ട് വണ്ടി ഗവൺമെന്റിന്റേത് എന്ന് വ്യക്തം. കൊടുക്കണം ഒരുതൊ (തൊഴി). ഇങ്ങനെ നമ്മുടെ റോഡുകളിൽ നിരന്തരം സംഭവിക്കുന്ന ഒരു രംഗത്തിന്റെ തനിയാവർത്തനമാണ് ഈ മൂന്നാംരംഗം. ഇതിലും പണിക്കരീയം ഉണ്ട്.

പണിക്കർ എന്ന കവി പണിക്കത്തം തീരെവെടിഞ്ഞ് ചില കവിതകൾ കൂടി എഴുതിയിട്ടുണ്ട്. അവയിൽ ഒന്നു രാമായണമാണ്. വള്ളത്തോളോ, കുമാരനാശാനോ ജി ശങ്കരക്കുറുപ്പോ ഒ എൻ വിയോ വയലാറോ എഴുതിയ ഒരു കവിതയെന്നേ തോന്നൂ. ഭാഷ, ശൈലി, കല്പന, ചിന്ത ഇവയെല്ലാം അവരുടെ കവിതകളിൽ നമ്മൾ വായിച്ചു പരിചയിച്ച മട്ടിൽ ഒരു കവിതയാണ് ‘രാമായണം’.

“ഈ മനോഹര പുണ്യക്ഷേത്രത്തിൽ നില്ക്കുമ്പോൾ ഞാൻ
രാമ! നിൻകഥയല്ലാതെന്തൊന്നു പാടീടേണ്ടൂ?”

എന്നാരംഭിക്കുന്ന കേകാവൃത്ത കവിത തുടങ്ങുന്നു. കവി നില്ക്കുന്ന മനോഹരപുണ്യക്ഷേത്രം ഏതെന്നും എവിടെ എന്നും കവി പറഞ്ഞിട്ടില്ല. പുത്രകാമേഷ്ടിയാഗം, ഇഷ്ടസന്താനലബ്ധി, രാജ്യം ഉപേക്ഷിച്ചുള്ള ദണ്ഡകാരണ്യവാസം, അഹല്യാമോക്ഷം, ലങ്കാദഹനം, സീതയുടെ അഗ്നിപരീക്ഷ എന്നിങ്ങനെ എല്ലാ രാമായണകഥാ ഭാഗങ്ങളും ഈ കവിതയിലുണ്ട്. അല്പാല്പം പ്രതിപാദ്യത്തിന്റെ ആനുപൂർവ്വി കവിതയ്ക്ക് ഇല്ലെന്നേയുള്ളൂ. സർവ്വതന്ത്ര സ്വതന്ത്രനായിട്ടാണ് അനുഭവമണ്ഡലത്തിലൂടെ അയ്യപ്പപ്പണിക്കർ സഞ്ചരിച്ചത്. ആ കവികേസരിയെ പിടിച്ചുകെട്ടാൻ ആരും ഉണ്ടായില്ല.

ബാലചന്ദ്രൻ ചുള്ളിക്കാടിന്റെ കാവ്യമാർഗ്ഗം

മലയാള കവിതയിൽ ആധുനികത അതിന്റെ മദ്ധ്യാഹ്ന തീക്ഷ്ണത പ്രകടിപ്പിക്കുന്ന കാലത്ത് മലയാള യുവതയെ ആവേശം കൊള്ളിച്ചിരുന്ന കവിയാണ് ബാലചന്ദ്രൻ ചുള്ളിക്കാട്. കവിതയുടെ പാരമ്പര്യത്തനിമയിൽ അഭിരമിച്ചിരിക്കുന്ന എന്റെ മനസ്സ് പക്ഷേ, അന്നൊന്നും ബാലചന്ദ്രന്റെ കവിതകളിലേക്ക് ആകർഷിക്കപ്പെട്ടിരുന്നില്ല. ആധുനികർ പാരമ്പര്യ നിഷേധികളാണെന്ന മുന്നറിവ് മനസ്സിൽ ഉറച്ചുപോയതുകൊണ്ടാവാം അങ്ങനെയൊരു വിമുഖത തോന്നിയത്. പില്ക്കാലത്ത് *ചിദംബരസ്മരണയ്ക്ക്* എന്ന ബാലചന്ദ്രന്റെ അനുഭവക്കുറിപ്പുകൾ വായിച്ചപ്പോൾ എന്റെ നിലപാട് അയഞ്ഞു. ഈ നിഷേധിയിൽ ശക്തനായ ഒരു കവിയുണ്ടെന്നും മലയാള കവിതയുടെ പാരമ്പര്യത്തെ പൂർണ്ണമായും നിഷേധിക്കുകയല്ല അതിന്റെ ഗരിമയെ സ്വന്തം കവിതയുടെ ജൈവശക്തിയായി മാറ്റിയ ആധുനിക മനസ്സാണ് ഈ കവിയുടേതെന്നും ഞാൻ മനസ്സിലാക്കി. ഈയൊരു തിരിച്ചറിവോടെയാണ് ബാലചന്ദ്രന്റെ കവിതകളെ ഞാൻ ശ്രദ്ധിച്ചു തുടങ്ങിയത്.

ബാലചന്ദ്രന്റെ കവിതകളുടെ രൂപഘടനാപരമായ വൈവിദ്ധ്യമാണ് ഒന്നാമതായി എന്റെ ശ്രദ്ധയിൽപ്പെട്ടത്. ഭാരതീയ കാവ്യമീമാംസകൾ തരംതിരിച്ചിട്ടുള്ളതു പോലെ ഗദ്യം, പദ്യം, മിശ്രം എന്നീ മൂന്നു കാവ്യരചനാരൂപങ്ങളും ഈ കവിയുടെ തൂലികയിൽനിന്നും പിറന്നിട്ടുള്ളതാണ്.

കുറേ കവിതകൾ തനിഗദ്യത്തിലാണ്. 'അന്ത്യാഭിലാഷം' എന്ന കവിതയുടെ വൃത്തത്തെപ്പറ്റി ചുള്ളിക്കാടൻ എന്തു പറയുന്നു. എന്നറിഞ്ഞുകൂടാ. 'മാപ്പുസാക്ഷി' എന്ന കവിത മിശ്രമാണ്. ആദ്യത്തെയും രണ്ടാമത്തെയും 'എനിക്കുവയ്യ' ചേർത്തുവായിച്ചാൽ പദ്യമാണ്.

"എനിക്കു വയ്യ
എനിക്കു വയ്യ
ശ്മശാനവസ്ത്രം
പിശാചു ബാധിച്ചകസേരകൾ"

ഇവ മിശ്രം വേറെയും ഗദ്യം 'മാപ്പുസാക്ഷി'യിലുണ്ട്

"ഭാരം വലിക്കുന്ന കാളതൻ കൺകളിൽ"
ഒരു പദ്യപാദം
'രണ്ടു സംഭാഷണം മാത്രം, തിരശ്ശീല
പൊന്തുന്നതിൻ മുമ്പു തീരുന്ന നാടകം'
'ഞാൻ നിന്നെ സ്നേഹിക്കുന്നു'
'ഹ'

അതിൽത്തന്നെ പദ്യവും ഗദ്യവുമുള്ളതിനാൽ മിശ്രം. അത് ഇങ്ങനൊക്കെയാ എഴുതിയിരിക്കുന്നതെന്ന് അദ്ദേഹത്തിന് നല്ല ഉറപ്പുണ്ടുതാനും. കവിതയിൽ ഒരനുഭവത്തിന്റെ ഹൃദ്യാവിഷ്കരണമുണ്ടെങ്കിലും

തെറ്റെഴുതുന്നതും കുറ്റം പറയുന്നതും ആർക്കും ഒരു സംഗതിയിലും പിടിക്കാത്ത കാര്യമാണ്. എന്നാൽ തുറന്ന മനസ്സിന്റെ ശക്തിയുള്ളതു കൊണ്ട് ശ്രീ ബാലചന്ദ്രൻ ചുള്ളിക്കാട് അതൊന്നും കാര്യമാക്കുന്നില്ല.

"അറിഞ്ഞതിൽപ്പാതി പറയാതെ പോയി
പറഞ്ഞതിൽപ്പാതി പതിരായും പോയി
പകുതി ഹൃത്തിനാൽ പൊറുക്കുമ്പോൾ നിങ്ങൾ
പകുതി ഹൃത്തിനാൽ വെറുത്തുകൊള്ളുക
ഇതെന്റെ രക്തമാണിതെന്റെ മാംസമാ
ണെടുത്തുകൊള്ളുക."

ചുള്ളിക്കാടിന്റെ കവിതകളുടെ നിർവ്വചനവും സന്ദേശവുമുണ്ടിതിൽ. ഇതിൽ കവിയുടെ വിനയം സ്മരിക്കുന്നു. തന്റെ കവിത തന്റെ തന്നെ പങ്കാണെന്ന് ചങ്കിൽത്തൊട്ടു സമ്മതിക്കുന്നു. ഇത്ര ആത്മാർത്ഥത എത്ര എഴുത്തുകാർ കാണിക്കും? കിട്ടിയ അവാർഡ് ആരെങ്കിലും, ചുള്ളിക്കാടല്ലാതെ, നിരസിക്കുമോ? (പുരസ്കാരങ്ങൾക്കു വേണ്ടി എത്ര കാലുപിടുത്തങ്ങൾ! എത്രപേർ അടുക്കളവഴി പുരസ്കാരം നേടുന്നു! പണം കൊടുത്തും കാക്കപിടിച്ചും കാലിൽ വീണും അതൊപ്പിക്കുന്നവരും ഉണ്ട്) ചുള്ളിക്കാടിന്റെ മനോഭാവം- 'പോനാൽ പോകെട്ടും പോടാ' എന്നാണ്. അങ്ങനെ വിചാരിക്കുന്നവരുണ്ടായാലേ കോർപ്പറേഷൻ, മാലിന്യംകൊണ്ട് നിറയാതിരിക്കൂ. കാടിയായാലും മൂടിക്കുടിക്കണം എന്നൊരു ചൊല്ലുണ്ട്. നമ്മുടെ ദോഷം അന്യരെ അറിയിക്കരുതെന്ന നല്ല വിചാരത്തിൽ നിന്നാണ് ഈ ചൊല്ല് ഉണ്ടാക്കി പ്രചരിപ്പിച്ചത്. പക്ഷേ, ചുള്ളിക്കാടിന് അങ്ങനെയൊരു മൂടിവയ്പ് വേണ്ട. ചളിക്കുണ്ടിൽ നിന്ന് താമരപ്പൂ വിരിയുന്നതുപോലെ ഏതഴുക്കുചാലിൽ നിന്നും അതു വിരിഞ്ഞോളും. ആ

നാറിയ വെള്ളത്തിൽത്തന്നെ അക്കവിതകൾ പൂഴ്ത്തിക്കിടക്കുകയും ചെയ്യും. 'ഇടനാഴി'യിൽ ശ്രദ്ധിച്ചേ. അത് കേൾക്കാം.

"ഇഴനാഴിയുടെ തണുത്തനിലത്ത്
വാർന്നുപോയ ചോരപോലെ
കവിതകൾ കറുത്തുറഞ്ഞുകിടക്കുന്നു
കഫവും രക്തവും പുരണ്ട ബിംബങ്ങളെ
എറുമ്പുകൾ കൂട്ടം-
കൂട്ടമായ് വന്ന്
വലിച്ചുകൊണ്ടുപോവുന്നു
ആർദ്രഹൃദയനായ ഒരന്തേവാസി
ഇടനാഴിയുടെ ഇരുട്ടിൽ അകപ്പെട്ടുപോയ
ഒരു കുരുന്നു നിലാവിനെ
ബലാത്സംഗം ചെയ്യുന്നു
ഇന്നത്തെ അവന്റെ ഡയറിക്കുറിപ്പിൽ
ഒരു വെളുത്ത പാടുവീഴുന്നതുവരെ"

'യാത്രാമൊഴി' എന്റെ ഒരു ആദ്യകാലകവിതയാണ്. ഇതിന്റെ ആദ്യത്തെ പതിനാലുവരികൾക്ക് വടക്കൻപാട്ടിലെ *ആരോമൽച്ചേകവരുടെ അങ്കപ്പുറപ്പാട്* ഡി വിനയചന്ദ്രന്റെ 'യാത്രപ്പാട്ട്' എന്നീ കവിതകളോടുള്ള കടപ്പാട്, ആത്മബന്ധത്തോടെ രേഖപ്പെടുത്തുന്നു) എന്ന് ഏറ്റു പറഞ്ഞാണ് 'യാത്രാമൊഴി') തുടങ്ങുന്നത്. കവി ആരെ അനുകരിച്ചിരിക്കുന്നു എന്നറിയണമെങ്കിൽ അവരുടെ കവിതകൾ അറിഞ്ഞിരിക്കണം. വടക്കൻ പാട്ടുകൾക്ക് കർത്താവുള്ളതായിക്കേട്ടിട്ടില്ല. ഉണ്ടാകാം. യാത്രാമൊഴിയിലെ ആദ്യഭാഗം വടക്കൻ പാട്ടു ശൈലിയിലുള്ളതാണ്. മാതൃക ചുവടെ

"പുലരുവാനേഴരരാവുള്ളപ്പോൾ
പൂങ്കോഴികൂവിക്കഴിഞ്ഞേയുള്ളൂ
കണ്ണീരിൽ മുങ്ങിക്കുളികഴിഞ്ഞ്
വെണ്ണീറു കൊണ്ടു കുറിവരച്ച്
ദുരിതം കൊണ്ടൊരു നിറപറ നിറച്ച്
കുളക്കുടുക്കയെറിഞ്ഞുടച്ച്"

ചുള്ളിക്കാട് കവിതയിൽ വിനയചന്ദ്രൻ കേറിവരുന്നത് നോക്കുവിൻ

"ഞാനേതൊഴുത്തിലൊരുവൈക്കോൽത്തുരുമ്പിനു
കരഞ്ഞേവിളിക്കുമിപൈക്കൾക്കുകാവൽ
എന്നാകിലും പോകാതെ വയ്യ
പതിന്നാലു സംവത്സരം നരകാന്തസീമകളിൽ
വാഴാതെ വയ്യ
തിരിച്ചെത്തുമ്പോഴെന്റെ പ്രിയവൈദേഹിയെ
കാട്ടിലെറിയാതെവയ്യാ."

'രാമായണ'കാവ്യത്തിന്റെ ഒട്ടെല്ലാകഥകളും ചിതറിച്ചിതറി ആ ഭാഗത്ത് ഉണ്ടെന്നും വിനയചന്ദ്രക്കവിതയുടെ ശൈലിയിൽ ഉണ്ടെന്നും

ഉള്ള ഗ്രന്ഥകാരന്റെ അവകാശം പൊള്ളയല്ല.

ബാലചന്ദ്രൻചുള്ളിക്കാടിന് ഒരുകാവ്യനയം ഉണ്ടായിരുന്നു. അത് തന്നെ കവിയായി പൂർവ്വസംസ്കാരത്തിൽ കവി പെരുത്ത ഇഷ്ടത്തോടെ സ്ഥിരീകരിച്ചു എന്നതാണ്. "നേരത്തെ വടക്കൻ പാട്ടുകൾ മുതൽ വിനയചന്ദ്രന്റെ കവിതകൾവരെ എന്റെ ഭാവന ആലിഗനം ചെയ്തിട്ടുണ്ടെന്ന്" ഉദാഹരണപൂർവ്വം കവി കേൾപ്പിച്ചു തന്നല്ലോ.

"ഞങ്ങളുഷസ്സിൽ വിത്തുകൾ. പുതിയ കരുത്തുകൾ
പുതിയ യുഗത്തുടികൊട്ടിപ്പാടിയുറക്കമുണർത്തും പാണന്മാർ
നിങ്ങളിരുട്ടിൻ മിത്തുകൾ, പഴയതുരുത്തുകൾ പുതുഗമകങ്ങൾ
പഴകമ്പികളിലിഴച്ചലിൽ ശ്രുതിമീട്ടിപ്പാടിയുറക്കം
ഞങ്ങൾ വിശപ്പിൽ ഗായകരല്ലോ"

പുനലൂർ ബാലന്റെ (അന്തരിച്ച) ഈ കാവ്യനയം ചുള്ളിക്കാട് സ്വാംശീകരിച്ചു കവിതയിൽ കലർത്തി. ഇത് ഉത്തരമുള്ള ഒരു ചോദ്യത്തിലേക്ക് ചുള്ളിക്കാട് നമ്മളെ നയിക്കുന്നു. നമ്മുടെ സംസ്കാരത്തിന് ഒരു ഭൂതകാലവും വർത്തമാനകാലവുമുണ്ടല്ലോ. നമ്മളെയെല്ലാം സൃഷ്ടിക്കുന്നത് ആ സംസ്കൃതിയാണ്. ഇന്നലത്തെ ആരോ ഒക്കെ ആണ് ഞാൻ. അതുപോലെ ഇന്നത്തെയും ആരോ ഒക്കെയാണ്. ചുള്ളിക്കാടും അങ്ങനെതന്നെ. അതിനാലാണ് അദ്ദേഹത്തിന്റെ കവിതകളിൽ അവയെല്ലാം കാണാമെന്നു പറയുന്നത്. അവയെ അനുകരിച്ചതും അനുകരിക്കുന്നതുമല്ല. നമ്മൾ അവയായി മാറുകയാണ്. അതിനാൽ വടക്കൻപാട്ടുകളോ എഴുത്തച്ഛന്റെ വിളിപ്പാട്ടുകളോ കുഞ്ചൻ നമ്പ്യാരുടെ തുള്ളൽപ്പാട്ടുകളോ ആശാൻ കവിതകളോ എല്ലാം ഛായകളായി ചുള്ളിക്കാടുകവിതകളിലുണ്ടെങ്കിലും അതിന്റെ അർത്ഥം അവരുടെ സംസ്കൃതിയും തന്റെ സംസ്കൃതിയും ഒന്നായിരുന്നു എന്നാണ്.

"എൻമകനാശുനടക്കുന്ന നേരവും
കന്മഷം തീർന്നിരുന്നീടുന്നനേരവും
തൻമതികെട്ടുറങ്ങിടുന്നനേരവും
സമ്മോദമാർന്നുരക്ഷിക്കെന്നു പ്രാർത്ഥിച്ചു
നിന്നഹോരാത്ര, മ പ്രാർത്ഥനയിൽത്തന്നെ
ജന്മം ദഹിപ്പിക്കുമമ്മയും ജീവിതം"

ഈ ശബ്ദം തുഞ്ചൻ പറമ്പിലെ കാഞ്ഞിരമരത്തിന്റെ തണലിലിരുന്ന് ഭക്തിസാന്ദ്രമായി, ശാരികയെക്കൊണ്ടുപാടിക്കുന്ന ആത്മീയാചാര്യൻ തുഞ്ചത്തെഴുത്തച്ഛന്റേതല്ലേ? ('സഹശയനം')

"നിന്നമ്മതന്നണുവിൽ ഞാൻ കലരുന്നനേരം
മന്നാദിയാമഖിലഭൂതവുമാണിരമ്പി-
ഒന്നായി ഞങ്ങളൊരുമാത്ര നിറഞ്ഞ നേരിൽ
നിന്നാണുനിന്നുരുവമെന്നുമറന്നുപോയ് നീ
ഉദരത്തിലിരുട്ടിൽ ജീവബുദ്-
ബുദമായ്പ്പിള്ള കുരുത്തനാൾ മുതൽ

ഉയിർനീറ്റിടുമാന്തരാധിതൻ
ദഹനാവർത്തമവൾക്കുജീവിതം"

('മാനസാന്തരം'- കുമാരനാശാൻ)

"പരകോടിയെത്തിയെൻയക്ഷജന്മം
പരമാണു ഭേദിക്കുമാനിമിഷം
ഉദിതാന്തരബാഷ്പ പൗർണ്ണമിയിൽ
പരിദിപ്തമാകും നിന്നന്തരംഗം
ക്ഷണികേ! ജഗൽസ്വപ്നമുക്തയാം നിൻ
ഗതിയിലെൻതാരം തിളച്ചൊലിക്കും ('സദ്ഗതി'- ചങ്ങമ്പുഴ)
ഇന്നെനിക്കറിയാം, അക്കിടപ്പിലുണർന്നില്ലേ
അണ്ഡതന്നുള്ളിൽ ജഗദ് ഭക്ഷകനാകുംകാലം!"

(അന്ന ജി)

"നിന്നെ ഞാൻ കണ്ടിട്ടില്ല
നിന്റെ പേരെന്താണാവോ
നീ പെണ്ണോ പുരുഷനോ
നീയെനിക്കാരാണാവോ"

('ആരോ ഒരാൾ' അയ്യപ്പപ്പണിക്കർ)

സച്ചിദാനന്ദൻ ഉദാഹരിക്കുന്ന ഈ കാവ്യശകലങ്ങളെല്ലാം ചുള്ളിക്കാട് അവകാശപ്പെടുന്ന ആ ആർജ്ജിത സംസ്കൃതിതന്നെയാണ്.

എന്നും കവികളുടെ അഭിലാഷമാണ് കാവ്യസന്ദർഭങ്ങളിൽ ബിംബാവലികൾകൊണ്ട് (ഇമേജറികൾ)കവിതയുടെ ആത്മാവിനെയും ശരീരത്തെയും അലങ്കരിക്കുകയെന്നത്. അനാദൃശങ്ങളായ ബിംബങ്ങൾ പലതും ചുള്ളിക്കാടിന്റെ കവിതകളിൽ ഹൃദ്യമായി തുള്ളുന്നത് കാണാം. 'ഇടനാഴി'കളിലെ രണ്ടാം ഖണ്ഡം വായിക്കുക.

"ഇടയ്ക്കിടക്ക്
ഒരു മരണ ഗാനത്തിന്റെ തളർന്ന കാലൊച്ച
ഗോവണി
കയറി
വരുന്നു
അപ്പോൾ ഇടനാഴിയിൽ
ഈടും ദുഃഖവും നിറയുന്നു

തളർന്ന ഒച്ച ഗോവണികയറിവരുക"- ഇതൊരുബിംബമല്ലേ? നാലാം ഖണ്ഡത്തിലെ മദ്യപനായ നിഴൽ മറ്റൊന്ന്. 'മാപ്പുസാക്ഷി അഥവാ ഒരു രാഷ്ട്രീയത്തടവുകാരന്' എന്ന കവിതയിൽ

"ഒരോർമ്മതൻ ക്രൂരമാം സൗഹൃദ
ശ്വാസനാളം കീറുമന്ധവേഗങ്ങളിൽ
കുമ്പസാരത്തിന്റെ ബോധക്ഷയങ്ങളിൽ
നിന്റെ നക്ഷത്രമുദിക്കുന്നു പിന്നെയും"

ഇതിൽ ശ്വാസനാളം കീറുന്ന അന്ധവേഗം, കുമ്പസാരത്തിന്റെ

ബോധക്ഷയം, നിന്റെ നക്ഷത്രം ഇവ ബിംബങ്ങളോ പ്രതീകങ്ങളോ ആണ്. 'ഖനി' എന്ന കവിതയിൽ കല്ക്കരി പാതാളത്തിലെ തടവുകാരിയാണ് എന്നും, കറുത്ത മഹാലക്ഷ്മിയെന്നും, മൂല്യം ബലാത്സംഗം ചെയ്യപ്പെടുന്നു എന്നും കവി ഛേദിക്കപ്പെട്ട ശിരസ്സാണ് എന്നും 'പ്രവചനം രക്തപങ്കിലം' എന്നും ഉരുക്കുമൂർച്ചേയറിയ സ്നേഹമെന്നും 'വിശുദ്ധ സന്ധ്യ' എന്ന കവിതയിലെ 'അമ്മമാരുടെയും നദികളുടെയും ആഴം'. എന്ന വരിയിലെ അമ്മമാരുടെ ആഴം, മരത്തൊലിയും ഇരുട്ടും പൊതിഞ്ഞ നിശ്ശബ്ദത, അസ്ഥികളുടെ പാട്ടും എല്ലാം ചുള്ളിക്കാട് തെരഞ്ഞെടുത്ത ബിബംങ്ങളാണ്. 'മരണ വാർഡ്' എന്ന കവിതയിലെ ഈ ഭാഗങ്ങൾ കേൾക്കുക.

"മഹാ മൗനത്തിന്റെ മൗനവാർഡിലി-
ന്നൊരു മുഖത്തെ ഞാൻ തിരിച്ചറിയുന്നു.
മറന്നുവോ എന്നെ?
അനന്തകാലങ്ങൾക്കകലെ,
ബാല്യത്തിന്നിരുണ്ട തീരത്തിൽ
അവസാനം (സ്സ - വേണ്ട) സന്ധ്യാകിരണങ്ങൾപോലെ
പിരിഞ്ഞവർ നമ്മൾ.
കുരുതിയിലേക്കു നയിക്കും പാതയിൽ
നടന്നുപോയവൻ
ദുരിതങ്ങൾക്കു തൻ വ്യഥിതകൗമാരം
ബലികൊടുത്തവൻ
കരച്ചിലിൽച്ചെന്നു കലങ്ങുമോർമ്മതൻ
ജ്വരപ്രവാഹത്തിലൊലിച്ചുപോയവൻ
ജനലിന്നപ്പുറം
പകർച്ചവ്യാധി പൂത്തുലയുന്നു.
ശ്വാസാന്തരങ്ങളിൽ ശോണ-
കഫം പുഷ്പിക്കുന്നു.
തരുവതെന്തു ഞാൻ നിനക്ക്?
ഉള്ളിലെപ്പുകക്കറവീണ കരച്ചിലോ?"

ഈ വരികളിലെ മൗനത്തിന്റെ വാർഡ്, ഇരുണ്ടതീരം, ദുരിതങ്ങളുടെ വ്യഥിതകൗമാരം, ഓർമ്മയുടെ ജ്വരപ്രവാഹം, പൂത്തുലയുന്ന പകർച്ച വ്യാധി, ശോണകഫം പുഷ്പിക്കുന്നു. പുകക്കറവീണ കരച്ചിൽ ഈ പ്രയോഗങ്ങളിലെല്ലാം ഇമേജറികൾ പുഷ്പിക്കുന്നു.

കവിയുടെ കൈയൊപ്പ് കവിതകളിലെ ഭാഷാരീതിയാണ്. വാക്യങ്ങൾ പലതരത്തിലെഴുതാമെന്നത് ആരോടും പറയേണ്ടതില്ല. ബാലചന്ദ്രൻ ചുള്ളിക്കാടിന്റെ കാവ്യഭാഷക്കുള്ള വിശേഷം അത് മിക്കപ്പോഴും ബിംബങ്ങളെ കൂട്ടുപിടിച്ചുകൊണ്ടേ മുന്നോട്ടുനീങ്ങൂ എന്നതാണ്. ആ രീതി നമ്മൾ മിക്ക കവിതകളിലും കണ്ടു. ഇനിയൊന്നുള്ളത് വരികളുടെ ചേരുവയാണ്. കവിത വായിച്ചാൽ ചിലേടത്ത് പദ്യം ചിലേടത്ത് ഗദ്യം ഓർക്കാപ്പുറത്താണ് കവി പദ്യത്തിൽ നിന്ന് ഗദ്യത്തിലേക്ക് ചാടുന്നത്.

രണ്ടു സംഭാഷണം മാത്രം, തിരശ്ശീല-
പൊന്തുന്നതിൻ മുമ്പുതീരുന്നു നാടകം
കാകളിവൃത്തത്തിലാണ് 'മാപ്പുസാക്ഷി'യിലെ ഈ ഈരടികൾ

ഞാൻ നിന്നെ സ്നേഹിക്കുന്നു. (ഞാൻ നിന്നെ സ്നേഹിക്കുന്നു മാൻകിടാവേ) ഒരു സിനിമാപ്പാട്ടിലെ വരിയാകാം ഇത്. കാകളിയിൽ നിന്നുള്ള കുതിപ്പ്

ജോസഫ്!
എനിക്കുവയ്യ.
എനിക്കുവയ്യ.

പിന്നെയും ഗദ്യം. 'ബലി' എന്ന കവിത 'കേക'യിൽ പീലി നിവർന്നാടുന്നു

സംസ്കൃതഭാഷാപദങ്ങളും ദീർഘ സമാസങ്ങളും കൊണ്ട് വായനക്കാരെ കുഴയ്ക്കുന്ന കവിതകളാണ് ചുള്ളിക്കാട് മിക്കപ്പോഴും എഴുതിയത്. ഇടയ്ക്ക് ഇംഗ്ലീഷിലുള്ള വാക്കുകളും ചാടിക്കയറും. രണ്ടോ മൂന്നോ വാക്കുകളുടെ സമാസമേ കവിതകളിൽ ഉള്ളൂ. ഇഴയുന്ന ചേരയുടെ നീളമില്ല.

ഒത്തിരി ഉപമാ പ്രയോഗങ്ങൾ കവിതകളിൽ കാണാം

1. വാർന്നുപോയ ചോരപോലെ ('ഇടനാഴി')
2. ജ്വരബാധിതമായ സ്വപ്നം പോലെ
3. കുറ്റിയിൽത്തളച്ചിട്ട നിഷ്ക്കളങ്കതപോലെ ('ബലി')
4. വിണ്ടകൈകളിലേകും ജൃംഭിതം ഹലായുധം
   വിണ്ടലം, പാതാളവുമുഴുതുമറിക്കുവാൻ
5. പ്രാണവേദനയുടെ വിഷഭാജനം ('ബലി')
6. കരിമേഘത്തിൻ കൽത്തുറങ്ങ് (രൂപകം- 'ആദ്യരാത്രി')
7. മരണത്തിൽ ഒരു കൺപോളയെന്ന പോലെ - ഉപമ 'ഇടനാഴി')

നമുക്ക് ചുള്ളിക്കാടിന്റെ കവിതകളിലെ തനിമ മലയാള പദങ്ങൾ പെറുക്കിനോക്കാം.

ഏഴരക്കമ്പ് (അർത്ഥം ശബ്ദതാരാവലിയിലില്ല)
കുളക്കുടുക്ക (അർത്ഥം ശബ്ദതാരാവലിയിലില്ല)
കക്കത്തിങ്ങല - (അർത്ഥം ശബ്ദതാരാവലിയിലില്ല)
നുരിക്കുക - 'പോസ്റ്റുമോർട്ടം' എന്ന കവിത ചെറിയ കുമിളകൾ പൊങ്ങുക
അതിരാളൻ ('തേർവാഴ്ച' എന്ന കവിത) കോശത്തിലില്ല
നാരായവിരൽ ('തേർവാഴ്ച') കോശത്തിലില്ല
തണുവിരൽ ('തേർവാഴ്ച') കോശത്തിലില്ല
തുമ്പത്തഴ - ('തേർവാഴ്ച') കോശത്തിലില്ല
തൂലാക്കുരിൻ ('തേർവാഴ്ച') കോശത്തിലില്ല
ഗുളികൻ ('തേർവാഴ്ച') ക്രൂരനായ ഒരു ഉപഗ്രഹം (മാന്ദി)
നിറവയർപ്പുളോർ - ('തേർവാഴ്ച') നിറവയർ നിറഞ്ഞവയർ പൂർണ്ണ

ഗർഭം

കൊലമാടൻ തറ ('തേർവാഴ്ച') കോശത്തിലില്ല

ചവർക്കുന്നു (കവിത- പാബ്ലോ നെരൂദയ്ക്ക് സുഗിതിൻ (കോശത്തിലില്ല)

നരകമൊഴി ('ദുഃഖവെള്ളിയാഴ്ച') നരകം അർത്ഥമുണ്ട് മൊഴി അർത്ഥമുണ്ട്

ഉതിരം ('ദുഃഖവെള്ളിയാഴ്ച') രക്തം ('നരകമൊഴി')

കരിംതേറ്റാ ('ഹംസഗാനം') കോശത്തിലില്ല

കൂരടി ('വെളിപാട്') കോശത്തിലില്ല

നീരാടി ('വെളിപാട്ട്') ഒരു രോഗം

ഞെരിഞ്ഞിൽകിടക്ക ('ഒരുപ്രണയഗീത') മുള്ളുള്ള ഞെരിഞ്ഞിൽ നിറച്ച കിടക്കയാകാം.

കാരമുള്ളു ('ഒരു പ്രണയഗീത') കാരച്ചെടിയുടെ മുള്ളു

ഫണംതീർത്തപുല്ലിംഗം (ഒരു പ്രണയ ഗീത) കോശത്തിലില്ല ഒരു അശ്ലീലാർത്ഥമുണ്ട്

കകത്തിങ്ങലമുറ ('ഒരു മുക്തകം') കോശത്തിലില്ല

ഈ വാക്കുകൾ പ്രാദേശിക ഭാഷയിൽ ഉപയോഗത്തിലുണ്ടെങ്കിൽ അർത്ഥമുള്ളവയാണ്.

പതിനെട്ടുകവിതകളുടെ സമാഹാരത്തിലെ ഒരു കവിതയാണ് 'മനുഷ്യന്റെ കൈകൾ' അദ്ധ്വാനിക്കുന്നവനെ ആരാധിക്കുന്ന ഒരു കവിതയാണ്. അതോടൊപ്പം അദ്ധ്വാനത്തിൽ അവൻ അനുഭവിക്കുന്ന വേദനയുടെ കഥയുമാണത്. അത് മുഴുവനും ഇവിടെ ഉദ്ധരിക്കുന്നത് കേരളത്തിലെ വർത്തമാന കാലഘട്ടത്തിനു ചേർന്നതായതുകൊണ്ട് അങ്ങനെ ചെയ്യുന്നു.

"മനുഷ്യന്റെ കൈകൾ, മനുഷ്യന്റെ കൈകൾ,
കടുംപാറപൊട്ടിച്ചുമയ്ക്കുന്ന കൈകൾ,
ഇരുമ്പൊന്തുതല്ലിത്തഴമ്പിച്ച കൈകൾ,
ഉലയ്ക്കുള്ളിലൂതിപ്പഴുപ്പിച്ച കൈകൾ,
കലപ്പക്കഴുത്തിൽത്തുടിക്കുന്ന കൈകൾ,
ഒടുങ്ങാത്ത ദണ്ഡങ്ങൾ കൊയ്യുന്ന കൈകൾ
നിലയ്ക്കാത്ത കണ്ണീർ തുടയ്ക്കുന്നകൈകൾ
കരിങ്കല്ലിനെ ദൈവമാക്കുന്ന കൈകൾ
അതിനു മുന്നിൽ ദൈന്യം നിവേദിച്ച കൈകൾ
ദുരിതങ്ങൾ നിലവിളികളുയരുമൾത്താരയിൽ
മെഴുകുതിരികളായ് വിരൽകളെരിയുന്ന കൈകൾ
മദം കൊണ്ടുപെണ്ണിൻമടിക്കുത്തു ചുറ്റി-
ച്ചഴിപ്പോന്റെ നെഞ്ചം പിളർക്കുന്നകൈകൾ
നിണത്തിൽക്കുതിർത്തിക്കൊടുങ്കാറ്റുയിർക്കും.
മുടിക്കുത്തുകെട്ടിക്കൊടുക്കുന്ന കൈകൾ

അധീശത്വമെന്നും വിലങ്ങിട്ടകൈകൾ
വിശപ്പിന്റെ കണ്ഠം ഞെരിക്കുന്ന കൈകൾ
വിഴുപ്പായ ലോകം വിയർപ്പിൽക്കുതിർത്തി
വെളുക്കും വരെത്തച്ചലയ്ക്കുന്നകൈകൾ
മലയ്ക്കൊത്ത ഭാരം ചുമക്കുന്ന കൈകൾ
മഹാസൗധമെല്ലാം പടയ്ക്കുന്ന കൈകൾ
ചരിത്രങ്ങളെല്ലാം പടയ്ക്കുന്ന കൈകൾ
പെരുംകാലചക്രം തിരിക്കുന്ന കൈകൾ
മനുഷ്യന്റെ കൈകൾ
മരിക്കാത്ത കൈകൾ-

അദ്ധ്വാനം ആരാധനയാണ്. അദ്ധ്വാനത്തിന്റെ മഹത്ത്വം ഉദ്ഘോഷിക്കുന്ന പ്രോജ്ജ്വലമായ ഒരു ചുള്ളിക്കാടൻ കവിതയാണിത്. അദ്ദേഹത്തിന്റെ കാവ്യപേടകത്തിൽ ഇന്ന് ഇതുപോലെ മറ്റൊന്നു തുറന്നെടുക്കാനായില്ല. അദ്ധ്വാനം വേണ്ടതല്ലാത്ത ഒരു മേഖലയും ലോകത്തില്ല.

"കരിങ്കല്ലിനെ ദൈവമാക്കുന്നകൈകൾ"

പ്രൊഫ. വിഷ്ണുനമ്പൂതിരിയുടെ ഒരു കവിതയാണ്. 'മുഖം എവിടെ?' ദൈവങ്ങളല്ല പാതിരിയല്ല. അയ്യൻ കാളിയല്ല. കുമാരനാശാനല്ല മാധവരായരല്ല എല്ലാ വ്യക്തികളും പ്രതിമയുണ്ടാക്കാനെടുക്കുന്ന മുഖവസ്തുവിലുണ്ട് മെഴുക്, പാറതടി ഇത്യാദി. പണിയുന്നവന്റെ സങ്കല്പത്തിലുള്ള ആ വ്യക്തികളിൽക്കൂടി ഇഴുകിച്ചേർന്ന ഇതരപദാർത്ഥങ്ങളെയെല്ലാം ഉരുക്കിയോ ചെത്തിയോ കളഞ്ഞാൽ ശേഷിക്കുന്നത് ഉദ്ദേശിച്ചയാളിന്റെ വിഗ്രഹമോ പ്രതിഷ്ഠയോ ആകും- കാല്പനികമായ ശക്തി ശില്പിക്കുണ്ടാകണമെന്നുമാത്രം കരിങ്കല്ലിൽ നിന്ന് ദൈവവും മന്ത്രിയും മഹാകവിയും മറ്റും ഉണ്ടാകും. അദ്ധ്വാനത്തിന്റെയും പ്രതിഭയുടെയും വില ഈ കവിത കമ്പോടുകമ്പ് വായിക്കുക. വിതയ്ക്കുന്നവനെയും രക്ഷിക്കുന്നവനെയും നശിപ്പിക്കുന്നവനെയും ഇതിൽ കാണാം.

'മനുഷ്യന്റെ കൈകളിൽ' അദ്ധ്വാനത്തിന്റെ മഹത്ത്വത്തെ എന്നും ആദരിക്കുന്ന ഒരു കവിയായി ചുള്ളിക്കാടിനെ കാവ്യലോകത്ത് കാണാൻ കഴിയായിരിക്കുന്നു. കാവ്യരചനയിലേക്ക് ആളുകൾ ഇടിച്ചു കയറുമ്പോൾ, ചുള്ളിക്കാടിന്റെ ഈ പിന്മാറ്റം... എന്തോ വിശ്വസിക്കാൻ ആവുന്നില്ല.

കുരീപ്പുഴ ശ്രീകുമാറിന്റെ കവിതകളിലൂടെ

എൻ വി കൃഷ്ണവാരിയരുടെ ദേശീയബോധവും അയ്യപ്പപ്പണിക്കരുടെ രചനാശൈലിയും കുഞ്ചൻ നമ്പ്യാരുടെ പരിഹാസവും പ്രസിദ്ധ മലയാള ഹാസ്യ സമ്രാട്ട് ഇ വി കൃഷ്ണപിള്ളയുടെ ഫലിതവും അഷ്ടമുടിക്കായലിലെ ഉപ്പുവെള്ളത്തിൽ കുഴച്ചെടുത്താൽ കുരീപ്പുഴ ശ്രീകുമാറിന്റെ കവിതയാകും. *കുരീപ്പുഴ ശ്രീകുമാറിന്റെ കവിതകൾ* എന്ന കാവ്യസമാഹാരം അദ്ദേഹത്തിന്റെ 2011 വരെയുള്ള കവിതകൾ സമാഹരിച്ചതാണ്. അവയിൽ മൂന്നാമത്തെ കവിത *കവിത ഇങ്ങനെ* എന്ന തലക്കെട്ടിൽ പ്രകാശിപ്പിച്ചിരിക്കുന്നു. വായിച്ചുനോക്കിയപ്പോൾ എനിക്കു ഒരെളുപ്പം തോന്നി. അദ്ദേഹത്തിന്റെ തന്നെ കവിതയെക്കുറിച്ചുള്ള അഭിപ്രായം കവിതയായി അവതരിപ്പിച്ചപ്പോൾ അത് ശ്രദ്ധയോടെ ഒന്നപഗ്രഥിച്ചാൽ വായനക്കാരന് ആ കവിതകളുടെ പരിധി മനസ്സിലാക്കാം എന്നാണ് ഞാൻ കണ്ട സൗകര്യം. ആ കവിതയുടെ എല്ലാ കണ്ഡങ്ങളും ഉദ്ധരിക്കുന്നില്ല. ചിലതു മാത്രം അരിവെന്തോ എന്നറിയാൻ തവിയിലെ രണ്ടു മൂന്ന് വറ്റ് ഞെക്കിയാൽ മതിയാകുമല്ലോ

"കൺകളിൽ കനലുള്ള കവിത
കനലിലെൻ കണ്ണുള്ള കവിത.
പുകയുന്ന കവിത
എരിയുന്ന കവിത
സിരകളിൽ ലാവയായ്
ഒഴുകുന്ന കവിത."

ഈ കഷണത്തിലെ ഈരടികളിൽ കുരീപ്പുഴക്കവിതയുടെ ഒരു സ്വഭാവം ഉണ്ട്. അവ വിപ്ലവം അല്ല, വിപ്ലവസമരമാണ്. സമൂഹത്തെ നശിപ്പിച്ച, നശിപ്പിച്ചുകൊണ്ടിരിക്കുന്ന എല്ലാത്തരം തില്പുകളോടും ഉള്ള രൂക്ഷ

മായ അമർഷം തീക്കനലായി ആ കണ്ണുകളിലുണ്ട്. മാത്രമല്ല ആ അമർഷം പ്രകടിപ്പിക്കുന്ന ആരേയും ആദരിക്കാൻ തിരയുന്ന കണ്ണുകളാണ് അദ്ദേഹത്തിന്റേത്. അത് പുകയും സാഹചര്യം ഓർത്താൽ കത്തും. എരിഞ്ഞണയുകയല്ല. അഗ്നിപർവ്വതം പൊട്ടിയൊഴുകുന്ന ലാവയായി മാറി വേണ്ടാത്തതിനെയെല്ലാം എരിച്ചുകളയുകയും ചെയ്യും. ആഫ്രിക്കയിലെ ഒരടിമയുടെ പുറത്തു മർദ്ദനം ഉണ്ടായാൽ അത് തന്റെ മേലേറ്റ മർദ്ദനമായി വിചാരിച്ചു പ്രതിഷേധിച്ച കൃഷ്ണവാര്യരുടെ ദേശീയബോധം ഈ അനിയൻ കവിക്കും സംഭാവന കിട്ടിയിരിക്കുന്നു. ഡി സി ബുക്സ് അവകാശപ്പെടുന്നത് ഇരുനൂറോളം കവിതകൾ സമാഹാരത്തിൽ ഉണ്ടെന്നാണ്. കവിത ഇരുനൂറോളം വിഷയങ്ങളെ കാവ്യനിബന്ധത്തിന് പ്രതിപാദ്യമായി കൈക്കൊണ്ടിരിക്കുന്നു എന്ന് താല്പര്യം. കവിതയുടെ പരിധി വിസ്തൃതം. ഏതു വിഷയത്തെക്കുറിച്ചും കവിതയെഴുതാൻ ഭാവനാസമ്പന്നരും പ്രജ്ഞാശീലരുമായ കിവകൾക്കു കഴിയും.

'ആത്മഹത്യാ മുനമ്പ്' മറ്റൊരു പ്രതിപാദ്യം ഉള്ള കവിതയാണ്. ആത്മഹത്യയ്ക്ക് ഒരു തീരുമാനമെടുത്താൽ പിന്നെ സ്ഥലത്തെത്തുന്ന നേരമേവേണ്ടൂ. നൊടിക്കുള്ളിൽ നീണ്ട, നീളേണ്ട ജീവിതത്തിന് തിരശ്ശീല വീഴും. അതേവരെ തന്നോടൊപ്പവും തനിക്ക് അന്യനോടൊപ്പവും ഉണ്ടായിരുന്ന മമതയുടെ നാടകമാണ് അവസാനിക്കുന്നത്. ആത്മഹത്യ അതു ചെയ്യുന്നയാളിന്റെ ഒടുവിലത്തെ ദേശാടനമാണ്. പിന്നെ

"നീലനിറമില്ലിത്തീരുഷസ്സിന്നു, സന്ധ്യക്കു-
പൂവിട്ടു നില്ക്കില്ല തൃച്ചെമ്പരത്തികൾ
ഗാനലയമേളമില്ലാനന്ദബാഷ്പമി-
ല്ലാടില്ല, പാടില്ല, കാട്ടു ചിറ്റാറുകൾ
തേൻതേടിയെത്തില്ല തുമ്പികൾ, കമ്പികൾ
മൂളില്ല, താളം പിടിക്കില്ല കമ്പുകൾ
പ്രജ്ഞയിൽത്തുള്ളില്ല പാപക്കൊലുസ്സുകൾ
തൃഷ്ണകൾ പൂക്കില്ല, തീണ്ടില്ല ചിന്തകൾ
സ്വപ്നങ്ങൾ നിറയില്ല, ശബ്ദപ്പടക്കങ്ങൾ
പൊട്ടില്ല, പൊട്ടിക്കരയില്ല പക്ഷികൾ
പുഷ്പവനഗന്ധമി, ല്ലാലസ്യമില്ലിനി
കല്പനയിലെത്തില്ല കാവ്യക്കറമ്പികൾ"

ഇങ്ങനെ നമ്മൾ ജീവിതത്തിൽ പ്രതീക്ഷിക്കുന്നതും അല്ലാത്തതുമായ എല്ലാം ഇല്ലാതെ പോകുന്നതാണ് ആത്മഹത്യാ മുനമ്പെന്ന് കവി ഓർമ്മിപ്പിച്ച് ഈ കവിതയെ ആത്മഹത്യചെയ്യാൻ വിടുന്നു. ശ്രീകുമാറിന് സഹോദരികളുള്ളതായി ചെറിയ ജീവിതരേഖാക്കുറിപ്പിൽ വായിച്ചില്ല. എന്നാൽ ചേച്ചിയെക്കുറിച്ചു പാടുന്ന ഒരു കവിതയുണ്ട്. ആ ചേച്ചി ഏതെല്ലാമോ ഹേതുക്കളാൽ ഖിന്നയാണ്. കാമുകനോ ഭർത്താവോ നഷ്ടപ്പെട്ട ആ ചേച്ചിയുടെ ദുഃഖം ശ്രീകുമാർ തന്റെ ദുഃഖമായിക്കാണുന്നു. ഭാവപ്പൊലിമയുള്ള ഒരു ഹ്രസ്വകവിതയാണിത്. ഒരു വസ്തുവിനെ വസ്തു

വിനോടും ഭാവത്തെ ഭാവത്തോടും ഉപമിക്കുന്നതാണ് പ്രസിദ്ധമായ അലങ്കാര പ്രയോഗ മര്യാദയെന്നിരിക്കെ ചേച്ചിയിൽ കവി അത് ഉല്ലംഘിച്ചിരിക്കുന്നു. വേനലിൽ കൈനഖപ്പാടുമായി വീഴുന്ന 'പൂവിനെപ്പോൽ മൂകവേദന' പൂവും വസ്തുവും വേദന ഭാവവുമാണ്. 'ചിന്തതൻ പ്രാവ്' എന്നിടത്ത് ചിന്ത ഭാവവും പ്രാവ് വസ്തുവുമാണ്.

"നീലക്കരിമ്പിൻ വിലോലമാംനാമ്പുപോ-
ലാലസ്യപൂർണ്ണയായ്, അസ്വസ്ഥയായ്"

എന്നീ വരികളിൽ ഉപമയ്ക്ക് ആ വിരുദ്ധഭാവമില്ല. പക്ഷേ, കൊടും ചൂടിൻ ശരങ്ങൾ എന്ന കല്പനയിൽ ചൂട് ഒരു ഭൂമിശാസ്ത്രപരമായ അവസ്ഥയും ശരങ്ങൾ വസ്തുക്കളുമാണ് എന്നാൽ ഇതു കവിതയുടെ ആകാരസൂക്ഷ്മത കൂട്ടുന്നതേയുള്ളൂ.

മറ്റൊരു കാര്യം: ഈ ചേച്ചിക്ക് ഉണ്ടായിരുന്ന മക്കൾ അഥവാ ചേച്ചി മക്കളായിക്കണ്ടവർ നഷ്ടപ്പെട്ടതായ സൂചനയും കവിതയിലുണ്ട്.

"തുമ്പിക്കിടാങ്ങൾതൻ ചുണ്ടിൽ നറും ചിരി
ത്തുമ്പക്കുടങ്ങൾ
വിടരവേ, നാദങ്ങൾ
തങ്കച്ചിലങ്കകിലുക്കവേ
നേത്രങ്ങൾ,
അമ്പരപ്പിൽ പട്ടുനൂലുകൾതുന്നവേ"

ഇങ്ങനെ വേദനിച്ചു പിന്നെയും പിന്നെയും ചേച്ചി കരയുന്നു. കവിയും നിസ്സഹായനാണ്. സാന്ത്വനത്തിന്റെ നൂറുമ്മ കൊടുക്കാനേ കവിക്കും കഴിയുന്നുള്ളൂ. കവിത വായിച്ചാൽ കണ്ണുകളിൽ കണ്ണീരിന് ചാലുതിളക്കം. ദാഹാർദ്രമായ ഒരു കവിത. ഈ കവിതയുടെ വൃത്തം കാകളിയാണ്. ഈരടിയെ വെട്ടിനുറുക്കിയതിന് കാരണമെന്ത്?

സമാഹാരത്തിൽ, 'കാഴ്ച', എന്നൊരു കവിതയിൽ കവി പ്രതീകങ്ങൾ ഉപയോഗിച്ചാണ് പ്രതിപാദ്യം കടയുന്നത്. ഒരു സഞ്ചാരി പരിചയമില്ലാത്തിടത്ത് സഞ്ചരിച്ചു സന്ദർശിക്കുമ്പോൾ ഒരു ഗൈഡ് ഉണ്ടാകുക, ടൂറിസത്തിന്റെ ചട്ടമാണ്. ഈ സഞ്ചാരിക്കു ടൂർഗൈഡ് ഇല്ല. അങ്ങോട്ടു പോ, ഇങ്ങോട്ടുപോ, ഇടത്തോട്ട് പോ, വലത്തോട്ടുപോ, നേരേപോ, മാറിപ്പോ എന്നെല്ലാം അറിയിക്കുന്ന (എന്നാൽ എങ്ങോട്ടും പോകാത്ത) കൈചൂണ്ടിപ്പലകയും ഇല്ല. സഞ്ചാരി എന്തു ചെയ്യും?

"മേലോട്ടുനോക്കിയാലെന്തുകാണാം?
വാൽത്തല നൂറു നിരന്നുകാണാം"

ചന്ദ്രനല്ല, ചന്ദ്രൻ നൂറില്ല. നക്ഷത്രങ്ങളല്ല. അത് നൂറല്ല, ആയിരമല്ല. എണ്ണിയാലൊടുങ്ങില്ല. തന്നെയുമല്ല വാളിന്റെ നീളം മണ്ണിൽ നിന്നു നോക്കുമ്പോൾ നക്ഷത്രങ്ങൾക്കൊന്നിനും വാളിന്റെ നീളമില്ല. പിന്നെ മേഘങ്ങൾ ആണെന്ന് വിചാരിച്ച് സഞ്ചാരിമേലോട്ടെങ്ങനെ പോകും? വയ്യ. ആരുടെയും തലയ്ക്കു മീതെ വായ്ത്തലക്കു മൂർച്ചയുള്ള പലവിധം വാളാണല്ലോ എന്നും.

"വെട്ടുക, മുറിക്കുക, പങ്കുവയ്ക്കുക. രാജ്യം
പത്തനം ജനപഥമൊക്കെയും ചത്തും കൊന്നും
വാഴുകപുലികളായ് സിംഹങ്ങളായും; മർത്ത്യ-
നാക്കുക വയ്യ! കഷ്ടം ജന്തു ജയിക്കുന്നു."

എന്നു ഒ എൻ വി പരിഭവിച്ചതുപോലെ നമ്മൾ ഇപ്പോൾ ഉപയോഗിച്ചുകൊണ്ടിരിക്കുന്നതും ജാതി, മതം, വർഗ്ഗീയം, രാഷ്ട്രീയം, തട്ടിപ്പ്, വെട്ടിപ്പ്, മോഷണം, ബലാത്സംഗം, ആൾമാറാട്ടം, വാഹനാപകടം ഇങ്ങനെ നൂറ് നൂറ് വാളുകളാണ് യാത്രികരുടെ തലയ്ക്കുമീതെയുള്ളത്. മേലോട്ട് നോക്കാൻ വയ്യ. എന്നാൽ കീഴോട്ടു നോക്കിയാലോ? തീക്കനൽപ്പാലമാണ് പുകയുന്നത്. തെക്കോട്ടു നോക്കിയാൽ സ്വപ്നങ്ങളുടെ പരസഹസ്രം സ്വപ്നങ്ങളുടെ ശവങ്ങളാണ് കാണുന്നത്. മനുഷ്യത്വം - തികഞ്ഞ ജീവിതാഭിരതിയുള്ള മനുഷ്യന് ഒരു നിമിഷമെങ്കിലും മരണഭയമില്ലാതെ കഴിയാൻ ഒക്കുമോ? The paths of glory lead, but to the grave എന്ന കവിവാക്യം ഓർമ്മിക്കുക. എല്ലാ മഹത്ത്വങ്ങളും ഒടുങ്ങുന്നത് ചുടുകാട്ടിലോ, മറ്റോ ആണ്. നമ്മുടെ വിശ്വാസമനുസരിച്ച് മരണോദ്യോഗസ്ഥനായ കാലൻ തെക്കേ ദിക്കിൽ ചക്രവർത്തിയാണ്. സഞ്ചാരിക്കു അങ്ങോട്ടും സഞ്ചരിക്കാൻ ആകുന്നില്ല. എങ്ങോട്ടു നോക്കിയിട്ടും ഒരു വഴിയും സുഗമമല്ലായ്കയാൽ സഞ്ചാരി ഹൃദയം മുറിഞ്ഞ് കുഴങ്ങുന്നു. കാഴ്ചയിലെ കാഴ്ച ഇങ്ങനെയെല്ലാമേ വിസ്തരിക്കാൻ ആവുന്നുള്ളൂ.

'നാടകം' എന്ന കവിതയുടെ വൃത്തം കേകയാണ്. 'ചെന്നായും ആട്ടിൻ കുട്ടിയും' എന്നൊരു കഥ പണ്ട് ഞാൻ പ്രൈമറി ക്ലാസിൽ പഠിക്കുമ്പോൾ ഗുരുനാഥൻ പറഞ്ഞു കേട്ടിട്ടുണ്ട്. മലമടക്കിലൂടെ കീഴോട്ടു പോകുന്ന കാട്ടാറിന്റെ കീഴ്ക്കരയിൽ നിന്നാണ് ആട്ടിൻകുട്ടി വെള്ളം കുടിച്ചത്. അതിനെ കണ്ടപ്പോൾ ചെന്നായ്ക്ക് അതിനെ പിടിച്ചു തിന്നണം. അതിനൊരു ന്യായം കണ്ടു. മേൽ നില്ക്കുന്ന ചെന്നായ് തനിക്കു കുടിക്കാനുള്ള വെള്ളം ആട് കലക്കി ചീത്തയാക്കിയിരിക്കുന്നു! എന്താ പോരേ? ഈ മുരട്ടുവാദത്തിന്റെ വക്താവായാണ് സാഹിത്യനിരൂപൻ നടക്കുന്നതെന്ന് അയാൾ അഭിനയവേദിയിൽ കണ്ട നാടകത്തെ നിരൂപണം ചെയ്തത്; ആദ്യന്തം എല്ലാം തെറ്റ്, കഥ, അഭിനയം, കഥാപാത്രങ്ങൾ സംവിധാനം മൊത്തം തെറ്റ്; നാടകം വേണ്ട എന്ന് അയാൾ ശാഠ്യം പിടിച്ചു. തിരശ്ശീല വീണു. നാടകം സമാപ്തം. നിരൂപകന്മാരുടെ, ഖണ്ഡന നിരൂപകന്മാരിൽ പലരുടെയും മനോഭാവമാണ് ഈ കവിതയിൽ കവി പരിഹസിക്കുന്നത്. "കൊല്ല്, ആ പട്ടിയെ. അവനൊരു നിരൂപകനാണ്." എന്ന് ഗെയ്ഥേ ഒരിക്കൽ ഒരു നിരൂപകനെ ക്രുദ്ധിച്ചിട്ടുണ്ട് എന്ന് ഗുപ്തൻ നായർ സാറിന്റെ *സമാലോചന* എന്ന വിമർശനകൃതിയിൽ വായിച്ചിട്ടുണ്ട്. രണ്ടും നിരൂപകന്റെ നേർക്കുള്ള ചാട്ടുളിയാണ്.

ചാർവാകൻ നിരീശ്വര മതത്തിന്റെ സ്ഥാപകനാണ്; ഒരു വിഗ്രഹഭഞ്ജകനെപ്പോലെ സ്വർഗ്ഗത്തെയും ദൈവത്തെയും മാടൻ മറുത, അറു

കൊല തുടങ്ങിയ ക്ഷുദ്രജന്തുക്കളെയും അടിച്ചുകൊന്ന് ഈ ഭൂമിയെയും ഇവിടുത്തെ മനുഷ്യരെയും മറ്റും ദൈവമായി കരുതാൻ പഠിപ്പിച്ചയാൾ. ശ്രീകുമാർ ആ മത സിദ്ധാന്തക്കാരന്റെ വക്താവായി പ്രസ്തുത കവിതയിൽ പ്രഭാഷണം ചെയ്യുന്നു. നല്ലൊരു കവിത! ചാർവാകൻ ആ വാക്കുകളിൽ ഇങ്ങനെ ചിത്രീകരിക്കപ്പെട്ടിരിക്കുന്നു.

"അഗ്നിയും ഹിമവും മുഖാമുഖം കാണുന്ന സുപ്രഭാതം
പുഷ്പവും പക്ഷിയും പ്രത്യക്ഷമാവുന്ന സുപ്രഭാതം
ഉപ്പു കുമിഞ്ഞ പോലദ്രി, യതിനപ്പുറം-
അത്തിനുന്തോം തകച്ചൂടുവച്ചങ്ങനെ
വിത്തിട്ടുപോകും കൃഷിസ്ഥലം
വെൺകരടി സ്വപ്നത്തിലെന്നപോൽ-
ഗായത്രി ചൊല്ലുന്ന ഗർഭഗൃഹം.
വൃദ്ധതാപസർ പ്രാപിച്ചു വൃത്തികേടാക്കിയ
വേദക്കിടാത്തികൾ.
കത്തി നിവർന്ന വിളക്ക് ചാർവാകൻ."

ഇങ്ങനെ ചാർവാകന്റെ മേന്മകളെ പുകഴ്ത്തി നീങ്ങുന്ന കവിത ചാർവാക മതം വന്നാലുണ്ടാകുന്ന പുരോഗതിയുടെ ചിത്രം കേരളത്തിൽ പരിവർത്തനം സൃഷ്ടിച്ച ശ്രീനാരായണ ഗുരുവിന്റെ നവോത്ഥാന സംഭാവനകളെ അനുസ്മരിച്ചു കൊണ്ടാണ് പരിസമാപ്തിയിലെത്തുന്നത്.

"തെറ്റാണുയജ്ഞം, അയിത്തം, പുല, വ്രതം
ഭസ്മം പുരട്ടൽ, ലക്ഷാർച്ചന, സ്തോത്രങ്ങൾ
തെറ്റാണു ജ്യോത്സ്യപ്പുലമ്പലും തുള്ളലും
അർത്ഥമില്ലാത്തതീശ്രാദ്ധവും ഹോത്രവും
പ്രാർത്ഥിച്ചു പ്രാർത്ഥിച്ചു പാഴാക്കിയാലതൊറ്റ
മാത്രയ്ക്കു മത്രയും ധന്യമീ ജീവിതം
വേദനമുറ്റിത്തഴച്ചൊരീ വിസ്മയം
സ്നേഹിച്ചു, സ്നേഹിച്ചു സാർത്ഥകമാക്കണം"

ചാർവാകൻ നല്കിയ സന്ദേശം കേട്ടനുസരിക്കുന്ന വലിയ സമൂഹം ലോകത്തുണ്ടെന്നോർക്കുമ്പോൾ കുരീപ്പുഴയ്ക്ക് ആ സമൂഹത്തോടൊപ്പം നില്ക്കാൻ തോന്നിയത് അഭിനന്ദനാർഹമാണ്. അയ്യപ്പപ്പണിക്കർ കവിതകളുടെ ഛായയുള്ള പല കവിതകളും കുരീപ്പുഴയും എഴുതിയിട്ടുള്ളത് ഈ സമാഹാരത്തിൽ നിന്ന് വായിക്കാം. പണിക്കർക്കവിതകൾക്ക് സ്ഥിരതയുള്ള ഒരു ദർശനമില്ല. അതിനാൽ ആദ്യന്തം ഒരു ഭഗ്നപ്രക്രമത്തിലൂടെയാണ് നീങ്ങുന്നത്. പണിക്കരുടെ ഓരോ ഇമേജും ആസ്വാദകൻ പ്രതീക്ഷിക്കുന്നതിന്റെ എതിർദിശയിൽച്ചെന്നുനില്ക്കും. മിക്കപ്പോഴും അതാണ് അവസ്ഥ. അസംബന്ധ കവിതകൾ കേരളത്തിന് പണ്ടേ സുപരിചിതമാണ്. പൊരുത്തമില്ലാത്തതിനെ വാക്കുകളിൽ കൊരുത്തിട്ട് വായിക്കുന്നവരെ വിസ്മയക്കൊമ്പത്തെത്തിക്കുന്ന കവിതകൾ

കുരീപ്പുഴ അത്രടം പോയില്ലെന്നേയുള്ളൂ. അദ്ദേഹത്തിന്റെ

'ആവർത്തനം' എന്ന രാഷ്ട്രീയകവിത ഏതാണ്ടിങ്ങനെയൊക്കെത്തന്നെയാണ്.

"ആകെ മടുത്തു,
സഖാവേ സഹിക്കുവാനാവാത്ത
വാചകത്തെയ്യങ്ങളാടവേ
അർത്ഥം പൊലിഞ്ഞ പദങ്ങളെ ച്ചില്ലിട്ടു
വച്ച ബംഗ്ലാവു കടന്നു വരുന്നു ഞാൻ;
ദുഃഖം തുളച്ചു തുള്ളുന്ന മൗനത്തിന്റെ-
യുഷ്ണത്തിലേക്ക് കുതിച്ചു വീഴുന്നു ഞാൻ"

ഇതു വായിച്ചിട്ട് ഒടുക്കം പണിക്കരെയും കുരീപ്പുഴയെയും ഒന്ന് അടുത്തു നിർത്തി നോക്കാമോ വായനക്കാർക്ക്? രണ്ടും കാക്കകൾ. അയ്യപ്പപ്പണിക്കർ, കേക, കാകളി മുതലായ ഭാഷാവൃത്തങ്ങളിലും സംസ്കൃത്തിലെ അനുഷ്ടുപ്പിലും, പച്ച ഗദ്യത്തിലും കവിതകൾ കെട്ടിയിട്ടുണ്ട്. ശ്രീകുമാറിനും കവിതാരചനയ്ക്ക് വൃത്തം ഐച്ഛികമല്ല. തൂലിക കടലാസിൽ ഓടാൻ തുടങ്ങുമ്പോൾ വൃത്തവും മനസ്സിൽ നിന്ന് ചാടി പേനാത്തുമ്പിൽ വീഴും. അത്രതന്നെ അതുപോലെ ഈരടി, നാലടി എന്ന പദക്രമവും രണ്ടാൾക്കും ഇല്ല.

"പള്ളിക്കൂടത്തിൽ പരന്നു
പള്ളിക്കൂടത്തിലുരുണ്ട്,
ദുനിയാവിന്റെ ദുഃസ്ഥിതി.
ആദാമിൽ നിന്നെന്നച്ചാൽ
ആൾക്കുരങ്ങിൽ നിന്നെന്ന് മാഷ്;
പാമ്പുവിഴുങ്ങിയന്നു മുത്തശ്ശി,
ഭൂമിയുടെ നിഴലെന്നച്ചാൽ
ഉണ്ണിക്കുട്ടന്റെ ഉൾച്ചിരി"

മൂന്നു വരിക്കവിത! ആർക്കും ഭൂമിയുടെ ഉത്ഭവത്തെക്കുറിച്ച് ഒരു സ്ഥിരതയുമില്ല. അഭിപ്രായം ഇരുമ്പുലക്കയല്ലാത്തതിനാൽ അഭിപ്രായങ്ങൾ മാറിമാറിപ്പറയാം. ശ്രീകുമാർ ഈ തർക്കത്തിൽ ഇടപെട്ട സ്ഥിതിക്ക് അദ്ദേഹത്തിനും ഇതറിഞ്ഞുകൂടാ എന്ന്, അറിഞ്ഞൂടാത്ത വായനക്കാർ സംശയിച്ചാൽ എനിക്കു സംശയം. സംശയാത്മാ വിനശ്യതി (ഭഗവാൻ ഭഗവദ് ഗീതയിൽ പാടി) സംശയം ചുമന്നുകൊണ്ടു നടക്കുന്നവൻ നശിക്കും. ഒരു കവിതകൂടി;

"അറബിക്കടൽ അശുദ്ധമായതെങ്ങനെ?
രാജഭരണം അറബിക്കടലിൽ;
അടിയന്തരാവസ്ഥ (ന്തി-തെറ്റ്)
അറബിക്കടലിൽ;
കൈക്കൂലിക്കാർ
അറബിക്കടലിൽ,
ആന്റണി ഭരണം

അറബിക്കടലിൽ
നമ്മുടെ കടൽ അശുദ്ധമായതിങ്ങനെ

ശ്രീകുമാറിന്റെ കവിതകളിൽ ചൊല്ലിപ്പാടിപ്പുകൾപ്പെരുപ്പം പിടിച്ചെടുത്ത പല കവിതകളുണ്ട്. അവയിൽ 'ജസ്സി' വരും. വനിതാകോളേജുകളിലെ അങ്കണങ്ങളിലും അകത്തളങ്ങളിലും ആ കവിത ഒരു മൃദുമഞ്ജുമുരളീമധുരഗാനം കേട്ടാലത്തെപ്പോലെ കൗമാരക്കാർക്ക് ഇക്കിളിയുണ്ടാക്കിയിരുന്നു. ജസ്സി ഈ കഥാകവിതയിലെ നായികയാണ്. ഉത്തമപുരുഷ സർവ്വനാമങ്ങളാൽ (ഞാൻ, എൻ, എന്റെ എനിക്ക് ഇത്യാദി) ഒരു നായകനും ഉണ്ട്. കഥ സംഭവബഹുലമാണ്. എല്ലാവരികളും ഈ ലേഖനത്തിൽ ഉദ്ധരിക്കത്തക്കതാണ്. എന്നാലും മനസ്സില്ലാ മനസ്സോടെ, അതിനൊരുമ്പെടുന്നില്ല.

"കല്ലാകുവാനും കഴിഞ്ഞില്ല; നെല്ലോല
തമ്മിൽപ്പറഞ്ഞുചിരിക്കുന്ന കണ്ടുവോ
അക്കങ്ങളസ്വസ്ഥമാക്കുന്ന ജീവിത-
ത്തർക്കങ്ങളിൽ പിന്നെ നീ കുഴങ്ങീടവേ,
കർമ്മകാണ്ഡങ്ങളിൽ കാട്ടുതീ ചുറ്റവേ,
കണ്ടവർക്കൊപ്പം കടിഞ്ഞാണിളക്കി നീ
ചെണ്ടകൊട്ടാനായുറന്നീറങ്ങീടവേ
മാംസദാഹത്തിൻ മഹോന്നതവേദിയിൽ
മാലാഖയെത്തുന്ന ഗൂഢസ്ഥലങ്ങളിൽ

നഷ്ടപ്പെടുത്തി തിരിച്ചുവന്നെന്തിനോ
കഷ്ടകാലത്തിൻ കണക്കുകൾ നോക്കവേ
എങ്ങും മുഖം മൂടി നിന്നെ നോക്കിച്ചിരി-
ചന്യയെന്നോതി പ്പടിയടച്ചീടവേ
ജസ്സി നിനക്കെന്തു തോന്നി?

ജസ്സിയും കവിതയിലെ നായകനും തമ്മിൽ പവിത്രവും അല്ലാത്തതുമായ ബന്ധങ്ങൾ ഉള്ളവരായിരുന്നു എന്ന് സഹൃദയന് വിശ്വസിക്കാമോ? (കവിതയുടെ ഒന്നാം ഖണ്ഡം അങ്ങനെയൊരു സംശയം ഉണ്ടാക്കുന്നു) രണ്ടാം ഖണ്ഡത്തിൽ ആ വിശ്വാസം ഉറപ്പിക്കുന്നു. ചുരുക്കിപ്പറഞ്ഞാൽ, ഒരിക്കൽ പവിത്രയായിരുന്നെങ്കിലും പിന്നെ പതിതയായിപ്പോയ ഒരുവളുടെ ദയനീയകഥ! കവി, ആ ജീവിതത്തോട് സാത്മ്യം പ്രാപിച്ചുകൊണ്ടെഴുതിയതാണ് ഈ കവിതയെന്ന് സംശയിച്ചുകൊണ്ടു ജസ്സിയുടെ ആസ്വാദനം അവസാനിപ്പിക്കുന്നു. എത്രനേരം വേണമെങ്കിലും ഇരുന്നു പാടിക്കരയാൻ പാകത്തിലുള്ള ഒരു കവിത- ഇത് ഹൃദയത്തിലേക്ക് കണ്ണീർത്തുള്ളികൾ അയക്കുന്നു.

മണർക്കാട് ശശികുമാർ കവിയുടെ ഒരു ആത്മമിത്രമാണ്. അദ്ദേഹം ശ്രീകുമാറിനെയും ജസ്സിയെയും ഓർത്തുകൊണ്ട് അദ്ദേഹത്തോട് നേരിട്ടു പറഞ്ഞ രീതിയിൽ എഴുതിയ സാമാന്യം നീണ്ട കുറിപ്പ് സമാഹൃത കൃതി

യുടെ ഒടുവിലുണ്ട്. അതിൽ ചില വാക്യങ്ങൾ ഇവിടെ ഉദ്ധരിക്കുന്നു.

> "ജസ്സി" എന്ന കവിത പിറന്നകാലം മുതൽ കോളേജ് ക്യാമ്പസുകളിൽ നിന്ന് ക്യാമ്പസുകളിലേക്ക് തോർച്ചയില്ലാത്ത പ്രവാഹോത്സവം പോലെ., ഏതോ ജന്യരാഗംപോലെ അനുസ്യൂതം ഒഴുകിക്കൊണ്ടിരിക്കുന്നു. ഈ കവിത ശ്രീകുമാർ ചൊല്ലുമ്പോൾ കവിയുടെ അകക്കണ്ണിന്റെ തുളുമ്പൽ എനിക്ക് അനുഭവപ്പെട്ടിട്ടുണ്ട്. വീർപ്പുമുട്ടലുകൾ നിയന്ത്രണാതീതമായിട്ട് മിഴിയൊഴുകുന്നതും കണ്ടിട്ടുണ്ട്. എന്റെ ജസ്സി നിനക്കെന്തു തോന്നി? എന്ന് കവിത ഉപസംഹരിക്കുമ്പോഴും ഈ വരി ചൊല്ലാൻ പാടുപെടുന്നത് കണ്ടിട്ടുണ്ട്.

അഷ്ടമുടിക്കായലിന്റെ തീരത്തു വളർന്ന ഒരു കവിക്കു ആ കായൽ ഇഷ്ടമുടിയാണ്. അഷ്ടമുടിക്കായലിന്റെ എല്ലാ പഴങ്കഥകളും അറിയാവുന്ന ഒരാളാണ് ശ്രീകുമാർ എന്ന് അദ്ദേഹം പറയുന്നു. അതിന് വന്നു പോയ കഷ്ടകാലത്തിന്റെ കഥകളും കവിക്ക് തീവ്രാനുഭവമാണ്.

"മുടിയെട്ടും കോർത്തുകെട്ടി
വിരൽ നൂറാൽ കാറ്റൊതുക്കി
വിരിഞ്ഞങ്ങനെ തിരിഞ്ഞങ്ങനെ
കിടക്കുന്നോള് - എന്റെ
തുഴത്തണ്ടിൽ താളമിട്ടു
തുടിക്കുന്നോള്"

ഈ ഇഷ്ടമുടിച്ചിത്രത്തിൽ രാജാരവിവർമ്മയുടെ പ്രകൃതി ചിത്രങ്ങളെ ഓർമ്മിപ്പിക്കുന്നവിധം ആ കായലും പരിസരവും നമ്മുടെ മനസ്സിലെ നാനാ ഭാവങ്ങൾക്ക് ഈറ്റില്ലമാക്കുന്നു. കായലിന്റെ ഒരു ഓരത്തുള്ള വീരഭദ്രൻ ക്ഷേത്രത്തെ ഓർത്തുകൊണ്ട്.

"കണ്ടു നില്ക്കെക്കുളിച്ചു വന്ന്,
ഉരുക്കൾക്കായ് വെറും മണ്ണിലുരുണ്ടുരുണ്ട്
ഒടുക്കം നിക്കുവാൻ വയ്യാതവരെ വിറ്റു,
കയർച്ചുറ്റിൽ കാലുടക്കി ദ്രവിച്ചു നിന്നു,
ഇറച്ചിക്കു കള്ളുമായി തിരിക്കും നിന്റെ
തെറിച്ചമക്കളോടമ്മേ പൊറുത്തുനില്ല്."

പഴമക്കാർക്കും ശ്രീകുമാറിനും മാത്രമറിയാവുന്ന നാട്ടറിവുകളും നാട്ടുകഥകളും ഈ കവിതയ്ക്ക് ഒരു ഫോക്‌ലോർപ്പാട്ടിന്റെ ഗ്രാമീണാന്തരീക്ഷം കൊടുക്കുന്നു.

വിജയലക്ഷ്മിയുടെ കവിതാ പഥം

'ശ്രീരാവണൻ' എന്ന കവിതയിലെ ഒരു ഭാഗം മുൻപുറം കവിത ഉദ്ധരിച്ചിട്ടാണ് കവിതാ സമാഹാരത്തിൽ വിജയ യൗവനം യാത്ര പറഞ്ഞ കവയിത്രിയും യൗവനം ഒരിക്കലും യാത്ര ചോദിക്കാത്ത കവിതകളുമായി വിജയലക്ഷ്മി സഹൃദയന്റെ മുന്നിൽ ഇപ്പോഴും നില്ക്കുന്നു. ഭൂതകാലത്തിന്റെ പ്രഭാവ തന്തുക്കളെ കൈവിടാതെയും വർത്തമാനകാലത്തിന്റെ സൗരഭ്യം ഹൃദയത്തിൽ തളിച്ചും ഭാവികാലത്തിൽ കവയിത്രി അഭിമാനത്തോടെ നില്ക്കുന്നു. താൻ മൂന്നുകാലത്തെയും ഒരുമിച്ച് ആശ്ലേഷിച്ചിരിക്കുന്നു. തന്റെ ജീവതം ധന്യമാണെന്ന് വിജയലക്ഷ്മിക്ക് അഭിമാനിക്കാമെങ്കിലും വിനയം അതിനെ തടയുന്നു. ഒരു ക്രാന്തദർശിയായ ആസ്വാദകന് അവരുടെ കൃതിയുടെ ആദ്യമൂടിക്കടലാസിൽ കാണുന്ന കടല്പ്പുത്തേൻ എന്നു തോന്നുമാറ് മേൽപ്പോട്ടുപോകുന്തോറും കുറഞ്ഞും കീഴ്ഭാഗം കൂടുതലായും പാറക്കല്ലുകൾ വ്യവസ്ഥയില്ലാതെ അടുക്കിവച്ചിരിക്കുന്നു. അത് ഒരു കല്പ്പടവിന്റെ പ്രകൃതി ജനിപ്പിക്കുന്നു. അത് ശരിയെന്നു തീർച്ചയാകും വിധം മുകളിൽത്തന്നെ കുറിച്ചിരിക്കുന്ന വരികളും കൂട്ടി വായിക്കുമ്പോൾ വിജയലക്ഷ്മിയുടെ കവിതകളുടെ ഒരു പ്രകടന പത്രിക ആസ്വാദകനും കിട്ടുന്നു.

"കെട്ടുപോകും വെളിച്ചത്തിന്റെ നിശ്ചല
വൃത്തത്തിലേക്ക് നടൻ ചുരുങ്ങുമ്പോഴും
മുന്നിലി,രുട്ടിലിരുന്നു വീണ്ടും മനം
കണ്ണീരൊഴുക്കിൽത്തളർന്നുവീഴുമ്പോഴും
വേദിയെ, കാണാനിരിക്കുവോരെ, ആദി-
കാലം മുതലുള്ള രാമായണങ്ങളെ
ഭേദിച്ചെണീറ്റെഴുന്നള്ളുന്നു ലങ്കയെ

ആകാശമാകെ നിറഞ്ഞു ശ്രീരാവണൻ."

ഇതിഹാസ പുരാണാദികാലത്തെ ജീവിതത്തെ സമഗ്രമായി ആവിഷ്കരിച്ചിരിക്കുന്നതാണ് ഈ പദ്യഭാഗം. കവയിത്രിയുടെ പ്രകടനപത്രികയിലെ നമുക്കു തരുന്ന വരദാനം ഇതിലുണ്ട്. ഇവിടെ എന്തെല്ലാമായാലും ശ്രീരാവണന്മാരും ലങ്കയ്ക്കു പുറത്തും അകത്തും നടക്കുന്ന അനാശാസ്യങ്ങളും അതിന്റെ പ്രവണതകളും നുള്ളിക്കളയാനാണ് ഈ ആഹ്വാനം; അത് എത്രകണ്ട് സഫലമാകുമെന്ന് വ്യംഗ്യ മര്യാദയിൽ സംശയിക്കുന്നത് ആണ്. മേല്പോട്ടു പോകുന്തോറും കല്പ്പടവിലെ പടവുകൾ കുറഞ്ഞു നേർത്തു വരുന്നത്. ഏറ്റവും മുകളിലത്തെ വലുതും ചെറുതും പടവുകൾ അതിന്റെ സൂചകങ്ങളാണ്. പുസ്തകത്തിലെ സമാഹൃത കവിതകളിൽ ഒന്നിലും പൂർണ്ണമായോ ഭാഗികമായോ ആ വരികൾ കാണാൻ കഴിയാത്തതിനാൽ അല്ലെങ്കിലും ആമുഖ കവിതയ്ക്ക് കവയിത്രി കണ്ട പ്രാധാന്യം ആർക്കും അംഗീകരിച്ചുകൊടുക്കാം. ഇപ്പോഴും എപ്പോഴും പെണ്ണിനെ കട്ടോണ്ടുപോകുന്നവരുടെ എണ്ണം കൂടുന്നു. അവരെ ബലാത്സംഗം ചെയ്യുകയും പിന്നെ കൊല്ലുകയും ചെയ്യുന്നവരുടെ പ്രതിനിധിയാണ് രാവണൻ. മറ്റൊരാൾ ദുശ്ശാസനൻ, ഇന്നും ഇവരൊന്നും കുറ്റിയറ്റുപോയിട്ടില്ല.

ഈ കുത്സിത ചിന്തകളും പ്രവൃത്തികളും ഇല്ലാത്ത ഒരു ലോകം ഉണ്ടാകാൻ മറ്റു പലരെയുംപോലെ കവയിത്രിക്കും ആഗ്രഹമുണ്ട്. അതുകൊണ്ട് ഭൂതകാല ജീവിതത്തെ വീണ്ടും ഓർക്കുന്ന കുറേ നല്ല കവിതകൾ വിജയലക്ഷ്മി എഴുതിയിട്ടുണ്ട്.

'കൗസല്യ' അവരുടെ സമാഹൃത ഗ്രന്ഥത്തിലെ രണ്ടാമത്തെ കവിതയാണ്. ഏകലവ്യൻ, യയാതിക്ക്, ദേവാസുര, അശ്വത്ഥാമാവ് ഇങ്ങനെ ആ ജനുസ്സിൽ വേറെയും കവിതകളുണ്ട്. കൗസല്യ അത്യന്തഹൃദ്യമായ ഒരു കവിതയാണ്. ഒരു സാപത്ന്യത്തിന്റെ പങ്കപ്പാട് മുഴുവൻ ആ കവിതയിൽ കാച്ചിക്കുറുക്കി വച്ചിരിക്കുന്നു. ദശരഥൻ (കവയിത്രി ആ പേരുപോലും വ്യംഗ്യ മര്യാദയിൽ ഒതുക്കിവച്ചു) കൈകേയിയെ കൂടുതൽ പ്രേമിച്ചു (അങ്ങനെയായിക്കൂടെങ്കിലും കുടിച്ച പായസം രണ്ടു പങ്കായതുകൊണ്ട് ഭരതനും ശത്രുഘ്നനും പിറന്നു. മഹാരാജാവ് യുദ്ധത്തിനു പോയ തേരിന്റെ കീലം ഒടിഞ്ഞപ്പോൾ കൈകേയി തന്റെ വിരലാണ് പകരം വച്ചത്. ആ സപത്നിയെ കൂടുതൽ മഹാരാജാവ് ഇഷ്ടപ്പെടേണ്ടത് ന്യായം. അത് കവയിത്രിക്കറിയാം. (മലയാളികളിൽ *രാമായണം* വായിച്ചുപഠിച്ചവരല്ലേ ഏറെ?) അതിനാൽ ദശരഥന്റെ പ്രേമഭാവനകളിലേക്കും സ്മരണകളിലേക്കും അവൾ ഊളിയിട്ടിറങ്ങുന്നു.

"പിന്നെയും നിശീഥത്തിലങ്ങു ചൊല്ലുന്നു ചില്ലി-
വില്ലുകൾ കുലയ്ക്കുന്ന കാമപത്നിയെപ്പറ്റി
തങ്ങളൊക്കെയും മറന്നങ്ങനെ വിഹരിച്ച
മണ്ഡപങ്ങളെ, ത്തളിർശയ്യയെ, ച്ചതച്ചതാം
മുല്ലമാലയെ, സ്സഖി ചുറ്റിയ വെൺപട്ടിനെ

മന്ത്രമുഗ്ദ്ധനായ് ഭവാൻ വർണ്ണിപ്പൂ, ഞാനോ, ദൂരെ-
യമ്പിളിതാഴും കയം നോക്കി മൂകയായ് മേവി."

കവിക്ക് കവിതാ രചന കരകൗശലമല്ല, കലാകൗശലമാണ്, എന്നു കവയിത്രിക്കറിയാം. ഞാനോ ആ അമ്പിളിതാഴും കയം നോക്കി, മൂകയായ് മേവി! സപത്നിയോടോ ഭർത്താവിനോടോ വാച്യമായ പരിഭവമൊന്നും ഇല്ല. അത് വ്യംഗ്യത്തിൽ ഒതുക്കി. കൗസല്യ നല്ല സംസ്കാരമുള്ളവളല്ലേ?

കൗസല്യയ്ക്ക് പിന്നെയും ചിലതുപറയാനുണ്ട്. അതുകൂടി കവയിത്രി പറയുമ്പോൾ കവിത സാഫല്യമടയുന്നു. വായിക്കുക.

"അർച്ചിത മഹാരഥനെപ്പോഴുമെന്നാലും ഞാൻ
കല്പടവുകൾ താണ്ടി,ക്കയറിയുമടിവേരാർ-
ന്നെത്രയും മുരടിച്ചു നില്കുന്നൊരശോകം നീ
രത്നസൗവർണ്ണച്ചിലമ്പിട്ടു നർത്തനം ചെയ്ക
രക്തപുഷ്പങ്ങൾ വിടർത്തുന്നവൾ, പക്ഷേ, തിക്ത-
തിക്തമേ! മറന്നാലുമിത്തണൽ, തളർന്നെന്തി-
നിങ്ങണയുന്നു, വീണ്ടും മാപ്പ്- ഞാൻ മറന്നുവോ
ധർമ്മ ദാരത്തെ - രാമന്നമ്മയാകുവാനല്ലോ
വന്നു ഞാൻ, മറ്റെന്തുണ്ടീമഹിഷിയ്ക്കധികാരം?"

തനിക്കു ഒരു പത്നിയെന്ന നിലയിൽ പ്രസവിക്കാനേ അവകാശമുള്ളൂ. കൗസല്യ പ്രസവിച്ചു. ഒരാൺകുഞ്ഞിനെ. അവനാണ് ജീവനുള്ള മനുഷ്യത്വത്തിന്റെ പൂർണ്ണകായ പ്രതിമയായ ശ്രീരാമൻ. കൗസല്യയ്ക്ക് ആ കൃതാർത്ഥതയാണ് ദശരഥൻ അല്ല വിധി സമ്മാനിച്ചത്. 'കൗസല്യ' യാണ് കവിത. കവയിത്രിക്കും കൃതാർത്ഥയാകാം.

അശ്വത്ഥാമാ, ഏകലവ്യൻ, ഭാഗവതം, യയാതിക്ക് ഇങ്ങനെ പുരാണസ്പർശം തെളിഞ്ഞും മറഞ്ഞുമുള്ള ചില കവിതകൾ സമാഹാരത്തിലുണ്ട്. അവയിൽ ഒന്ന് അഴകും ഈടും ഉള്ളതാണ്. 'താണ്ഡവം' പ്രസിദ്ധമാണ്. പലരും പുരാണ പ്രസിദ്ധമായ ശിവതാണ്ഡവത്തെക്കുറിച്ച് എഴുതിയിട്ടുണ്ട്. കവിതയുടെ പേരിൽ നിന്ന് ശിവശബ്ദം മായ്ച്ചുകളഞ്ഞേയുള്ളൂ. വൃത്തം കേക വേണ്ടായിരുന്നു. ആ വൃത്തം ചടുലതയാവശ്യമുള്ള താണ്ഡവത്തിന് ചേരുന്നതല്ല. കാളിദാസന്റെ കുമാരസംഭവകഥ പശ്ചാത്തലമൊരുക്കി കവയിത്രി കഥാംശം ചിത്രീകരിക്കുന്നത് കാണാൻ രസമുണ്ട്. ശിവനെ ഭർത്താവായിക്കിട്ടാൻ ഒരു സ്ത്രീക്ക് ആവുന്നതെല്ലാം പാർവ്വതി ചെയ്യുന്നു. അവളെ നല്ലവണ്ണം നോവിച്ചു പരീക്ഷിക്കാനാണ് ശിവന്റെ ശ്രമം. കാരണം തന്റെ ആകൃതി, പ്രകൃതി, പ്രവൃത്തി ഇവയൊന്നും ഒരു കാമുകിക്ക് ഇഷ്ടപ്പെടുന്നതല്ല. ഒടുവിൽ ഒരു വടുവിന്റെ രൂപത്തിൽ അവൾക്ക് ശിവസമാഗമം കിട്ടി. കുമാരസംഭവം നല്ലതുപോലെ പഠിച്ച് തന്മയീഭവിച്ച ഒരാൾക്കേ ഈ കവിത ഹൃദ്യമാകൂ.

അണയൂ മൃത്യുഞ്ജയി താപസിയിവൾ ഭക്തി-
ഭരിതം മനസ്സിൽ നിൻപാദവന്ദനം ഭക്തി-

ളുതു ചൈതന്യം പാതമാറി നീങ്ങുമീച്ചാര-
പ്പുരയിൽ, ശ്മശാനത്തിലെന്റെ രാവുഴയ്ക്കുന്നു.
ഒടുവിൽ യുഗം നീളും നിമിഷാന്ത്യത്തിൽ ചന്ദ്ര-
ക്കല ചൂടുവാനെന്റെ തമ്പുരാൻ വന്നെത്തുന്നു.

അദ്ദേഹത്തോട് ഒരപേക്ഷയേ അവൾക്കുള്ളൂ. അതിൽ അവളുടെ സ്വർഗ്ഗീയ നിർവൃതി അദ്ദേഹത്തിന്റെ മേനിയിലെച്ചാരം പോലെ ചിതറിപ്പരക്കുന്നു.

"താണ്ഡവ,മാടേണ്ട കൈയിൽ ത്തുടിയാവുന്നു; വിരൽ-
ത്താളമാവുന്നു, നാദമേളമാവുന്നല്ലോ ഞാൻ
പൊതിയൂ പാദങ്ങളിൽ മുറുകെച്ചുറ്റിച്ചുറ-
ഞ്ഞുറയൂ ഹിരൺമയ നീരസഞ്ചയങ്ങളേ
ഈ ചുടുകാടിൻ മൂകഭീകരോത്സംഗത്തിൽ നി-
ന്നുത്സവമേളത്തോടെ ജീവിതമുയിർക്കട്ടെ!"

കവിതയുടെ സാംഗോപാംഗഘടകങ്ങളെല്ലാം തന്മയത്വത്തോടെ സമന്വയിക്കുന്നിടത്ത് കവിത സാഫല്യത്തെ പുണരുന്നു.

'ഒരു പുരാവൃത്തം' എന്ന കവിത ഞാൻ പലതവണ വായിച്ചതാണ്. പലതവണ വായിച്ചെങ്കിലും ആസ്വാദക മനസ്സിന് പിടിതരാത്ത കവിത. വൃത്തം ഏതെന്നറിഞ്ഞുകൂടാ. ഓരോ വരിയിലും ഛന്ദോനിയമങ്ങൾ തെറ്റുന്നു. ആശയം നനഞ്ഞ അടുപ്പിലെത്തീപോലെ പുകയുന്നതേയുള്ളൂ. കവിഗതം എന്തെന്നു നിനയ്ക്കാനാകാത്ത വണ്ണം, ദുരൂഹം, ദുർജ്ഞേയം! വാക്കുകളിൽ പലതിലും കാണുന്നത് എന്തിന്റെയോ ഒക്കെ പ്രതീകങ്ങൾ പോലെ, ഒരു മദ്ധ്യമപുരുഷനോട് കവയിത്രി തന്റെ സങ്കല്പമോ മിഥ്യയോ സ്വപ്നമോ എന്നറിയാനാകാത്ത അത്താണിയിൽ ആ വാക്കുകൾ ഇറക്കി വയ്ക്കുന്നു. എന്റെ അജ്ഞത പറയുന്നത് ഈ കവിത വിജയലക്ഷ്മിയ്ക്കു വേണ്ടി മാത്രമുള്ളതാണ് എന്നാണ്. അവരുടെ കവിതയെല്ലാം മദ്ധ്യമപുരുഷൻ വരുന്ന കവിതകളിലെല്ലാം ആ കുഴപ്പം ഏറിയും കുറഞ്ഞും അനുഭവപ്പെടുന്നു.

കുട്ടികൾക്ക്, മുഖവുര വേണ്ടാത്ത ഒരു സ്വഭാവം ഉണ്ട്. നാവും ചുണ്ടുകളും സമ്മതം മൂളിയാൽ ആരോടും എന്തും ചോദിക്കും. അതിന്റെ നല്ലൊരു മാതൃക കുമാരനാശാന്റെ *കുട്ടിയും തള്ളയും* ആണ്. ഒരമ്മയെ ചോദ്യശരങ്ങൾ കൊണ്ട് ആ കുഞ്ഞ് ബുദ്ധിമുട്ടിക്കുന്നു. പൂക്കളൊന്നുമില്ലെങ്കിലും നിറയെ പൂക്കളുണ്ടെന്നും അവ പറക്കുന്നുവെന്നുമാണ് കൊച്ചിന്റെ കുഞ്ഞുബുദ്ധിക്ക് തോന്നിയത്. ആദ്യത്തെ ചോദ്യം.

"ഈ വല്ലിയിൽ നിന്നുചെമ്മേ പൂക്കൾ-
പോകുന്നിതാ പറന്നമ്മേ."

പൂക്കൾ പറക്കുകയില്ല, അവ പൂമ്പാറ്റകളാണ് എന്ന് അമ്മയുടെ ഉത്തരം, ആ ശിശു വിടാൻ ഭാവമില്ല. അമ്മ പൊറുതിമുട്ടി ഒടുവിൽ അമ്മ

"നാമിങ്ങറിയുവതല്പം എല്ലാം
ഓമനേ, ദൈവസങ്കല്പം" പിന്നെ കുഞ്ഞ് മിണ്ടിയില്ല. അമ്മ രക്ഷ

പ്പെട്ടു.

വിജയലക്ഷ്മിയുടെ 'വിട്ടുപോകൂ' എന്ന കവിതയിലെ കുഞ്ഞും ഇതുപോലെ പലപല ചോദ്യങ്ങളുമായാണ് അതിന്റെ അമ്മയെ സമീപിക്കുന്നത്. കവയിത്രിക്ക് അനുഭവങ്ങളുടെ ഭാരംകൊണ്ട് കഴിഞ്ഞകാലവും വരാനിരിക്കുന്ന കാലവും വർത്തമാനകാലവും ചുമക്കാൻ ക്ലേശമായിരിക്കെ കുഞ്ഞുചോദ്യം ചോദിക്കാൻ തന്റെ കുഞ്ഞു തുടങ്ങുന്നു. അമ്മയ്ക്കാകട്ടെ സംഭവിച്ചുപോയ പാപങ്ങളുടെ കരിയും പുകയും ജീവിതപ്പാതയിൽ മുന്നോട്ടു പോകാൻ വയ്യാത്ത വണ്ണം ഉരുണ്ടും പിരണ്ടും പരന്ന് കിടക്കുന്നതിൽ ഉൽക്കണ്ഠാകുലതയാണ്. പക്ഷേ, കുഞ്ഞോ! ചെന്നിനായകം പുരട്ടിക്കൊടുത്താലും അത് മധുരിപ്പിച്ചു അമ്മയ്ക്ക് തിരിച്ചു കൊടുക്കുന്ന മട്ടാണ്. അമ്മ ചീത്തയാണെന്ന് പറയാനും കുഞ്ഞിനു കൂസലില്ല. അമ്മ ദേഷ്യപ്പെട്ടാൽ ചിരിക്കും, അമ്മയെ കരയിക്കും. ഇങ്ങനെ സൂര്യനെന്തെന്ന ചോദ്യംവരെ കുഞ്ഞു ചോദിച്ചു പോകും; പരിഭവവും പരിഹാസവുമെല്ലാം ചോദ്യത്തിന്റെ പരിധികടന്നപ്പോഴാണ് അമ്മ കുഞ്ഞിനോട് വിട്ടുപോകൂ എന്ന് പറഞ്ഞത്. ഈ കവിതയ്ക്ക് ഒരു പ്രത്യേകത കണ്ടു. കവയിത്രിയുടെ ജീവിതത്തിലെ എന്തെല്ലാമോ നിഗൂഢതകൾ അവരെ അലട്ടുന്നു. കുഞ്ഞ് അതൊന്നും അറിയാൻ ആവശ്യപ്പെടത്തക്ക പ്രായം അതിനില്ലല്ലോ. പൂർവ്വാനുഭവങ്ങളുടെ വേദനാഭരിതമായ ഓർമ്മകളുടെ ഒരു തികട്ടിത്തികട്ടിയുള്ള അയവിറക്കായി ഈ കവിതയെ സങ്കല്പിക്കാമെന്ന് തോന്നുന്നു. കവയിത്രിയുടെ മനസ്സിൽ കട്ടപിടിച്ചു കിടക്കുന്ന ചില സ്മൃതികളുടെ പുനർ നിർമ്മിതിയായി 'ആരു ഞാൻ' എന്ന കവിതയെപ്പറ്റിയും പറയാം. ഇതിൽ പ്രമേയം കുറേക്കൂടി പ്രകടമാണ്. കവയിത്രി തന്നെ കാടുതോറും സുഗന്ധവും തേടിയോടുന്ന ക്ഷീണിച്ച ഒരു സാരംഗമായി കാണുന്നു. ഒട്ടേറെ കോശാർത്ഥങ്ങൾ ഉള്ള ഒരു വാക്കാണ് സാരംഗമെങ്കിലും പ്രതിപാദനം കൊണ്ട് അത് മാനാണെന്ന് വിശ്വസിക്കാം. "നീ പ്രണയിച്ച നാളെന്നുള്ളിലെന്നപോൽ" എന്നൊരു പരാമർശമാണ് കവിതയിലെ പതിനാറാം വരിയെന്നതുകൊണ്ട് കവയിത്രിയോട് പ്രണയം ഉണ്ടായിരുന്ന ഒരാൾ ആ കവിതയുടെ നായക (നായികാ) സ്ഥാനത്തുണ്ട്. ആ വ്യക്തി തനിക്കു നഷ്ടപ്പെട്ടുപോയതിന്റെ ദുഃഖവും വേദനയും ഒരു വിലാപമായി പെയ്തിറങ്ങുന്നത് കവിതയിലാണ്. ആ ആളെ ഇനിയും തന്റേതാക്കാൻ കണ്ടകാകിർണ്ണം ആയ ഘോരവനങ്ങളിൽ ഒരു മൃഗമായി (മൃഗി) കവയിത്രിയിലെ പ്രണയിനി ഓടിയലഞ്ഞു തളർന്നിരിക്കുന്നു. പക്ഷേ, ഒരു ആശാകിരണം കവി മനസ്സിന് അപ്പോഴും പ്രകാശം കൊടുക്കുന്നു. അതിനെ വിഴുങ്ങാൻ രാഹുവും കേതുവും ഇടവേളയിൽ കത്തിയെങ്കിലും

പിന്നെ ബാഷ്പാവില സ്വപ്നങ്ങളാലക-
ക്കണ്ണുകൾ മൂടിക്കിടന്നുറങ്ങുമ്പോഴും
വന്നുദിക്കുന്ന വെളിച്ചമായ് നിൻമുഖം
ആരു ഞാൻ നിന്നെക്കുറിച്ചു പാടാൻ? ദൂര-

ഘോരവനങ്ങളിൽ സ്നേഹസുഗന്ധം
തേടിയലഞ്ഞു മരിച്ചു വീഴുമ്പോഴും?

കവയിത്രിയുടെ എതിർ മനസ്സ് ആണ് ഇവിടെ പ്രത്യക്ഷമാകുന്നത്. ദുഃഖാന്തമെന്നു തോന്നുന്ന സുഖാന്തം. ഈ കവിത ഭംഗിയെന്നു പറയാൻ ആരുടെയും സമ്മതിപത്രം വിജയലക്ഷ്മിക്ക് ആവശ്യമില്ല.

Past is past and future are (Basement) future എന്ന വാക്യം കൊണ്ട് 'വഴിവക്കിലെ നായ്ക്കുട്ടി' എന്ന കവിതയിൽ കവയിത്രി രണ്ടു കാലത്തെയും തൊട്ടു എന്നു വിചാരിക്കാം. പോരാ, വർത്തമാനകാലവും നിറഞ്ഞു നില്ക്കുന്നുണ്ട്. വഴിവക്കിൽ മുടന്തി മുടന്തി നടന്നു അല്പ കാലം കഴിഞ്ഞ ഒരുകൊച്ചുകുട്ടി! കുറേനാൾ മുമ്പുവരെ ഒരുതറവാട്ടമ്മ തറവാടിന്റെ വടക്കു വശത്ത് ആ പട്ടിക്ക് വല്ലതും എറിഞ്ഞു കൊടുക്കാൻ വിളിക്കുമായിരുന്നു. എന്തെങ്കിലും കൊടുക്കുമായിരുന്നു എന്നേയുള്ളൂ. അന്നും ആ പട്ടിക്ക് കുപ്പത്തൊട്ടിയായിരുന്നു അക്ഷയപാത്രം. വേണ്ടാതെ തള്ളുന്ന, തിന്നാവുന്ന എന്തും അതിന് അവിടെ കൊടുക്കുന്നത് ആ അക്ഷയപാത്രമായിരുന്നു. ചുരുളാൻ ഇന്ന് അമ്മയുടെ മാറെന്നപോലെ ഒരിടം ഒരുകോണിലുണ്ട്. അവിടെപ്പോയതു കിടന്ന് ഉറങ്ങും പിന്നെ അവന്റെ ആത്മഗതമാണ്.

"ഇരുളിന് തേറ്റമുളച്ചാൽ ചിന്തിയ-
സടയും നഖവുമെഴുന്നാൽ
ഇളകും പാറകൾപോലെ, ഭൂതഗ-
ണങ്ങൾ നിറഞ്ഞു നിരന്നാൽ
അറിയാം നിദ്രപതച്ചൊരുഭൂവിനു
കാവലു നില്ക്കും നായ
ഒറ്റക്കണ്ണു മിഴിക്കുകയാണെ
ന്നമ്പിളി ദൂരെകാൺകെ

നായ്ക്കുട്ടിയുടെ നിറം കടും കറുപ്പായിരുന്നു. എന്നു കാണിക്കാൻ കവയിത്രി ഉത്പ്രേക്ഷാകുതുകികളായ കവികളെപ്പോലെ അതിനെ ഉല്പ്രേക്ഷിച്ചു കൃതകൃത്യയാകുന്നു. ചെറുശ്ശേരി നമ്പൂതിരിയുടെയും മറ്റും ഒരു കുഞ്ഞനിയത്തി!

പട്ടിക്കുഞ്ഞിന്റെ ആത്മഗതം തുടരുന്നു. നരകത്തിന്റെ വാതിൽ കാക്കുന്ന അതിഭീഷണനൊരുത്തനുണ്ട്, അവനെ തരിമ്പും കൂസുകയില്ല. അലറി, കൂവിയൊക്കെപ്പായുന്ന വണ്ടികളോടും വഴിയാത്രക്കാരോടും തന്റെ നേരെ കല്ലെറിയുന്ന കുട്ടികളോടും അത് മുരളും, മുറുമുറുക്കും. പക്ഷേ, മൂത്തവരെക്കണ്ടാൽ വിനയത്തോടെ പെരുമാറും. കാരണം അവർ തന്നെ എറിഞ്ഞു തകർക്കും. വലിയ ഭാരമുണ്ടെങ്കിലും തൊട്ടെന്നറിയാൻ വാലിന് കാലിനിടയ്ക്ക് സ്ഥലക്കുറവ്. അതിന് ഭാരവും; വാല് വേണ്ടായിരുന്നു എന്ന അവസ്ഥ! പക്ഷേ, തനിക്ക് ധൈര്യവും വേണ്ടായിരുന്നു എന്ന അവസ്ഥ! എന്നാൽ തനിക്ക് ധൈര്യം തരുന്ന ഒന്ന് ഉടൻ സംഭവിക്കുമെന്ന ആശ്വാസം.

"ധർമ്മ വഴിക്ക് ഗമിക്കും ധീരൻ
തന്നുടെ പാദസുഗന്ധം
അന്ധം പിന്തുടരും ഞാനന്ത്യം
കണ്ണിലിരുട്ടും വരെയും."

കുരുക്ഷേത്രയുദ്ധം കഴിഞ്ഞ്, ജയിച്ച ധർമ്മപുത്രർ എല്ലാ ഭോഗങ്ങളും വെടിഞ്ഞ് സ്വർഗ്ഗത്തിലേക്ക് പോകുമ്പോൾ (*ഭാരതം ശാന്തിപർവ്വം*) ഞാനദ്ദേഹത്തെ ഒന്നുമറിയാതെ പിന്തുടരും അന്ത്യം.

"അന്ത്യം കണ്ണിലിരുട്ടും വരെയും."

(ധർമ്മൻ ധീരനെന്നു മാത്രം നായ്ക്കുട്ടി പറയുന്നതിനാൽ ധർമ്മപുത്രരാകാൻ കൂടുതൽ സാദ്ധ്യതയുണ്ട് കാലന്റെ മകനാണല്ലോ ധർമ്മപുത്രർ. കാലനും ധർമ്മൻ ആകയാൽ അതിലും കൂടുതൽ സാദ്ധ്യത കാലനാണ്. കവയിത്രിയുടെ വിവക്ഷിതം അറിഞ്ഞുകൂടാ. നല്ലോര്, എല്ലാക്കാലത്തിനും ചേരുന്ന കവിത

വിദ്യാഭ്യാസത്തിനു വന്നു ചേർന്ന കാലക്കേടായിരിക്കും 'ആരു കേൾക്കുവാൻ' എന്ന കവിതയെഴുതാൻ വിജയലക്ഷ്മിയെ പ്രേരിപ്പിച്ചത്. ആ കാലക്കേടിന്റെ കോലക്കേടാണ് ആദ്യന്തം കവയിത്രി ചിത്രത്തിലാക്കുന്നതും. ഒരു ഭിക്ഷക്കാരിയാണവൾ, ഹൃദയം നൊന്തു അവൾ കുഴൽ വിളിക്കുന്നു. കരൾ കീറിയതും ശ്രുതിപോറിയതുമായ ശബ്ദം. അതും ആരും കേൾക്കാനില്ലാത്ത അർദ്ധരാത്രികഴിഞ്ഞനേരം.

"വാണ്, രണ്ടാമത്തെ ക്കളിയും കഴിഞ്ഞുണ്ടോ...
രാരവ മല്ലോ ചലച്ചിത്രശാല തൻ മുന്നിൽ
അറിവുള്ളവർ നീട്ടി-
യെറിയും നാണ്യങ്ങൾ തൻ
പുറകിൽ സർവ്വം മറ-
ന്നുള്ളൊരു മുഖം കാൺമൂ"

കുളിച്ചിട്ടില്ല, മുഖമാകെ വസൂരിക്കല, മുറിച്ച് കോതിയൊതുക്കാത്ത മുടി... ഇതെല്ലാം ചേർന്ന, വൃത്തിയില്ലാത്ത ഒരു പിച്ചക്കാരനെപ്പോലെയുണ്ട്. അവൾ (?) ഞാൻ പാട്ടുപഠിച്ചിട്ടില്ല. പഠിച്ചിരുന്നെങ്കിൽ ഈ കുഴൽപ്പാട്ടിലെ പിഴയേതെന്നും പഴുതേതെടയ്ക്കണമെന്നും ഞാൻ പറഞ്ഞു തരുമായിരുന്നു. (കവയിത്രി) എന്നാലും

"നഗരത്തിൽ ചില്ലുവെട്ടത്തിൻ കുപ്പി-
പ്പല്ലുകൾ തറഞ്ഞെന്റെ
തൊണ്ടയും മുറിയുമ്പോൾ
നിന്നെ ഞാൻ കാണുന്നീല"

കവയിത്രിയുടെ മുമ്പിൽ ഇരുന്ന് ജീവിക്കാൻ മാത്രം രണ്ടു കൈയുകൾ അവൾക്കുണ്ട്. ഇരുട്ടത്ത് നടപ്പാതയിൽ അവൾ ചടഞ്ഞുകൂടിയിരിക്കുന്നു. മുറിഞ്ഞുചോരപുരണ്ട വിരൽകൊണ്ടാണ് അവൾ ആ തംബുരു മീട്ടുന്നത്. കീറിയ നാറിയ ഉടുതുണിയിൽ മുലപ്പാലിറ്റു കുതിർന്ന്, മുഖം കുനിഞ്ഞു അവൾ ഇരിക്കുന്നു. ആരാണവൾ? വിദ്യാധിദേവതയായ സര

സ്വതി. വിദ്യാഭ്യാസ രംഗത്തു നിലനില്ക്കുന്ന സർവ്വശാപങ്ങളുടെയും ഒരു കീശപ്പതിപ്പാണ് ഈ കവിത; ആരാണവൾ? വിദ്യാധിദേവതയായ സരസ്വതി; എന്നാലും കോത്താരി കമ്മീഷന്റെ ഈ ആദ്യ വാക്യം ഉദ്ധരിക്കുന്നു.

"The destiny of India is being shaped in classrooms"

"എന്റെ കവിത" എന്ന തലക്കെട്ടിൽ വിജയലക്ഷ്മിയെഴുതിയ കൊച്ചുകുറിപ്പ് തുടക്കത്തിലുള്ളത് വായിച്ചപ്പോഴേ തോന്നിയതാണ് സമാഹൃതകൃതിയിലെ കവിതകളെല്ലാം എടുത്ത് വായിച്ചു പഠിച്ച് ആസ്വാദനമോ, വിമർശനമോ ഒന്നും നടത്തേണ്ടതില്ലെന്ന്. കാരണം കവയിത്രി സ്വയം സംസാരിച്ചതു വിശ്വസിക്കുന്നതിനപ്പുറം ആർക്കും മറ്റൊന്നും പറയേണ്ടതില്ല. പറയാൻ വേണ്ടി മാത്രമാണെങ്കിൽ പറയാം. വായനക്കാരിൽ കുറച്ചാളുകൾക്കും അറിയാവുന്നതാണ് കവിതയെങ്കിലും തന്റെ കവിത എന്താണെന്ന് അവർ വെട്ടിത്തെളിച്ചുതന്നെ പറഞ്ഞിരിക്കുന്നു.

1. പുരുഷാർത്ഥങ്ങളെല്ലാം (കാമത്താലർത്ഥമർത്ഥത്താൽ - ധർമ്മം, ധർമ്മേണ സദ്ഗതി) അവർക്ക് കവിതയാണ്.
2. ജീവിതവും സ്വപ്നവും സ്നേഹവും സൗഹൃദവും എല്ലാം കവിതയാണ്.
3. ഗൃഹസ്ഥാശ്രമം പൂകി.
4. ജീവൻ നിലനിർത്താൻ ജോലി നേടി ശമ്പളം വാങ്ങി.
5. കൃത്യവിലോപവും മനുഷ്യസഹജമായ വീഴ്ചകളും പറ്റിയിട്ടുണ്ട്.
6. എല്ലാറ്റിലും അവർക്ക് താങ്ങും തണലും കവിത തന്നെയായിരുന്നു.
7. (ഇനി പരാജയത്തിന്റെ കഥ) അനുഭവങ്ങളിൽ ഒന്നിലും ഭൗതിക ഘടകങ്ങൾ ഇല്ലാതായി.
8. പൂവ് കരിഞ്ഞിട്ടുണ്ടായാലും പരിമളം ഓർമ്മയിൽ അവശേഷിക്കുമ്പോലെ അവയിലെ കവിതമാത്രം ബാക്കി നില്ക്കുന്നു.
9. ചിലന്തി തന്റെ ജന്മവാസനകളാൽ മാത്രം പ്രേരിതമായി എപ്പോഴും പൊട്ടിപ്പോകുന്ന നേർത്ത നൂലുകൊണ്ടു വല നെയ്തു വയ്ക്കുന്നതുപോലെ അവർ പരിമിതമായ വാക്കുകൾ കൊണ്ടാണ് കവിത രചിക്കുന്നത്. അവയിൽ ചിലതു മാത്രം കേളിപ്പെട്ടിരിക്കാം.

"ധൂളിയിൽ നിന്ന് രൂപമെടുത്തു സർവ്വവും ധൂളിയിലേക്കു തന്നെ തിരിച്ചുപോകുന്ന അനുസ്യൂതവും അതിദ്രുതമെങ്കിലും വേഗമോ ഒഴുക്കിന്റെ ശക്തിയോ തിരിച്ചറിയാനാകാത്ത അത്ഭുത പ്രതിഭാസത്തിന്റെ വക്കത്ത്, അന്തമില്ലാത്ത ശൂന്യതയിലേക്ക് കാലിടറിക്കൊണ്ട് ഒരു നിമിഷം! ആഗ്രഹിക്കാതെ കൈവന്ന ഈ നിമിഷ ജന്മത്തെ ചൈതന്യവത്താക്കിയ കവിത എന്ന ജീവശ്വാസവും അതിനോടൊപ്പം നിന്ന നിങ്ങളും ഇതാണെന്റെ ഭാഗ്യം!" വിജയലക്ഷ്മിയെന്ന പ്രിയ കവയിത്രി, ജനങ്ങൾക്കു വേണ്ടി ജനങ്ങളിൽ ഒരാളായി നിന്നാണ് കവിതയെഴുതിയത്. അവർ ജനകീയ കവയിത്രിയാണ് ആത്മീയതയെ മറക്കാത്ത കവയിത്രി; ദൈവ

ത്തെയും.

ഇതേ രീതിയിലുള്ള, ഒരു സ്നേഹഛേദത്തിന്റെ കഥയാണ് കവയിത്രി 'പാഴ് നിഴൽ' എന്ന കവിതയിലും പറയുന്നത്. 'തനിച്ചൊരു ഉത്തരവിപ്രലംഭപ്രലാപം. സ്വർണ്ണം പോലെ കസവുപോലെ (കസവുപട്ടുപോലെ), വിശുദ്ധമായ, ചൂടുള്ള കണ്ണീരുപോലെ, മുൻപ് പലനാളുകളിൽ സ്നേഹത്തെ (അതാണ് ഇളംവെയിൽ) കോരിയെടുത്ത് ഓമനിക്കാൻ കവയിത്രി കൊതിച്ചു, അതിനു വേണ്ടി കൈത്തലം നീട്ടി നില്ക്കയും ചെയ്തു. അന്ന് ഒരിക്കലും മടുക്കുകയില്ലെന്നുതന്നെ വിചാരിച്ച് എത്രയോ നേരം എന്തെല്ലാം സൊള്ളി! അതിൽ നമ്മുടെ സ്വന്തം കൊച്ചു സ്വപ്നങ്ങൾ, കിനാവിലെ ദുഃഖം എല്ലാം കണ്ടു അറിഞ്ഞു. ഒടുവിൽ മനുഷ്യന്റെ സങ്കടം നിന്ന് ജീവിതം എല്ലാവരും ഉത്സവം പോലെ പങ്കുവച്ച് ആസ്വദിക്കുന്നതും കണ്ടു. (കവിതയിലെ നായികക്ക് മാത്രം അതിന് കഴിയാതെ പോയി) അന്നത്തെ വെയിലും തിളക്കവും സ്വർണ്ണവും കടന്നുപോയി. നമുക്ക് കിട്ടിയില്ല. നമ്മളെ ഒരേ ഗോത്രത്തിലെ അംഗങ്ങളെന്നും ഇരട്ടകളെന്നുംവരെ കരുതിയാണ് അന്നു കൈകോർത്തു നിന്നത്. ഇപ്പോഴും വെയിലും തിളക്കവും സ്വർണ്ണവും നിലനിർത്താൻ നമുക്കായില്ല.

"ഇന്ന് നീയില്ല, വെയിലില്ല, വിസ്മയം-
ഇല്ല, നാം കണ്ട കിനാവുകളില്ല, നാം
അന്യർ തൻ ശബ്ദം നിതാന്ത സംഗീതമായ്
ഇല്ല, കേൾക്കുന്നില്ല. നിന്നെ വിളിക്കുവാൻ
ഉള്ളലിവില്ലാത്ത നിൻസ്വരമപ്പുറം
'ശല്യം' എന്നോർത്തു കയ്ക്കുന്നതേ കേൾക്കുവാൻ-
വയ്യ, നാമിന്നു വിഭിന്ന ഗോത്രങ്ങളിൽ
പുഞ്ചിരിക്കാനും മറന്നുപോകേണ്ടവർ
തമ്മിൽ വേർപെട്ടു ജീവിക്കുവാൻ വെമ്പിയീ-
ജന്മമറുത്തു മുറിച്ചു മരിച്ചവർ
കൈകോർത്തിരിക്കാൻ കൊതിച്ചു കൊതിച്ചു ഞാൻ
കൈനീട്ടി നിന്നെത്ര നേരം! ഒടുവിലെൻ
കൺമുന്നിലൂടെക്കടന്നു കടന്നുപോയ്
അന്നത്തെ നീയല്ലൊരന്യമാം പാഴ്നിഴൽ"

ഇഷ്ടപ്പെട്ടത് നഷ്ടപ്പെടുമ്പോഴും ഇഷ്ടപ്പെടാത്തത് അനുഭവിക്കേണ്ടി വരുമ്പോഴുമാണ് ശോകം ഉണ്ടാകുന്നത്. അങ്ങനെ വരുമ്പോൾ ആ നഷ്ടദുഃഖം ക്രോധമാകാനേ തരമുള്ളൂ. നല്ലതെല്ലാം അവിടെ മരുഭൂമിയാണ്. ഒരു ഇഷ്ടനാശം അഥവാ അനിഷ്ടപ്രാപ്തി ഇങ്ങനെ വരച്ചിടാമോ! വിജയലക്ഷ്മി നൂറുമേനി വിളവെടുത്ത കവിതകളിൽ 'പാഴ്നില'വും ഉണ്ട്.

www.ingramcontent.com/pod-product-compliance
Lightning Source LLC
LaVergne TN
LVHW100841051026
849519LV00006B/2387
9789388485661